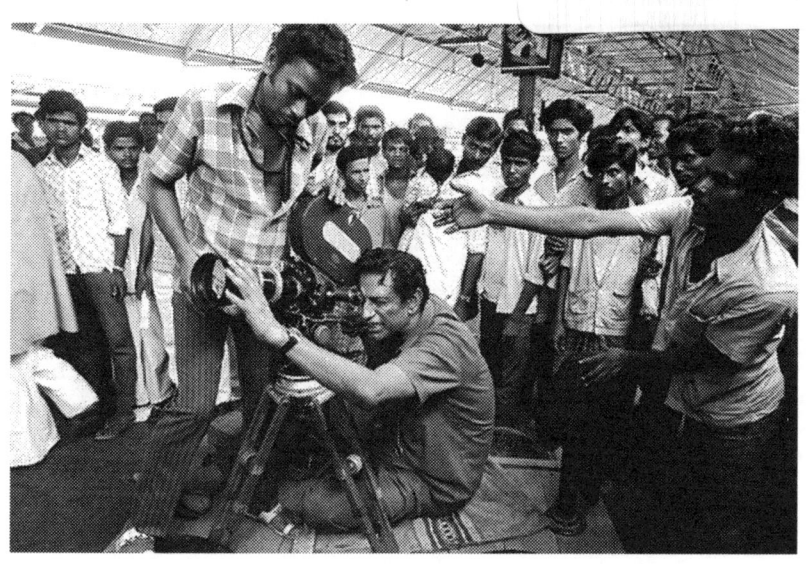

பதேர் பாஞ்சாலி

அகாந்தக்

பதேர் பாஞ்சாலி
அகாந்தக்

சத்யஜித் ரே

தமிழில்:

செழியன்

எதிர்
வெளியீடு

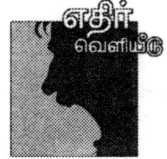

பதேர் பாஞ்சாலி – அகாந்தக்
சத்யஜித் ரே
தமிழில்: செழியன்

முதல் பதிப்பு: ஜூலை 2025

எதிர் வெளியீடு,
96, நியூ ஸ்கீம் ரோடு, பொள்ளாச்சி – 642 002
தொலைபேசி: 04259 226012, 99425 11302

விலை: ரூ.350

Pater Pancali - Akantak
Chezhiyan

Copyright © Chezhiyan
First Edition: July 2025

Published by
Ethir Veliyeedu, 96, New Scheme Road, Pollachi - 2
Email: ethirveliyedu@gmail.com
www.ethirveliyeedu.com

ISBN: 978-93-48598-41-7
Cover Design: Negizhan
Printed at Jothy Enterprises, Chennai.

All rights reserved. No part of this book may be reprinted or reproduced or utilised in any form or by any electronic, mechanical or other means, now known or hereafter invented, including Photocopying and recording, or in any information storage or retrieval system, without permission in writing from the Publisher.

சத்யஜித் ரே (1921-1992)

உலகின் மிகச்சிறந்த திரைப்பட இயக்குநர்களில் ஒருவராகக் கருதப்படும் சத்யஜித் ரே கல்கத்தாவில் 1921 மே 2ஆம் தேதி பிறந்தார். கல்கத்தா பிரஸிடென்ஸிக் கல்லூரியில் தனது பட்டப்படிப்பை முடித்தார். 1947இல் கல்கத்தாவின் திரைப்படச் சங்கத்தில் தீவிரமாக ஈடுபட்டார். சாந்திநிகேதனில் நுண்கலைகள் பயின்றார். விளம்பர நிறுவனத்தில் வரைபடக் கலைஞராகப் பணிபுரிந்து கொண்டே தனது முதல் படமான பதேர் பாஞ்சாலியைத் (1952) துவங்கினார். இப்படம் திரைப்படங்களின் உயரிய விருதான கேன் திருவிழா (Cannes film festival) விருதைப் பெற்றது.

தனது நாற்பது வருட திரைப்பட வாழ்வில் இருபத்தொன்பது திரைப்படங்களையும் நிறைய ஆவணப்படங்களையும் குழந்தைகளுக்கான படங்களையும் இயக்கியிருக்கிறார். பதேர் பாஞ்சாலியைத் தொடர்ந்து அப்புவின் முக்கதைகளென (Apu's triology), அபராஜிதோ (1956), ஆபுர்சன்சார் (1959) முதலிய படங்களை எடுத்தார். இவரது படங்களில் ஜல்சாகர் (1958), தேவி (1960), சாருலதா (1954), சத்ரன்ஜ்கே ஹிலாரி (1977), கேரி பேரி (1984), அகாந்தக் (1992) முதலியவை முக்கியமானவை.

பிரிட்டிஷ் பெடரேஷனும் மாஸ்கோவின் திரைப்பட விழாக் கமிட்டியும் இணைந்து இந்த நூற்றாண்டின் இரண்டாம் பாதியின் ஒரே இயக்குநர் என்கிற கௌரவத்தைத் தந்தன. 1987இல் Legion d' honour என்கிற பிரான்ஸின் உயரிய விருதையும் 1992இல் வாழ்நாள் சாதனைக்கான ஆஸ்கார் விருதையும் பெற்றார். அதே வருடம் இந்தியாவும் மிக உயரிய விருதான பாரத ரத்னா வழங்கிக் கௌரவித்தது.

தனது சிறுகதையை அடிப்படையாகக் கொண்டு அகாந்தக் (1992) என்கிற தனது கடைசிப்படத்தைத் தீவிரமான மாரடைப்பிற்குப் பிறகும் நோய்ப் படுக்கையில் இருந்து கொண்டே இயக்கினார். தனது 71வது வயதில் 1992 ஏப்ரல் 23ஆம் தேதி திரைப்படம் மீதான தனது நீண்ட கனவை நிறைவு செய்தார்.

செழியன்

சிவகங்கையில் பிறந்தவர். இப்போது சென்னையில் வசிக்கிறார். கட்டடப் பொறியியல் படித்தவர். ஹார்மோனியம் சிறுகதைக்காகக் கதா விருதும் 'தமிழ்ச் சிறுகதைகளில் காட்சிப் படிமங்கள்' என்னும் தலைப்பில் செய்த ஆய்வுக்காக மத்திய அரசின் இளநிலை ஆய்வு நல்கை (Junior Fellowship 2004-2006) பெற்றவர். திரைப்பட ஒளிப்பதிவாளர், 'டுலெட்' திரைப்படத்தின் இயக்குநர்.

ஒளிப்பதிவுக்காகச் சர்வதேச விருதுகளும் (BFI London, MIFF Italy) 'டுலெட்' படத்தின் இயக்கத்திற்காகத் தேசிய விருதும் (2018), இந்தியாவின் சிறந்த படம் (KIFF 2018) விருதுகளும் பெற்றவர். The Film School என்னும் திரைப்படப் பள்ளியை நிறுவித் தமிழில் சுதந்திர சினிமாவுக்கான முன்னெடுப்புகளை வழிநடத்துகிறார்.

சத்யஜித் ரேயின் முதல் மற்றும் கடைசித் திரைப்படங்களான 'பதேர் பாஞ்சாலி', 'அகாந்தக்' ஆகியவற்றைத் தமிழில் மொழிபெயர்த்தவர். 'வந்த நாள் முதல் (கவிதையும் நிழற்படங்களும்)', 'உலக சினிமா', 'பேசும்படம்', 'முகங்களின் திரைப்படம்', 'ஒளியில் எழுதுதல்', 'டுலெட் திரைக்கதையும் உருவாக்கமும்', 'த மியூசிக் ஸ்கூல்' (மேற்கத்திய இசைக் குறிப்புகள் குறித்த பத்து நூல்கள்) ஆகிய நூல்களின் ஆசிரியர்.

chezhian6@gmail.com

முதல் பதிப்பிற்கான முன்னுரை	09

திரைக்கதைகள்

● பதேர் பாஞ்சாலி (சாலையின் பாடல்)	13
● அகாந்தக் (அந்நியன்)	131

கட்டுரைகள்

● பதேர் பாஞ்சாலி உருவாக்கம் பற்றிய சில குறிப்புகள்	
– ஆண்ட்ரு ராபின்சன்	250
● எனவே நான் இயக்குநரானேன்...	
– சத்யஜித் ரே	261

சத்யஜித் ரேவுடனான நேர்காணல்கள்

● ஜெயந்தி சென்	265
● ஷ்யாம் பெனகல்	276

முதல் பதிப்பிற்கான முன்னுரை

ரேயின் முதலும் கடைசியுமான திரைக்கதைகளைக் கொண்டிருக்கிறது இந்நூல், இரண்டு திரைக்கதைகளையும் ஒரு சேரப் பார்க்கும்போது அவரது ஆளுமை மற்றும் பரிணாமம் குறித்த விஷயங்கள் புலனாகின்றன. உரையாடல் எழுதத் தெரியாதவராய் தனது முதல் படத்தைத் துவங்கிய அவர் தனது கடைசிப் படத்தை முழுக்க உரையாடல்கள் மூலமே முன்னெடுத்துச் செல்கிறார். திரைப்படத்தின் காட்சிரீதியான குறியீடுகள், படிமங்களிலிருந்து இயல்பாக மேலெழுந்து, எளிமையான நேரடியான உரையாடல்கள் மூலம் அவர் சித்திரிக்கிற மன உணர்வுகள் புதிதானவை.

இதைப் பற்றி ரே, "பதேர் பாஞ்சாலியின் காலத்தில் முப்பத்தைந்து வருடங்களுக்கு முன்பு அகாந்தக்கை என்னால் எடுத்திருக்க முடியாது. என்னுடைய கடைசி மூன்று படங்களின் (கான சத்ரு (1989), சாகா பிரசாகா (1990), அகாந்தக் (1991)) கதாபாத்திரங்களின் வழியே என்னையே நான் முன்வைத்தேன். என் தனிப்பட்ட நோக்கு, எனக்கே உரிய உண்மை, எனக்கான தத்துவம் இவற்றையே நான் வெளிப்படுத்தினேன். எனவேதான் என்னால் அகாந்தக் எடுக்க முடிந்தது. அகாந்தக்கில் நடித்த உட்பாலிடம் கூட, "நீங்கள் என்னுடைய கதாநாயகன் (Protagonist) அல்ல, எனக்காகப் பேசுபவராக (Spokesman) நடிக்கிறீர்கள் என்பதை மறந்துவிடாதீர்கள் என்று சொன்னேன்" என்று குறிப்பிடுகிறார்.

1983 அக்டோபர் மாதத்தில் ரே கடுமையான மாரடைப்பால் தாக்கப்பட்டார். இரண்டாவது மாரடைப்பு அதற்கடுத்த ஐந்தாவது மாதத்திலேயே ஏற்பட்டது. அதற்கான அறுவைச் சிகிச்சைக்குப் பிறகும் திரைப்படத்திற்கான தனது பங்களிப்பைத் தொடர்ந்தார். சக்கர நாற்காலியில்

இருந்து கொண்டே பன்னிரண்டு மணிநேரம் படப்பிடிப்புத்தளத்தில் இருந்தார். கடைசி மூன்று படங்களும் சிறுசிறு காட்சிகள் தவிர மற்றெல்லாம் அரங்கத்தினுள்ளேயே (Indoor) படம்பிடிக்கப்பட்டன. படப்பிடிப்பின் ஒவ்வொருநாளும் வேனில் ஊர்தி (Ambulance) சகல முன்னேற்பாடுகளுடன் அரங்கிற்கு (Studio) வெளியே நிறுத்தப்பட்டிருந்தது. இதய நிபுணர் கூடவே படப்பிடிப்புத் தளத்தில் இருந்தார். இது குறித்து ஒரு தொலைக்காட்சி நேர்காணலில், ‘மரணம் பற்றிய கவலையினால் நான் அதிகமாக வேலை செய்கிறேன்’ என்று சொன்னார்.

அகாந்தக்கில் நகரம், நாகரீகம், விஞ்ஞானம் சார்ந்த விமர்சனங்களை முன்வைக்கிறார். வீட்டிற்கு வரும் விருந்தாளியைக்கூட சந்தேகிக்கிற அளவுக்கு நமது வாழ்க்கை, வேகம் மிகுந்ததாகவும், பணம் சார்ந்ததாகவும் மாறிவிட்டதை அழகியலோடு பதிவு செய்கிறார்.

மேலும், முப்பத்தைந்து வருடங்களுக்கு முன்பு வீட்டைவிட்டுச் சென்றவராகச் சித்திரிக்கப்படுகிற மன்மோகன், ரேயின் பிம்பமாகவே இருக்கிறார். முப்பத்தைந்து வருடங்களுக்கு முன்புதான் ரே திரையுலகில் நுழைகிறார். உலகம் மற்றும் பழங்குடியினருடன் மன்மோகனுக்கு ஏற்படும் அனுபவங்களை ரேயின் வாழ்வியல், திரைப்புனைவு அனுபவங்களுக்கு இணையாகச் சொல்லலாம். கதைப்படி, சந்தேகிக்கும் மனித உறவுகளுக்கிடையில் தன் தனித்தன்மையின் பூரணத்துடன் தனக்கென இருந்தது அனைத்தையும் பரிசென விட்டுச் செல்கிறார். ரேயும் அதையே செய்தார். இவ்விதமாக ஒப்பிட்டுப் பார்க்கும்போது ரேயின் இந்தக் கடைசித் திரைக்கதை சூசகமான உள்ளுணர்வுடன் இயற்றப்பட்ட உணர்வைத் தருகிறது. அதைத் தொடர்ந்து விதவிதமான படிமங்களும் எழுகின்றன.

❖

உலகத்தின் முக்கியமான திரைக்கதைகளையும், திரை நுட்பம் சார்ந்த கட்டுரைகளையும் தமிழில் பெயர்க்கவேண்டும் என்கிற பேராசையின் துவக்கமே இச்சிறுநூல். தீவிரமான படப்பிடிப்பு நாட்களுக்கிடையில் இம்மொழிபெயர்ப்பைச் செய்துமுடித்தேன். பார்க்கும் போதெல்லாம் இப்படங்கள் தரும் அதிர்விற்கு அப்பால் படிக்கும்போதும் இத்திரைக்கதைகள் அற்புதமான மன உணர்வைத் தருகின்றன. இதைத் தவிர, தொழில்நுட்பம் சார்ந்த அணுகுமுறையை, கதையை, உரையாடல்களைத் தெளிவாகக் கையாளும் விதத்தை, கதையை மெதுவாக முன்னெடுத்துச் செல்கிற நுட்பத்தை நம்மால்

அவதானிக்க முடிகிறது. அதிலிருந்து நிறையக் கற்றுக்கொள்ள முடிகிறது.

திரைப்படத்தை ஆர்வத்துடன் அணுகுகிற பார்வையாளருக்கு, என் சக உதவி இயக்குநர்களுக்கு, ஒளிப்பதிவாளர்களுக்கு, எங்கோ கிராமத்திலிருந்து ஒரு நல்ல திரைக்கதையை எழுதிவிடலாம் என்று யோசிக்கிற இளைஞனுக்கு இந்த நூல், நல்ல திரைப்படத்தின் வடிவம் நுட்பம் சார்ந்த நம்பிக்கைகளைத் தரும் என்று நினைக்கிறேன். அவ்விதமான நம்பிக்கைதான் நமக்கு அவசியப்படுகிறது.

மேலும், திரைப்படத்தை அணுகமுடியாத பிரமிப்புடன் பார்க்கிற ஒவ்வொருவருக்கும் பதேர் பாஞ்சாலியின் தயாரிப்பு பற்றிய ஆன்ட்ரு ராபின்சனின் கட்டுரை பெரும் நம்பிக்கையைத் தரும். எந்த முன் அனுபவமும் இல்லாமல், நண்பர்கள் ஒன்றாகச் சேர்ந்து கிடைத்த கேமராவை எடுத்துக்கொண்டு களம் இறங்கி தமது திறமையை வரலாறாகப் பதிவு செய்தனர். தமிழ்ச் சூழலில் இத்தகைய துணிச்சலும் பரிசோதனையும் திரைச்சமன்பாடுகள் குறித்த அறியாமையும் கொண்ட புதியவர்களின் வருகை அவசியப்படுகிறது. இளையவர்களே வருக.

இம்மொழிபெயர்ப்பைச் சாத்தியமாக்க உடனிருந்த என் துணைவி பிரேமாவுக்கும், இதை அழகிய நூலாக வெளியிடுகிற இளம்பருவத்துத் தோழன் கதிருக்கும் நன்றி என்கிற வெறும் வார்த்தை சம்பிரதாயமானது. திரைப்படத்தின் மீது தீவிர ஆர்வமும் உத்வேகமும் இருந்தபோதும், அதனைத் தொழில்நுட்ப ரீதியில் தன் அனுபவம் சார்ந்த நுட்பங்களை நான் கற்றுக்கொள்ள ஊக்குவித்து, மேலும் கற்றுக்கொள் என எப்போதும் எனைத் தூண்டுகிற அன்பான ஆசிரியர் திரு. பி.சி. ஸ்ரீராம் அவர்கள் தருகிற மனபலம் அபரிமிதமானது. இந்த மொழிபெயர்ப்புக்கான உழைப்பு அனைத்தையும் அவருக்குச் சமர்ப்பிக்கிறேன்.

சென்னை — **செழியன்**

பதேர் பாஞ்சாலி (1955)

(சாலையின் பாடல்)

பதேர் பாஞ்சாலி [1955]

[சாலையின் பாடல்]

திரைக்கதை, இயக்கம்

சத்யஜித் ரே

முக்கிய நடிகர்கள்

கானு பந்த்தோபாத்யா	*ஹரிஹர்*
கருணா பந்த்தோபாத்யா	*சர்போஜ்யா*
சுனிபாலா தேவி	*இந்திர்*
உமா தாஸ்குப்தா	*துர்கா*
சுதிர் பந்த்தோபாத்யா	*அப்பு*
ருங்கி பந்த்தோபாத்யா	*சிறுமி துர்கா*
ரேபா தேவி	*சேஜா-தாக்கரன்*
அபர்ணா தேவி	*நில்மோனியின் மனைவி*
துள்சி சக்கரவர்த்தி	*பிரசன்னா*
ராமா கங்கோபாத்யா	*ரானு*
ஹாரன் பந்த்தோபாத்யா	*இனிப்பு வியாபாரி*

தொழில்நுட்பக் குழு

கதை	*விபூதிபூஷன் பந்த்தோபாத்யா*
ஒளிப்பதிவு	*சுப்ரதோ மித்ரா*
கலை	*பான்ஸி சந்திரகுப்தா*
படத்தொகுப்பு	*தலால் தத்தா*
ஒலிப்பதிவு	*பூபன் கோஷ்*
இசை	*ரவி ஷங்கர்*
இசைப் பதிவாளர்	*சத்யன் சாட்டர்ஜி*
தயாரிப்பு	*மேற்கு வங்க அரசு*

வங்காளம் / 115 நிமிடங்கள் / கறுப்பு வெள்ளை / 1955.

1

நிஸிந்திபூர் கிராமத்தின் அதிகாலை. சேஜா-தாக்கரன் (செல்வம் மிகுந்த நிலக்கிழாரின் வீட்டிலிருக்கும் விதவை), நீளமான கூரையுடன், பழைய பாணியில் கட்டப்பட்ட செங்கல் வீட்டின் முன்னாலிருக்கும் துளசி செடியின் அருகில் நிற்கிறாள். தனது கைகள் கூப்பி வணங்கிக் கொண்டிருக்கிறாள்.

திடீரென ஒரு சத்தம் கேட்டதும் வீட்டின் அருகில் இருக்கும் பழத்தோட்டத்தைப் பார்க்கிறாள். ஒரு சிறுமி தூரத்திலிருந்து ஓடி வருகிறாள்.

சேஜா-தாக்கரன்:
அவளைப் பாருங்க... யேய்... புள்ள மரத்தில இருந்து ஒரு பழத்தைக்கூட எடுத்திட்டுப் போகக் கூடாது.

சிறுமி துர்கா, ஹரிஹர் ராய் என்கிற உயர்குடிப்பிறந்த வறிய குடும்பத்தைச் சேர்ந்தவரின் மகள். அவள் அங்கிருக்கும் மூங்கில் மரங்களுக்குள்ளிருந்து ஓடி வருகிறாள். தனது சேலைக்குள் திருடிய பழத்தை வைத்திருக்கிறாள்.

அந்த வழியே கிராமத்தின் கிணற்றை நோக்கி மண் பானை, வாளி மற்றும் நீண்ட கயிற்றுடன் வரும் தனது அம்மா சர்போஜ்யாவைப் பார்த்ததும் நின்று, ஒரு புதரின் பின்னால் ஒளிந்து கொள்கிறாள்.

அவளது அம்மா பாதையைக் கடந்ததும் துர்கா மூங்கில் புதர்களின் வழியே வரும் பாதையில் குதித்து வேகமாக நடந்து ஈச்ச மரங்களையும், மரங்களில் கட்டியிருக்கும் மாட்டையும் கடந்து பாழடைந்த சுவர் மற்றும் செடிகளால் சூழ்ந்த இடம்வரை வருகிறாள்.

சுவரில் இருக்கும் சேதமடைந்த கதவைத் திறந்து அந்த வீட்டின் முன்னிருக்கும் வாசல்பகுதியில் நுழைகிறாள். வீட்டின் நடுவில் இருக்கும் துளசி மாடத்தை வேகமாகக் கடந்து செல்கிறாள். அங்கு

அவளது பாட்டி இந்திர் இருக்கிறாள். துர்கா வீட்டின் உயர்ந்த விராந்தையில் ஏறி இந்திரின் அறைக்குள் ரகசியமாக நுழைகிறாள்.

துர்கா:
(கிசுகிசுக்கும் குரலில்) பாட்டி

அவளது குரலுக்குப் பதில் இல்லை. கிழிந்த சாக்கு திரையாகப் போடப்பட்டிருக்கும் கதவைக் கடந்து, துர்கா தனது சேலையிலிருந்து கொய்யாப்பழத்தை எடுக்கிறாள்.

விராந்தையின் வெளியில் இருக்கும் ஒரு மண்பாண்டத்தின் மூடியைத் திறந்து அதிலிருக்கும் வாழைப்பழங்களின் அடியில் கொய்யாப்பழத்தை மறைத்துவைத்து அந்த மண்பாண்டத்தைப் பனை விசிறியைக் கொண்டு மூடுகிறாள்.

படிகளில் இறங்கி விராந்தையின் பக்கமாக வருகிறாள். கையில் அந்த மண்பாண்டத்தின் மூடியை வைத்திருக்கிறாள். அடுப்பங்கரைக்குச் செல்கிறாள் அது வாசலின் பின்தளத்தில் தனியாக இருக்கிறது. வராண்டாவில் இருக்கும் செப்புப்பாத்திரத்தில் இருந்து கொஞ்சம் பாலை மூடியில் ஊற்றிக் கொள்கிறாள்.

அந்தப் பாலை எடுத்துக்கொண்டு முன் வாசலையும், மாட்டுக் கூடத்தையும் கடந்து வீட்டின் முக்கியப் பகுதியைச் சுற்றி, பூசணிக் கொடிகள் வளர்ந்திருக்கும் சுவரின் மூலைக்கு வருகிறாள்.

பெரிய தாழி ஒன்று இருக்கிறது. துர்கா சிரித்துக்கொண்டே அதன் மூடியைத் திறந்து அதனுள் கையை நுழைக்கிறாள். அற்புதம்போல, உள்ளிருந்து அழகிய பூனைக்குட்டிகளை அவற்றின் கழுத்தின் பின்பகுதியைப் பிடித்துத் தூக்குகிறாள். அவற்றைத் தான் கொண்டு வந்த பாலின் அருகில் வைக்கிறாள்.

சர்போஜ்யா, அழகிய வேலைப்பாடுகளுடன்கூடிய சிங்கம் முகப்புடைய பெரிய கதவிருக்கும் பகுதியை நோக்கி நடக்கிறாள். அதன் உட்பகுதியில் வெளிச்சம் நிரம்பிய முற்றத்தில் ஒரு கிணறு இருக்கிறது.

அவள் கிணற்றை நோக்கிப் போகும்போது சர்போஜ்யா சேஜா தாக்கரன் மேற்கூரையின் மேலிருந்து துணிகளைக் கோபத்துடன் பிழிந்து கொடியில் உலர்த்திக் கொண்டே சத்தமாகப் பேசுவதைக் கேட்கிறாள்.

பக்கத்து வீட்டில் ஒரு பெண் சன்னலில் சாய்ந்து கொண்டு சேஜா தாக்கரனின் வசையை ஆர்வத்துடன் கவனித்துக் கேட்கிறாள்.

சேஜா-தாக்கரன்:
பழத்தோட்டம் ஒண்ணும் பரிசா கெடைக்கல. நெறையப் பணம் குடுத்துத்தான் வாங்கியிருக்கு, அதுக்கு வேலி போடணும்னு திரும்பத்திரும்பச் சொல்லியிருக்கேன்.

உன் வீட்டுக்குப் பழத்தைக் கொண்டு போகணும்னா வேலியைத் தாண்டித்தான் கொண்டுபோகமுடியும். இப்ப உனக்கு நல்லாப் புரியுதா? போதுமான திருடன்ங்க இந்தக் கிராமத்துல இருக்காங்க.

பக்கத்து வீட்டுப் பெண்:
என்ன விஷயம்?

சேஜா-தாக்கரன்:
நீங்க என்ன நினைக்கிறீங்க... ஹரிஹரோட பொண்ணுதான். ஒரு பழம்கூட மரத்தைவிட்டுப் போகாது. எல்லாம் அந்தச் சனியன் பிடிச்ச பொண்ணுதான். ஒரு நிமிஷம் நான் பாக்குறதுக்குள்ள அவ பறிச்சிட்டா.

பக்கத்து வீட்டுப் பெண்:
எதை எடுத்திட்டுப் போயிட்டா இப்ப?

சேஜா-தாக்கரன்:
கொய்யாப் பழங்களை அவ எடுத்திட்டுப் போறதைப் பார்த்தேன். ஆனா, அவ என்ன எடுத்திட்டுப் போனான்னு யாருக்குத் தெரியும்? ஒவ்வொரு மரத்தையும் நான் கவனிச்சுக்கிட்டே இருக்க முடியாதே.

பக்கத்து வீட்டுப் பெண்:
ஏன் அவங்ககிட்ட நீங்க பேசக்கூடாது?

சேஜா-தாக்கரன்:
பேசுறதுக்கு நான் யாரு? நான் பேசறதைக் கேக்குறதுக்கு அங்க யார் இருக்கா?

சேஜா-தாக்கரன், கீழேயிருக்கும் கிணற்றைப் பார்த்து அங்கு நீர் இறைத்துக் கொண்டிருக்கும் சர்போஜ்யாவை குறிப்பாக நோக்கிப்

பேசுகிறாள். அவள் திரும்பிக் குரல் வரும் திசையை நோக்கிப் பார்க்கிறாள். வெட்கமும் கோபமும் மேலிட தன்னை நோக்கி வரும் குற்றச்சாட்டுகளைக் கவனிக்கிறாள்.

சேஜா-தாக்கரன்:
அவ என் மகள் இல்ல. அவளோட சொந்த அம்மாவே அதைப்பத்தி கவலைப்படாம இருந்தால் நானோ அல்லது நீங்களோ சொல்றதுனால என்ன நடக்கப் போகுது.

கிராமத்தில் இப்படி ஒரு ஒழுக்கக்கேடான விஷயம் நடக்குதுன்னா அவளே தனக்குத்தானே அதைப்பத்தி ஒரு நிமிஷம் யோசிச்சுப் பாக்கணும்.

இதெல்லாம் மோசமான வளர்ப்பு முறையால ஏற்படுது. இந்த வயசுல அவங்க என்ன சொல்லிக் குடுக்குறாங்களோ அதைத்தானே அவங்க கத்துப்பாங்க

...ஏ... நரேன் அம்மா... ஸ்வர்ணா இன்னும் வரலையா... அந்தக் கன்னுக்குட்டியை ஏன் இன்னும் கட்டல?

சேஜா-தாக்கரன் அவளது பதிலுக்காகச் சில கணங்கள் காத்திருக்கிறாள். இது தவிரவும் வேறுசில வீட்டுவேலைகள் நடப்பதை அவள் பார்க்க வேண்டியிருக்கிறது. ஆனால், சர்போஜ்யா தன்னை நோக்கி வீசப்பட்ட கோபமான வார்த்தைகளை உணர்ந்து கிணற்றுப் பக்கம் திரும்புகிறாள்.

சேஜா-தாக்கரனின் நியாயமற்ற வார்த்தைகளை நினைத்துப் பாதிக்கப் பட்டிருக்கிறாள். முன்பு இந்தப் பழத்தோட்டமெல்லாம் ராய்க்குச் சொந்தமானதாக இருந்தது. ஹரிஹரின் மைத்துனர் இறந்ததும் நம்ப முடியாத, எந்தச் சான்றும் இல்லாத கடனுக்காக அவர்களிடமிருந்து தோட்டத்தைப் பறித்துக் கொண்டார்கள்.

நில்மோனி மனைவியின் கனிவான வார்த்தை அவளை நினைவிலிருந்து மீட்டு ஒரு தளர்ந்த புன்னகையை சர்போஜ்யாவுக்கு வரவழைக்கிறது.

நில்மோனியின் மனைவி:
குடும்மா இந்த வாளியை நான் தூக்கிட்டு வாரேன்...

சர்போஜ்யா:

வேணாம். பரவாயில்லைம்மா.

நில்மோனியின் மனைவி:

ஏன் வேணாம்? கொடு நான் தூக்கிட்டு வரேன். உண்மையிலேயே இதை உன்னால தூக்க முடியுமா?

சர்போஜ்யா:

ம்... நான் தூக்கிடுவேன்.

நில்மோனியின் மனைவி, சேஜா-தாக்கரன் இவ்வளவு நேரம் பேசியதைக் கொஞ்சம் கேட்டிருக்கிறாள். அதனால் சர்போஜ்யாவின் மன உணர்வுகளைக் கவனிக்கிறாள். சர்போஜ்யா இரண்டாவது முறையாகக் கருவுற்றிருக்கிறாள் என்பது அவளுக்குத் தெரியும்.

சர்போஜ்யா அங்கிருந்து சென்றதும் நில்மோனியின் மனைவி வீட்டின் மேற்கூரையை நோக்கி ஒரு கோபப் பார்வை பார்க்கிறாள். இந்திர் வராண்டாவில் உட்கார்ந்து சாப்பிட்டுக் கொண்டிருக்கிறாள்.

வெண்கலத் தட்டில் இருக்கும் சோற்றினைத் தனது சுருக்கம் விழுந்த கைகளால் நன்றாகப் பிசைந்து, உருண்டையாக உருட்டித் தனது பொக்கை வாயினுள் இட்டுக் கொள்கிறாள்.

சிறுமி துர்கா அவளுக்குப் பின்னால் வந்து அமர்ந்து, கூரையைத் தாங்கி நிற்கும் சிறிய மரத்தூண்களில் ஒன்றின்மேல் சாய்ந்து உட்கார்ந்திருக்கிறாள். அவள் அமைதியாக, பசியோடு பாட்டியின் கை தட்டிலிருந்து வாய் வரைக்கும் போய் திரும்பவும் தட்டிற்குத் திரும்புவதைப் பார்க்கிறான்.

இந்திர், அவள் அங்கிருப்பதையே உணராமல், அவளது உணவை முடித்து விரல்களைச் சப்பி திருப்தியாகச் சாப்பிடுகிறாள். அவள் திரும்பிப் பின்னால் இருக்கும் வெண்கல தம்ளரை எடுக்கும்போது துர்காவைப் பார்க்கிறாள். மன்னிப்புக்கோரும் தொனியில் புன்னகைக்கிறாள்.

இந்திர்:

ஏய்... செல்லம்... உனக்குக் கொஞ்சம் வைக்க மறந்துட்டேன்.

துர்கா பதிலுக்குப் புன்னகைக்கிறாள். கைகளில் நீளமான நூலினைக் கட்டி விளையாடிக் கொண்டிருக்கிறாள். இந்திர் தனது கைகளைக் கழுவி, உதறி அருகிலிருக்கும் மண்பாத்திரத்தை நோக்கித் திரும்புகிறாள். அதில் வாழைப்பழங்கள் இருக்கின்றன. கீழே ஆச்சரியம் ஒளிந்திருக்கிறது.

கொய்யாப்பழம், துர்கா திருடிக்கொண்டு வந்தது. இந்திர் அதை மகிழ்ச்சியோடு எடுக்கிறாள். கைகளில் எடுத்து திரும்பிப் பார்க்கிறாள் தலையசைத்துப் புன்னகைத்துக்கொண்டே ரகசியமாக அவளை ஆமோதிக்கிறாள்.

சர்போஜ்யா குடத்தைத் தூக்கிக்கொண்டு முன்வாசலுக்கு வந்ததும் தவறு செய்த தனது மகளைத் தேடுகிறாள். அவள் ‘துர்கா’ என்று அழைத்ததும், பாட்டியின் முகத்திலிருந்த புன்னகை மறைகிறது. அவளும் சிறுமியும் குரல் வந்த திசை நோக்கி ஒருவிதமான குற்ற உணர்வுடன் பார்க்கின்றனர்.

சர்போஜ்யா வராண்டாவிலேயே நிற்கிறாள். அவள் அடுப்பங்கரைக்குள் நுழைவதற்காகத் திரும்புகிற தருணத்தில் இந்திர் அந்தப் பழத்தை ஒளித்து வைக்கிறாள்.

சர்போஜ்யா:
துர்கா... இங்க வா...

இந்திர்:
அவ எந்தத் தப்பும் செய்யலை. அவள ஏன் இங்க இருக்க விடமாட்டேங்கிற?

சர்போஜ்யா:
இல்ல... நீங்க சாப்பிடும்போது அவ ஏன் அங்க வந்து இருக்கா? எந்திரிச்சு வா...

இந்திர்:
(அதை ஆமாதிப்பதுபோல) போ. உன் அம்மா கூப்பிடுறா... நல்ல புள்ளைல போங்க செல்லம்... போங்க

துர்கா வேண்டாவெறுப்பாக எழுந்து வராண்டாவிலிருந்து நடந்து அடுப்பங்கரை நோக்கிப் போகிறாள். சர்போஜ்யா களைப்புடன் அடுப்பங்கரைக்கு முன்னிருக்கும் வராண்டாவில் உட்கார்ந்திருக்கிறாள்.

சர்போஜ்யா:

சேஜா-குரியோட பழத்தோட்டத்தில் இருந்து என்ன எடுத்திட்டு வந்த? என்னது? சொல்லு என்கிட்ட... உன்னோட சேலையில என்ன மறைச்சு வச்சிருக்க... எனக்குக் காட்டு.

துர்கா தனது சேலை மடிப்பிலிருந்து நிறையப் பழங்களை எடுத்துக் காட்டுகிறாள். இந்திர் இதையெல்லாம் வராண்டாவிலிருந்து ஆசுவாசமான புன்னகையுடன் பார்க்கிறாள். ஆனால், உடனே அந்தப் புன்னகை மறைய தனது பொக்கை வாயை மூடிக்கொள்கிறாள்.

சர்போஜ்யா:

போ... சேஜா-குரிகிட்ட எல்லாத்தையும் குடுத்திட்டு வா... வந்ததும் வாசலைப் பெருக்கணும் மறந்துடாத.

துர்கா அங்கிருந்து போனதும் சர்போஜ்யா பெருமூச்செறிகிறாள். இந்திர் சப்தமாக வாய் கொப்பளிக்கிறாள். பிறகு வெண்கலக் கோப்பையில் மீதமுள்ள தண்ணீரை வராண்டாவில் அவள் காலுக்கடியில் முளைத்திருக்கும் எலுமிச்ச செடிக்கு ஊற்றுகிறாள்.

அந்தக் கோப்பையைத் தள்ளி வைத்துவிட்டு கைகளைத் துடைத்துக்கொண்டே கிழிந்த தரை விரிப்புக் கிடக்கும் முன்வாசலில் நுழைகிறாள். இந்திர் அந்த தரைவிரிப்பை எடுத்து அதிலிருக்கும் தூசியை உதறுகிறாள்.

சர்போஜ்யா அடுப்பங்கரையின் வெளியில் உட்கார்ந்திருக்கிறாள். அவளை எரிச்சலுடன் பார்த்து, தூசியினால் சேலை கொண்டு தனது மூக்கை மூடிக் கொள்கிறாள்.

சர்போஜ்யா:

தாக்குர்-ஜி... தாக்குர்-ஜி (இந்திர் அப்பாவியாக அவளைப் பார்க்கிறாள்.) நீங்கதான் அந்தப் புள்ளையக் கெடுக்குறீங்கன்னு உங்களுக்குத் தெரியுதா?

இந்திர்:

(புன்னகையுடன்) என்ன விஷயம்?

சர்போஜ்யா:

என்ன விஷயம்னு அவசியம் சொல்லணுமா? அந்தப் பழம் எல்லாம் எங்கெ போயிருக்குன்னு நினைக்கிறீங்க?

இந்திர்:

(இன்னும் புன்னகையுடன்) என்ன பழம்?

சர்போஜ்யா:

துர்கா பறிச்சுக்கொண்டு வந்தாளே அந்தப் பழம். அதைப் பத்தி உங்களுக்கு ஒண்ணுமே தெரியாதுல்ல...

இந்திர் அங்கிருந்து நழுவி முன்வாசலைக் கடந்து மெதுவாகத் தரைவிரிப்பை எடுத்துக்கொண்டு நடக்கிறாள். சர்போஜ்யா பனைவிசிறியை எடுத்து தனக்குத்தானே விசிறிக் கொள்கிறாள்.

ஆனாலும் அந்தக் கிழவியின் மௌனம் அவளை மேலும் கோபப்படுத்துகிறது. இந்திர் நடந்து அவளிருக்கும் வராண்டாவை அடைவதற்குள் சர்போஜ்யா கத்தத் துவங்குகிறாள்.

இந்திர்:

(அங்கிருந்து நடந்து கொண்டே) அவ சின்னக் குழந்தை.

சர்போஜ்யா:

அவ குழந்தையா இருக்கலாம் ஆனா நீங்க ஒண்ணும் குழந்தை இல்லையே... கொஞ்சங்கூட அறிவில்ல. உங்களைப்பத்தி யாராவது நினைக்கிறாங்களா? அதனால நாங்கதான் உங்கள இங்க தங்க வச்சிருக்கோம்.

இங்கயிருந்து எதையாச்சும் எடுத்திட்டுப் போகமுடியும்னு நீங்க நினைக்கலாம். நீங்க எப்படிப்பட்டவங்கனு தெரிஞ்சு நான் கவனமாகத்தான் இருக்கேன்.

இந்திர்:

ரொம்பப் பேசாத... முட்டாள்த்தனமா...

சர்போஜ்யா:

என்னோட அடுப்படியில இருந்து நீங்க திருடிட்டுப் போறதையெல்லாம்? நான் சொல்லவா? உப்பு, மிளகாய், எண்ணெய்... சத்தம் போடாம அதெல்லாம் எடுத்திட்டுப் போனதில்ல?

உங்களோட பெட்டியைத் திறந்து அதெல்லாம் காட்டவா?

இந்திர் நிற்கிறாள். சுற்றிலும் பார்க்கிறாள். வெறுப்போடு மறுபடியும் திரும்பி ஒரு முடிவுக்கு வந்தவளாக வராண்டாவை நோக்கி நடந்து தனது அறைக்குள் நுழைகிறாள்.

சர்போஜ்யாவின் குரல் தூரத்திலிருப்பதால் தேய்ந்து கேட்கிறது. அப்பொழுது, தெருவில் இனிப்பு விற்கிறவனின் மணியோசை வீட்டைக் கடந்து செல்கிறது.

சர்போஜ்யா:

ஏன் ஒண்ணும் சொல்லமாட்டேங்கிறீங்க? ரொம்ப காலமா எங்ககூட தங்கியிருக்கீங்க... இதுமாதிரி வேலையெல்லாம் செய்யாதீங்க.

தாக்குர்-ஜி நான் சொல்றதை கவனமாக் கேட்டுக்குங்க... தங்கிக்க வேற இடம் பாக்க ஆரம்பிங்க. நான் பட்டதெல்லாம் போதும். எட்டு வருஷமா நான் உங்களால கஷ்டப்படுறேன்.

இதுக்கு மேல கஷ்டப்பட முடியாது தாக்குர்-ஜி. கடைசியாச் சொல்றேன். என் மகளைக் கெடுக்கிறது நீங்கதான். அதனால எல்லா கெட்டபெயரும் எனக்குத்தான் வந்து சேருது. இது தொடர்ந்துகிட்டே இருக்க என்னால அனுமதிக்க முடியாது.

சர்போஜ்யாவை மறைத்திருக்கும் கிழிந்த திரை வழியே இந்திர் தனது முகத்தைச் சுருக்குகிறாள். கோபத்துடன் முணுமுணுக்கிறாள். கையிலிருக்கும் தரைவிரிப்பைக் கீழே போடுகிறாள்.

அந்த அறையில் உட்கார்ந்து கொண்டு நகர்ந்து சென்று பழைய பெட்டியின் கிழிசல்களுக்கிடையில் இருந்து முடிச்சிடப்பட்ட சேலையை எடுக்கிறாள்.

அறைக்கு வெளியே அமர்ந்திருக்கும் பூனைக்குட்டி ஒன்று இதை எதிர்பாராமல் தன் மேல் விழுந்த மூட்டையால் திடீரென ஓடி மறைகிறது. அந்த மூட்டையில் இந்திருக்குச் சொந்தமான பொருட்கள் இருக்கின்றன.

மூட்டையைத் தொடர்ந்து இந்திர் அறையிலிருந்து வெளியே வருவதற்கு முன்னால் கிழிந்த தரைவிரிப்பும் வந்து விழுகிறது.

இந்திர்:

என் வயசுக்கு ஒருத்தர் எடுத்திட்டுப் போக என்ன இருக்கு... ஒண்ணுமேயில்ல.

இந்திர் வராண்டாவின் படிகளில் ஏறுகிறாள். தனது தரைவிரிப்பையும், மூட்டையையும் எடுத்துக் கொண்டு, பூனைக்குட்டியை வராண்டாவில் முரட்டுத்தனமாக எறிகிறாள். ஆழ்ந்த பெருமூச்செறிந்து தனது வெறுப்பைக் காட்டுகிறாள்.

சர்போஜ்யா தனது கூந்தலை அவிழ்ந்து முடித்துகொண்டே திரும்பி இந்திர் வெளிவாசல் கதவு நோக்கிப் போவதைப் பார்க்கிறாள். அவள் இந்திரைக் கூப்பிடுகிறாள். அவளிடமிருந்து எந்தப் பதிலும் வராததால் கோபத்துடன் திரும்புகிறாள்.

சர்போஜ்யா:

தாக்குர்-ஜி எங்க போறீங்க?

இந்திர் கதவினைப் பெரும் சப்தம் வரத் திறந்து வீட்டிலிருந்து வெளியேறுகிறாள். துர்கா, வீட்டுக்குத் திரும்பி வருகிறாள். பாட்டி போவதைப் பார்த்ததும் வேகமாக அவளிடம் ஓடிப்போய் அவளைத் திரும்ப அழைக்கும் விதத்தில் அவள் கையிலிருக்கும் தரைவிரிப்பை பிடித்து இழுக்கிறாள்.

துர்கா அழைப்பதைக் கேட்ட சர்போஜ்யா எழுந்து மாட்டுக்கொட்டம் அருகில்போய் உடைந்த சுவரின் பின்னால் இருந்து பார்க்கிறான்.

துர்கா:

பாட்டி...

சர்போஜ்யா:

துர்க்கா...?

இந்திர்:

(தரைவிரிப்பை அவளிடமிருந்து இழுத்து) போக விடு...

துர்கா, பாட்டி போவதைச் சோகத்துடன் பார்க்கிறாள். பிறகு வீட்டை நோக்கி நடந்து வருகிறாள். பின்னால் திரும்பித் தனது வயதான தோழியைக் கடைசியாகப் பார்க்கிறாள். வீட்டினுள்ளே சர்போஜ்யா தனது மகளுக்காகக் காத்திருக்கிறாள்.

சர்போஜ்யா:
எல்லாத்தையும் திருப்பிக் கொடுத்திட்டியா? (துர்கா தலையசைக்கிறாள்) இப்ப நீ என்ன செய்யணும்னு சொன்னேன்?

துர்கா முன்வாசலில் நடந்து, பெருக்குமாரை எடுத்துக்கொண்டு, தனது சிறு கைகளால் அதனை இறுகப் பற்றிக்கொண்டுத் தரையைப் பெருக்கத் துவங்குகிறாள்.

இரவு, துர்கா அருகில் பூனைக்குட்டியை வைத்துக்கொண்டு தூங்குகிறாள். படுக்கையின் சற்று தள்ளி அவனது விளையாட்டுப் பொருட்கள் அடங்கிய தகரப்பெட்டி திறந்து கிடக்கிறது.

வெளியில் இருளில் ஹரிகர் வராண்டாவில் இறங்குவதும் ஏறுவதுமாகக் கவலைதோய்ந்த முகத்துடன் ஹூக்கா புகைக்கிறார். அவருக்குப் பின்னாலிருக்கும் சுவர்கள் கதவுகள் மற்றும் சன்னல்களில் ஹரிக்கேன் விளக்கின் மெல்லிய ஒளி தோய்ந்திருக்கிறது.

ஹரிகர் நின்று முற்றத்தின் இருளுக்குள் நுழைகிறார். பிறகு தொடர்ந்து நடக்கிறார் அவருடைய மரக் காலணிகளின் சப்தம் இரவின் மௌனத்தை உடைப்பதாக இருக்கிறது.

முற்றத்தின் இன்னொரு முனையில் தற்காலிகமாக அமைக்கப்பட்ட பிரசவ அறை இருளிலும் தெளிவாகத் தெரிகிறது. சிலர் அந்த அறைக்குள் நுழையும்போது கோணிச்சாக்குத் திரைக்குப் பின்னாலிருந்து வெளிச்சம் மினுங்குகிறது.

பிரசவ அறையின் உள்ளே சேஜா-தாக்கரன் வெற்றிலை போட்டுக்கொண்டிருக்கிறாள். நில்மோனியின் மனைவி, ஆழ்ந்த அக்கறையுடன் சர்போஜ்யாவின் நெற்றியைத் தொட்டுக் கொண்டிருக்கிறாள். சர்போஜ்யா வலியால் துடித்துக் கொண்டிருக்கிறாள்.

வெயிலுடன் கூடிய காலை. துர்கா இந்திரைத் திரும்பவும் வீட்டுக்கு அழைத்து வருகிறாள். அவள் இந்திரின் தரைவிரிப்பை பிடித்து இழுக்கிறாள். பிறகு அவளுக்கு முன்னால் ஓடி, பின்தொடர்ந்து வரும்படி சைகை செய்கிறாள்.

வயதான மேலும் சில பெண்கள் வேகமாக வருகிறார்கள். வீட்டின் வாசலில் வாளியுடன் வரும் ஒரு பெண் அவர்கள் அனைவரையும் வாசலிலேயே நிற்கும்படி சொல்கிறாள்.

பெண்:

(புன்னகைத்துக்கொண்டே) உங்களைத்தான் தேடினோம். இத்தன நாளா எங்க போயிருந்தீங்க பாட்டி.

இந்திர்:

(புன்னகைத்துக்கொண்டே) ராஜூ வீட்டில தங்கியிருந்தேன். இன்னிக்குக் காலையில குளத்துக்குப் போயிட்டிருக்க வழியில ஹரிக்குப் பையன் பெறந்திருக்குன்னு ஷைலோ தான் சொன்னா. இவ என்னைத் தேடி வரும்போது நான் இங்கதான் வந்திட்டிருந்தேன்.

துர்கா, பாட்டியிடம் இருந்து தரைவிரிப்பை இழுத்து அவளுடைய துணி மூட்டையையும், வெண்கலத் தம்ளரையும் எடுத்துக்கொண்டு வீட்டுக்குள் போகிறாள். நில்மோனியின் மனைவி முற்றத்தில் நின்று திரும்பி இந்திரின் குரலைக் கேட்டதும் புன்னகைக்கிறாள்.

இந்திர்:

அதனால நாங்க வழியிலேயே சந்திச்சிட்டோம்.

பெண்:

போங்க, வேகமாகப் போய் என்ன அழகாய்ப் பேரன் பிறந்திருக்கான்னு பாருங்க.

இந்திர், துர்காவின் பின்னால் சென்று முற்றத்தினுள் நுழைகிறாள். துர்கா, இந்திரின் பொருட்களை எல்லாம் அறையில் வைக்கிறாள். தூரத்திலிருந்து குழந்தை அழுகிற சத்தம் கேட்கிறது.

இந்திர்:

எங்க அவன்? எங்க அந்தக் குட்டிப் பையன்?

நில்மோனியின் மனைவி:

என்ன பாட்டி. கடைசியா வந்திருக்கீங்க.

இந்திர்:

எங்க அவன்?

சர்போஜ்யா பிரசவம் நடந்த அறையின் தரையில் படுத்திருக்கிறாள். அருகில் குழந்தை படுத்திருக்கிறது. அவள் நிமிர்ந்து பார்க்கிறாள். அவள் முகம் வேதனையுடன் இருக்கிறது. அவளுக்கருகில் உட்கார்ந்திருக்கும் பெண், இந்திர் கதவருகில் வந்ததும் புன்னகைக்கிறாள்.

பாட்டி தனது சுருக்கம் விழுந்த முகத்தில் பொக்கை வாய் விரிய புன்னகைத்துக்கொண்டே வருகிறாள். அவளைத் தொடர்ந்து துர்காவின் முகமும் தோன்றுகிறது. அவளும் தனது ஓட்டைப்பல் தெரிய சிரிக்கிறாள்.

இந்திர்:

ஏன் துணியை எடுக்காம மூடி வச்சிருக்கீங்க... செல்லப் பேரனோட முகத்தை நான் பார்க்க வேண்டாமா?

சர்போஜ்யா தனது குழந்தையைப் பார்க்கிறாள். பிறகு விருப்பமில்லாமல் குழந்தையின் முகத்திலிருக்கும் துணியின் ஒரு முனையை உயர்த்துகிறாள்.

இந்திர் தனது ஒரு கையால் துர்காவை அரவணைத்துக் கொண்டிருக்கிறாள். புன்னகைத்துக்கொண்டே முன்னால் குனிந்து தனது கண்ணீரைத் துடைக்கிறாள்.

இந்திர்:

செல்லம்... அன்புக் குட்டி...

இன்னொரு நாள் இந்திர் தாலாட்டுப் பாடிக்கொண்டே கயிறைப் பிடித்து தொட்டிலை ஆட்டிக் கொண்டிருக்கிறாள். துர்கா அதே வராண்டாவின் இன்னொரு மூலையில் சர்போஜ்யாவின் அறைக்கு வெளியே உட்கார்ந்திருக்கிறாள்.

அவளது கால்களுக்கிடையில் தகர டப்பா இருக்கிறது. அவள் கோலிகளை எண்ணிக் கொண்டிருக்கிறாள். சர்போஜ்யா அடுப்படியில் சமைத்துக் கொண்டிருக்கிறாள். ஹரிகர் அவளிடம் வருகிறார். வரும்போதே தன்னுடைய இருப்பை அறிவிக்குமாறு இருமிக்கொண்டே தனது ஹுக்காவிற்குக் கரி எடுக்க வருகிறார்.

சர்போஜ்யா சின்ன கொள்கலனில் கரியை நிரப்பிக் கொடுக்கிறாள். ஹரிகர் அதைத் தன்னுடைய ஹுக்காவின் பின்புறத்தில் பொருத்தி ஊதிக்கொண்டே பேசத் துவங்குகிறார்.

ஹரிஹர்:

என்ன சமைக்கிற?

சர்போஜ்யா:

பாத்தா தெரியல? புலவ், கோர்மா, கலியா.

ஹரிஹர்:
(சிரித்துக் கொண்டே) எல்லாத்தையும் அன்னைக்கு சமைப்பியா? இல்லை எப்படின்னு மறந்திடுவியா?

சர்போஜ்யா:
அதெல்லாம் எனக்குத் தெரியாது.

ஹரிஹர்:
(விநோதமாக) அப்புறம் அதைச் செய்ய முடியாது (சர்போஜ்யா பதில் சொல்லாமல் இருக்கிறாள்) நம்ம பையன் முதல் முதலா வாய் நிறைய சாதம் சாப்பிடுற அன்னிக்குப் பெரிய விழாவாக் கொண்டாடணும்னு நினைச்சேன்.

சர்போஜ்யா:
எப்படி இதெல்லாம் செய்ய முடியும்னு நினைக்கிறீங்க?

ஹரிஹர்:
ஏன் முடியாது? குறைந்தபட்சம் அடுத்த மாசத்தில் இருந்து ராய்-குரோவோட எனக்கு வேலை கிடைச்சிடும்.

ஹரிஹர் என்ன எதிர்பார்த்தாரோ அது கடைசியில் நிகழ்கிறது. அவருடைய மனைவி திரும்பி ஆச்சரியத்துடனும் மகிழ்ச்சியுடனும் அவரைப் பார்க்கிறாள்.

சர்போஜ்யா:
நிஜமாவா?

ஹரிஹர்:
இன்னிக்கு நில்மோனி-குரோவைப் பாத்தேன். ராய்-குரோ உறுதியளிச்சதா சொன்னாரு.

சர்போஜ்யா:
சம்பளம் பத்தி எதுவும் சொன்னாங்களா?

ஹரிஹர்:
அதைப்பத்தி நான் கவலைப்படல. என்னோட மீதமுள்ள வாழ்க்கையை அவருக்காக வாடகை வசூல் பண்ணிக் கழிக்கமாட்டேன். அவர் என்னைய அடிமையா ஆக்க முடியாது. ஒருமுறை வேலை கிடைச்சிடுச்சின்னா...

புரோகிதம் பண்ண எப்பவும்போல சில குடும்பங்கள் இருக்கு. எல்லாம் ஒண்ணாச் சேர்ந்து வீட்டுக்குத் தேவையானதைக் கொஞ்சம் சரி பண்ணிக்கலாம். இது தவிர நல்ல நேரம் கெட்ட நேரம்னு ஒண்ணு இருக்கு.

சர்போஜ்யா:

எல்லாம் நல்லபடியா நடந்திட்டு இருக்கு. இந்தப் பையன் மாக் மாதத்தில் பொறந்ததும் பைஷாக் மாதத்தில் உங்களுக்கு வேலை கிடைக்கப் போகுது.

ஹரிஹர்:

அதனாலதான் விழாக் கொண்டாடுறதுபத்தி யோசிச்சேன். நம்மளால கொஞ்ச செலவழிக்க முடியும்ல. அது அவசியம்தானே அதோட எல்லோரும் உன் சமையலைப் புகழ்வாங்க. ம்... நீ என்ன சொன்ன?

சர்போஜ்யா:

இங்க பாருங்க... அவங்க ஒழுங்க சம்பளம் கொடுப்பாங் கன்னு தோணுதா?

ஹரிஹர்:

ஏன் மாட்டாங்க குரோ நல்ல மனிதர்.

சர்போஜ்யா:

அவர் நல்ல மனிதரா இல்லையான்னு நீங்க எப்படிச் சொல்றீங்க. நீங்க எளிமையா இயல்பா இருக்கிறதால உங்கள எப்படியெல்லாம் ஏமாத்தினாங்கன்னு எனக்குத் தெரியாதா?

ஹரிஹர்:

(கோபத்துடன்) என்னது? அதுமாதிரி நடந்து எப்ப நீ பார்த்த?

சர்போஜ்யா:

எனக்குத் தெரியாதா? என் கண் முன்னால நம்ம பழத் தோட்டத்தை அவங்க பறிச்சுக்கிட்டாங்களே.

ஹரிஹர்:

ஓ... அதுவா... ஹாரன் உயிரோட இருக்கும்போது அவர் முன்னூறு ரூபாய் கடன் வாங்கினதா அவங்க சொன்னாங்க.

அந்தக் கடனைத் திருப்பி வாங்கிக்கிறதுக்குப் பதிலா அந்தத் தோட்டத்தை எடுத்துக்கிட்டாங்க.

சர்போஜ்யா:
அந்தப் பழத்தோட்டம் மட்டும் நம்மகிட்ட இருந்திருந்தா நாம எதைப்பத்தியும் கவலைப்படாம இருக்கலாம்னு நீங்க நினைச்சுப் பாத்தீங்களா? எவ்வளவு மாம்பழம், தேங்காய். அவங்க நம்ம வாசல்ல இருந்து சாக்கு நிறையப் பழங்களை எடுத்திட்டுப் போறாங்க.

துர்கா ஒரு கொய்யாப்பழத்தை எடுத்தா அவங்க சொல்றதுக்குக் கசப்பான நூறு விஷயம் இருக்கு.

ஹரிஹர்:
அவங்க விஷயத்தில நான் சொல்றதுக்கு எதுவுமே இல்ல. அதை ஏன் நீ பாக்கமாட்டேங்கிற... அவங்க அவங்களோட கடன் கொடுத்து வாங்குற தொழிலைப் பாக்குறாங்க. நான் என்னோட எழுத்து வேலையைப் பாக்குறேன்.

சர்போஜ்யா:
இதுமாதிரியான கிராமத்தில உங்க உண்மையோட மதிப்பு யாருக்குத் தெரியும்?

ஹரிஹர்:
என்னோட சில திட்டங்களை நீயேன் கவனிக்கிறதேயில்ல. இப்ப என்ன வேலை நான் செய்துக்கிட்டிருக்கேன்னு உங்கிட்ட சொல்லவா?

(ஆச்சரியத்துடன்) புதுக்கவிதைகள், புது நாடகங்கள். மக்கள் அதைப் பத்திக் கேள்விப்படற வரைக்கும் கொஞ்சம் பொறுத்திரு. கொத்ரா குழுவோட உரிமையாளர்கள் கூட்டம் கூட்டமா வந்திட்டிருக்காங்க.

உனக்குத் தெரியுமா? அவர்களுக்கு புது விஷயம் தேவைப்படுது. ஆனா அதைக் கண்டெடுக்கிறது கஷ்டம். அசலான நாடகம் மரத்தில முளைக்காது.

ஆனா... இப்ப இருக்கிற புது எழுத்தாளர்களெல்லாம் நமக்கு என்ன கொடுக்கிறாங்கன்னுதான் நான்

பார்க்கிறேனே... எல்லோரும் பழைய விஷயங்களிலேயே வாழ்ந்துக்கிட்டிருக்காங்க.

அதே பழைய விஷயமே ஒவ்வொரு சமயமும் திருப்பித் திருப்பி வருது. அதையே மக்கள் ஒத்துக்கும்போது நிசிந்தாபுரம் ஹரிஹர் ராயோட அசலான படைப்புகளை ஏன் ஒத்துக்கமாட்டாங்க? நீ என்ன நினைக்கிற? ம்?

சர்போஜ்யா:
உண்மையில அவங்க உங்களோடத எடுத்துக்கலாம். நீங்க படிச்சவரு. கிராமத்து மக்கள் உங்களை மதிக்குறாங்க. இதை விடவும் உயர்ந்ததா வேற என்ன இருக்க முடியும்?

சிறுமி துர்கா அடுப்பங்கரையிலிருந்து வந்து ஹரிஹரின் மடிமேல் உட்கார்ந்துகொள்கிறாள். சர்போஜ்யா அவளைப் பார்த்துப் புன்னகைக் கிறாள். பிறகு பேசத் துவங்குகிறாள்.

சர்போஜ்யா:
அந்தப் பையனைப் படிக்க வைக்கணும். அவனுக்கு உபநயனம் செய்யணும். அவனுக்குக் கடவுள்மேல விசுவாசமா இருக்கக் கத்துக் கொடுக்கணும். துர்காவுக்கு நல்ல கணவன் கிடைக்கணும்.

ஒரு நாளைக்கு ரெண்டு வேளை உணவு, வருஷத்துக்குச் சில துணிமணிகள். இதுக்குமேல ஒருத்தருக்கு என்ன தேவைப்படப் போகுது?

ஹரிஹர்:
சரி... நீ விரும்புற வகையில எல்லாம் நடக்கும். குறைந்தபட்சம். என்னோட மூதாதையர்கள் எழுதின விஷயங்கள் எல்லாம் பூர்த்தியடையாமல் பயனற்றதா இருக்கு.

அவங்க உருவாக்குன பாரம்பர்யத்தைப் புறக்கணிக்க முடியாது. ஒண்ணு அல்லது ரெண்டு வருஷம் பொறுத்துக்க. இந்தக் கடன் எல்லாம் அடைச்சிட்டு, இந்த வீட்டைக் கொஞ்சம் சரிபண்ணி கொஞ்சம் ஒரு நிலைக்கு வந்திடறேன்.

அதுக்குப்பிறகு தினமும் நீ வழக்கமான இந்தக் காய்கறிகளைச் சமைக்க வேண்டிய அவசியம் இருக்காது. (துர்காவிடம்) நீ என்ன சொல்ற?

சர்போஜ்யா, ஹரிஹர் சந்தோஷமாகச் சிரிப்பதைப் பார்க்கிறாள். சர்போஜ்யா வீட்டு வராண்டாவில் உள்ள சுவரில் இந்திர் சாய்ந்தபடி இருக்கிறாள். அவள் கண்கள் மூடியிருக்கின்றன.

மென்மையான ஒரு தாலாட்டுப் பாடலைப் பாடிக்கொண்டே தொட்டிலை ஆட்டிக் கொண்டிருக்கிறாள். வருடங்கள் கடக்கின்றன.

2

ஆறு வருடங்களுக்குப் பிறகு ஒரு காலைப்பொழுது. சர்போஜ்யா விறகுகளை எடுத்துக்கொண்டு வீட்டிற்கு வருகிறாள். சன்னலைக் கடந்து வரும்போது படுக்கையில் சுருண்டு படுத்திருக்கும் உருவத்தைப் பார்க்கிறாள்.

அது அப்பு. அவளின் மகள். அவனை எழுப்ப முயற்சிக்கிறாள். பிறகு அந்த முயற்சியை விட்டு வீட்டின் மூலைவரை சுற்றி வந்து துர்காவை அழைக்கிறாள்.

துர்கா நன்கு வளர்ந்த இளஞ் சிறுமியாகக் கன்றுக்குட்டியுடன் வாசல் கதவுக்கு முன்னால் இருக்கும் மரத்தின் அருகில் நின்றிருக்கிறாள். ஒரு பெண் உட்கார்ந்து மெலிந்த மாட்டிலிருந்து பால் கறந்து கொண்டிருக்கிறாள்.

அவள் எழுந்து துர்காவிடம் பால் நிரம்பிய பானையைக் கொடுக்கிறாள். அப்போது சர்போஜ்யா வீட்டினுள் நுழைகிறாள்.

சர்போஜ்யா:
என்ன இது? அப்பு... எந்திரிக்கமாட்டியா அப்பு... பள்ளிக் கூடத்துக்கு போக வேண்டாமா? எழுந்திரி அப்பு எழுந்திரிங்க என் செல்லம். அப்பு... (அந்தச் சன்னலைக் கடந்து வருகிறாள்)

துர்கா... துர்கா... நீ போய் அப்புவை எழுப்புறியா? இன்னிக்கு அவன் பள்ளிக்கூடத்துக்குப் போகணும் இன்னும் தூங்கிட்டிருக்கான்.

பெண்:
பானை நிரம்பல. நான் சொல்றது கேக்குதா? பசுவுக்கு இரை வச்சீங்களா?

துர்கா பால் பானையைச் சுமந்துகொண்டு முன் வாசலுக்குள் நுழைகிறாள். அவள் துளசிச் செடியைக் கடந்து அடுப்பங்கரை நோக்கி நடக்கிறாள். சர்போஜ்யா முன்வாசல் கதவை நோக்கி வாளியுடன் நடந்து வருகிறாள்.

இந்திர் அவளது அறையிலிருந்து கிழிந்த படுக்கை விரிப்புடன் வெளியே வருகிறாள். அவள் அதிலிருக்கும் தூசியை உதறி, அதனை வெயில் படும்படி தரையில் விரிக்கிறாள்.

துர்கா, அப்பு படுத்திருக்கும் அறை நோக்கிப் போய் அவனை உலுப்புகிறாள். ஆனால், அவன் போர்வையினுள் சுருண்டு கொண்டு எழ மறுக்கிறான்.

துர்கா:

அப்பு... ஏய் அப்பு... எந்திரி... ஹே... அப்பு... அப்பு...

துர்கா படுக்கையின்மேல் உட்கார்ந்து முன்னால் குனிகிறாள். திடீரென அறிந்தவள்போல புன்னகைக்கிறாள். அவள் கவனமாகப் போர்வையில் இருக்கும் கிழிசலின் வழியே பார்க்கிறாள். உள்ளே தூங்கும் விழிகள் தெரிகிறது.

அவள் தனது கைகளால் அவனது விழிகளைத் திறக்க முயல்கிறாள். அவன் திரும்பவும் போர்வைக்கு அடியில் ஒளிகிறான். அவள் அவனுக்குக் கிச்சு மூட்டுகிறாள். கடைசியில் அவன் எழுந்து உட்கார்ந்து அவளைப் பார்த்து பலமாகச் சிரிக்கிறான்.

இப்பொழுது அப்பு வீட்டின் பின்புறத்தில் இருக்கும் குளத்தின் படிக்கட்டுகளில் இறங்கி அதன் விளிம்பில் நின்று தனது பற்களைச் சாம்பல் கொண்டு துலக்குகிறான்.

துர்கா அவனுக்குத் தலை வாரிக் கொண்டிருக்கிறாள். சர்போஜ்யா அவனது வேட்டியின் மடிப்புகளை அவனது இடுப்பில் செருகி அவனைப் பார்த்துச் சிரிக்கிறாள்.

பெரிய வெண்கலத் தம்ளரை சாய்த்து தனது முகத்தை மறைக்கும் அளவுக்கு டம்ளரை உயர்த்தி பாலைக் குடிக்கிறான். கொஞ்சம் பால் அவனது வாயின் இரு பக்கமும் வழிந்திருக்கிறது. துர்கா அவனது வாயைக் கட்டம்போட்ட துண்டால் துடைக்கிறாள். அவன் பள்ளிக்குத் தயாராகிறான்.

அது கோடைக் காலத்தின் பின்பருவம், மழை மேகங்கள் வானம் முழுக்க நிறைந்திருக்கின்றன. பரந்த, வெறுமையான வயல்வெளிகளிடையே செல்லும் ஒற்றையடிப் பாதை வழியே துர்கா அப்புவை அழைத்துச் செல்கிறாள்.

சக்கரவர்த்தி, ஊருக்குப் பெரியவர். தலை வழுக்கையாக முதியவராக இருக்கிறார். நின்று குழந்தைகளைப் பார்க்கிறார். அவர்களைக் கடந்து எதிர்திசையில் செல்கிறார்.

3

கிராமத்துப் பள்ளிக்கூடம் மளிகைக் கடையில் இருக்கிறது. பிரசன்னா, மளிகைக்கடைக்காரர். அவரே ஆசிரியராகவும் இருக்கிறார். கடையின் நீளத் திண்ணையில் சுற்றியிருக்கும் சரக்குகளுடன் உட்கார்ந்திருக்கிறார்.

மாணவர்களுக்குப் பாடம் நடத்தும்போதே வியாபாரத்தையும் கவனித்துக் கொள்கிறார். பானையைப் போன்ற தொப்பை வயிறுடன், மாணவர்கள் பயப்படும் தோற்றத்தை உடையவராக இருக்கிறார்.

பழைய தராசில் உப்பு நிறுத்துக்கொண்டே மாணவர்களுக்குப் பாடத்தை நடத்துகிறார். புட்டி என்கிற சிறுபெண் கடையின் வாசலில் ஏதோ வாங்குவதற்காக நின்றிருக்கிறாள்.

பிரசன்னா, அந்தத் திண்ணையில் உட்கார்ந்துகொண்டே தனது வாடிக்கையாளருக்குப் பொருட்களைப் புன்னகையுடன் கொடுக்கிறார். இடையிடையே மாணவர்களையும் பார்த்துக்கொள்கிறார்.

மாணவர்கள் எழுதுவதற்காக அவர் சொல்கிற வரிகள் கஷ்டமானதாகவும் நிறைய வார்த்தைகள் கொண்டதாகவும் இருக்கிறது. ஒரு பையன் வகுப்பின் ஒரு மூலையில் நின்று கவனித்துக் கேட்கிறான்.

சிலர் தங்களது சிலேட்டில் கட்டம் போட்டு விளையாடிக் கொண்டிருக்கிறார்கள்.

    பிரசன்னா:
    'இது ஜனாஸ்தனின் இதயத்தில் இடம்பிடித்தது.
    இது ஜனாஸ்தனின் இதயத்தில் இடம்பிடித்தது'
    (மாணவர்களைப் பார்த்துக்கொள்கிறார்)

    டேய்... ஏன் நீ மறுபடியும் எழுந்து நிக்குற? அந்தத் துணியை நனைச்சு சிலேட்டைத் துடைக்குறதுக்கு எவ்வளவு நேரம்தான் வீணாக்குவ? ம்... உட்காரு...

'இது ஜனாஸ்தனின் இதயத்தில் இடம் பிடித்தது'...
நல்லது புட்டி... உனக்கு என்ன வேணும் இப்ப?

புட்டி:
ஒரு பைசாவுக்கு அவல்.

பிரசன்னா:
அவல்? ஒரு பைசாவுக்கா? ஒரு பைசாவைக் கொடு. 'பிரசர்பானின் பெரிய மலை... 'பிரசர்பானின் பெரிய பெரிய மலை' 'அதன் உயர்ந்த சிகரம். அதன் உயர்ந்த சிகரம்'...

(புட்டி அவலைப் பெற்றுக்கொள்கிறாள். பிரசன்னா கொட்டாவி விடுகிறார்) 'அது நகரும் மேகங்களால் சூழ்ந்திருக்கிறது. முடிவற்று வீசும் பலமான காற்று... முடிவற்று வீசும் பலமான காற்று...'

பாடி மஜீம்தார், வயதைத் தீர்மானிக்க முடியாத குள்ள மனிதர். தனது பொக்கை வாய்ச் சிரிப்புடன் வருகிறார். கையில் குடை வைத்திருக்கிறார். சந்தமாக இருமிக்கொண்டே கடைக்கு வருகிறார்.

அவர் பேசிக்கொண்டே வருவதால் பிரசன்னாவின் கவனம் பையன்களுக்கும் மஜீம்தாருக்கும் என இருபக்கமும் இருக்கிறது. மஜீம்தாரின் உரையாடலில் அவ்வளவு ஆர்வம் காட்டாததுபோல பிரசன்னா இருக்கிறார்.

பிரசன்னா தொடர்ந்து பையன்களையே பார்த்துக்கொண்டிருக்கிறார். அரைமனதோடு மஜீம்தாரைப் பார்த்துப் புன்னகைக்கிறார். திடீரென்று தனது முகத் தசைகளை மாற்றி அவரை, தான் கவனிப்பது போல அவர் நம்பும்விதமாக...

பாடி:
எப்படியிருக்கீங்க பிரசன்னா?

பிரசன்னா:
'முடிவில்லாமல் வீசும் காற்று...' ஏ... வாங்க வாங்க... மஜீம்தார்.

பாடி:
(சாலையில் இருக்கும் பள்ளத்தைத் தாண்டுகிறார்) அடப் பாவி... இந்தப் பள்ளமே மனுஷங்களைக் கொன்னுடும்.

பிரசன்னா:
'உள்ள இறங்குங்க வானத்தின் பாதை அதுதான்...'

பாடி:
நமஸ்காரம். கட்டுஜி... நீங்க நல்லாதானே இருக்கீங்க.

பிரசன்னா:
'வானத்தின் பாதை...' வாங்க... வாங்க...

பாடி:
சத்தமில்லாம வலை விரிச்சிட்டீங்களா? எத்தனை மீன் பிடிச்சிருக்கீங்க?

பிரசன்னா:
(புன்னகையுடன்) எட்டு. புதுசா ஒண்ணு வந்து சேர்ந்திருக்கு.

பாடி:
ஓ... நவரத்தினங்கள்.

பிரசன்னா:
(பையன்களைப் பார்த்துக்கொண்டே) என்ன? அபூர்பா... ஏன் சிரிக்கிற?

பாடி:
(கடைக்கு வெளியில் நிற்கும் ஒருவரைப் பார்த்து) என்னோட பேரனையும் சேர்த்துக்கங்க. அவனுக்கு எட்டு வயசுதான் ஆகுது.

பிரசன்னா:
(அப்புவைப் பார்த்து) இது என்ன விளையாடுற இடமா? (அவள் தன் முதுகை ஒரு குச்சியால் உரசிக்கொண்டிருக்கிறான்)

பாடி:
கொஞ்சம் பொறுத்திருந்து பாருங்க. கடைசியா கலப்பையைக்கூட அவன் தூக்கிடுவான்.

பிரசன்னா:
(பாடியைப் பார்த்துப் புன்னகைத்து) நல்லது. நல்லது. என்ன சொன்னீங்க மஜீம்தார்.

பாடி:

சொல்லுங்க தம்பி... சமீபமா நல்ல ஜாத்ரா பாத்தீங்களா?

பிரசன்னா:

ஜாத்ரா? ஜாத்ரா-முன்னால தாரிணி குரூப்பா இருந்துச்சு... (பாடி வசீகரமாய் புன்னகைத்து தலையசைக்கிறார். பிரசன்னா பையன்கள் பக்கம் திரும்புகிறார்) ஹே... குப்பி... ஏன் எந்திரிச்ச?

பாடி:

ஓ...இல்ல... இல்ல... உங்களுக்குத் தெரியுமா தம்பி நவாப்கன்ஜ் குழுவில நல்ல பாடகர்கள் இருக்காங்களா?

பிரசன்னா:

பக்தே! உன் எலும்பு எல்லாத்தையும் நொறுக்கிடுவேன் (பாடியைப் பார்த்துப் புன்னகைக்கிறார்)

பாடி:

அவங்க நிசிந்திப்பூரைச் சாதாரணமா நினைக்குறாங்க (பிரசன்னா அன்பாகப் புன்னகைத்துக் கொண்டே தனது வயிறைத் தடவிக் கொள்கிறார்) ஆனா அவங்களுக்குப் பாடி மஜீம்தாரைத் தெரியாது.

இதுவரைக்கும் யாரும் பாத்திருக்காத சிறந்த கலைஞர்களை இங்கிருந்து என்னால பெறமுடியும் (பிரசன்னா உடம்பைச் சோம்பல் முறிக்கிறார். பாடி, கடையின் வெளியே சக்கரவர்த்தி நிற்பதைப் பார்க்கிறார்)

சாக்கோட்டி... (பிரசன்னாவிடம்) தம்பி ஒரு பாட்டில் தலைக்குத் தேய்க்கிற எண்ணெய் கொடுங்க... தலையில் எண்ணெய் வச்சு குளிக்கணும்...

பிரசன்னா:

(சொல்லிக் கொடுக்கிறார்) “சிறிய மலைத்தொடர்களைச் சூழ்ந்திருப்பது...”

பாடி:

(பிரசன்னாவை நோக்கிச் சாய்ந்து) தம்பி... இந்த நேரத்தில உங்களோட சந்தாவைப்பத்தி பேசமாட்டேன்.

ஆனா எங்களுக்குத் தேவைப்படும்போது நீங்க கொடுப்பீங்க இல்லையா?

பிரசன்னா:
(கொலை செய்வது போன்ற பார்வையுடன் மாணவர்களைப் பார்த்திருந்த பிரசன்னா... திடீரென்று உருகும் புன்னகையுடன்) நிச்சயமாக... நிச்சயமாக...

பாடி:
சரி நண்பரே (பிரசன்னா திரும்பவும் மாணவர்களை கொலைப் பார்வை பார்க்கிறார்) மஜீம்தாரை மறந்துட மாட்டீங்களே... (சிரிக்கிறார்)

பிரசன்னா:
(சிரித்துக்கொண்டே) இல்ல... இல்ல...

சக்கரவர்த்தி, கடைக்கு வெளியே தூண்டிலுடன் நடந்து போகிறார். மஜீம்தார் அவரை அழைக்கிறார். கையிலிருக்கும் எண்ணெய் பாட்டிலைப் பிரசன்னாவிடம் கொடுத்துவிட்டு கொஞ்சம் எண்ணெயைத் தலையில் தேய்த்துக் கொள்கிறார்.

அங்கிருந்து வெளியேறி திரும்பவும் பிரசன்னாவிடம் ஒரு செய்தியைச் சொல்ல வருகிறார். சக்கரவர்த்தி திரும்பி கடையை நோக்கி வருகிறார்.

பாடி:
ஹே... சக்கரவர்த்தி... பொறு இதைப்புடி... மேளம் வாசிக்கிறவர்கல்னாவிலிருந்து வந்திருக்கிறார் பிரசன்னா. அவரோட கை மேளத்தை தொட்டா போதும்... அது வானத்தில் இருந்து இடி இடிக்கிறமாதிரி சத்தம் வரும்.

பிரசன்னா:
(அடக்கமாக) நான் பாத்திருக்கேன்... பாத்திருக்கேன்.

பாடி:
(திரும்பவும் அங்கிருந்து வேகமாகப் போகிறார்) ஹே... சாக்கோட்டி... உன்னோட சந்தா என்னாச்சு?...

பிரசன்னா:
சாத்தே... உன்னோட சிலேட்டைக் கொடு. ஒரு தடவை கொடு பாத்திக். அவன்கிட்ட இருந்து சிலேட்டை வாங்கிட்டு வா... சிலேட்டைக் கொண்டு வா...

புட்டி, அங்கு நின்று வகுப்பில் நடப்பது எல்லாவற்றையும் பயத்துடன் பார்த்துக் கொண்டிருக்கிறாள். பிரசன்னா, பாத்திக்கிடமிருந்து சிலேட்டை வேகமாகப் பிடுங்கி, சிலேட்டைப் பார்த்துவிட்டு கோபத்துடன் கத்துகிறார்.

பிரசன்னா:

என்ன எழுதியிருக்கிற? இதில் என்ன எழுதியிருக்க? எழுந்திரி... எழுந்திரி...இங்க வா சனியனே...

ஒரு பையன் அவனைக் காதைப் பிடித்து இழுத்து எழச் செய்கிறான். அப்பு... வகுப்புக்குப் புதியவன் என்பதால் சாத்தே இழுத்துச் செல்லப்படுவதை எச்சரிக்கையுடன் பார்க்கிறாள்.

கவனத்துடன் டப்பாவிலிருந்து கம்பு வேகமாக உருவப்படுகிறது. சுற்றிலும் உப்பு தெரித்து விழுகிறது. பிரசன்னா கம்பை உயர்த்தும்போது அப்பு அதீதமான பயத்துடன் பார்க்கிறான்.

பிரசன்னா:

கையைக் காட்டு... கையைக் காட்டு...நான் சொல்றேன்ல கையைக் காட்டு...

தெளிவான சத்தத்துடன் பிரம்பு கீழிறங்குவது ஒருமுறை, இரண்டு முறை கேட்கிறது. புட்டி தனது கண்களை இறுக மூடுகிறாள். கடையிலிருந்து வேகமாக ஓடுகிறாள். பிரம்பு திரும்பவும் கீழிறங்குகிறது. ஒரு வெண்பறவை குளத்திற்கு மேலே பறக்கிறது. அந்தக் குளத்திற்கு இன்னொரு பக்கத்தில் தொலைவில் புட்டி ஓடிக் கொண்டிருக்கிறாள். அப்பு இதையெல்லாம் பார்த்துக்கொண்டு பயத்தில் விழித்துக் கொண்டிருக்கிறான்.

சர்போஜ்யா அடுப்பங்கரை அருகில் அமர்ந்து தேங்காய் சில்லுகளை நறுக்கிக் கொண்டிருக்கிறாள். இந்திர் யாரும் அறியாதவாறு மெதுவாகப் படியில் ஏறி வருகிறாள்.

சற்றே தொலைவில் சர்போஜ்யாவைப் பார்த்து அவளுக்குப் பின்னால் உள்ள கதவருகே வந்து, உடனே அடுப்பங்கரைக்குள் நுழைகிறாள்.

சர்போஜ்யா:

அங்க என்ன நடந்திட்டிருக்கு? என்ன பண்றீங்க? தாக்குர்ஜி.. எதை எடுத்திட்டுப் போகப்போறீங்க?

(அவள் வெளியே வரும்போது சர்போஜ்யா நறுக்கிக் கொண்டிருக்கிறாள்) அடுப்படிக்குள்ள என்ன செஞ்சிட்டிருந்தீங்க?

இந்திர்:

(குற்ற உணர்வுடன்) ஒண்ணும் செய்யல...

சர்போஜ்யா:

ஒண்ணுமில்லைன்னா என்ன அர்த்தம்? அந்த அடுக்கிலயிருந்து நீங்க எதையோ எடுத்ததை நான் தெளிவாப் பார்த்தேனே...

இந்திர்:

என்கிட்ட மிளகாய் இல்ல... அதனால கொஞ்சம் எடுத்தேன்.

சர்போஜ்யா:

காட்டுங்க.

இந்திர்:

இந்தா...

சர்போஜ்யா:

ஏன் என்கிட்ட கேக்கல? அடுப்படிக்குள்ள சொல்லாம நுழையறது எனக்குப் பிடிக்காதுன்னு ஏற்கெனவே சொல்லியிருக்கேன்ல?

வீட்டிற்கு வெளியே துர்கா தனியாகப் பாண்டி விளையாடிக் கொண்டிருக்கிறாள். வராண்டாவில் இந்திர் அமர்ந்து வெண்கலப் பாத்திரத்திலிருந்து எதையோ மண்பாண்டத்தில் ஊற்றிக் கொண்டிருக்கிறாள்.

துர்கா, விளையாட்டு முடித்து, மெதுவாக இந்திரின் பின்புறம் வந்து அவளைப் பிடித்துக்கொண்டு அவள் மூக்கின் அருகே கொய்யாப்பழத்தைக் கொண்டு வருகிறாள். அதிர்ச்சியுற்ற இந்திர் பிறகு மகிழ்ச்சியடைகிறாள்.

பழத்தைப் பார்த்துப் புன்னகைத்து ஆர்வத்துடன் தலையசைத்து துர்காவிடமிருந்து அதை வாங்கிக் கொள்கிறாள். துர்கா உடனே இன்னொரு பழத்தை இந்திரிடம் கொடுக்கிறாள். அப்போது சர்போஜ்யாவின் குரல் வெறுப்புடன் அழைப்பது கேட்கிறது.

சர்போஜ்யா:

துர்கா சும்மாயிருந்தா இங்க வா. காய்கறிகளையெல்லாம் நறுக்கணும். (துர்கா அடுப்பங்கரைக்கு வருகிறாள்)

உட்காரு. உன் வயசுப் பொண்ணுங்க எல்லாம் வீட்ல அவ்வளவு வேலை பாக்குறாங்க சமைக்கிறது, காய்கறி நறுக்கிறது, பாத்திரம் கழுவுறதுன்னு பண்டிகை நாட்கள்லகூட உதவியா இருக்காங்க.

நீ எப்பவும் இதுமாதிரி வீட்டைச் சுத்திகிட்டே இருக்க முடியாது. ரானுவைப் பார் அவள் எவ்வளவு சமர்த்தா இருக்கா. அவகிட்ட இருந்து ஏன் நீ கத்துக்கமாட்டேன்கிற?

இன்னிக்கு உடம்பெல்லாம் சூடா இருந்துச்சில்ல? (நறுக்கிக்கொண்டே துர்கா தலையசைக்கிறாள்) இரு பாக்கிறேன். (அவள் துர்காவின் நெற்றியைத் தொட்டுப் பார்க்கிறாள்) சாயங்காலம் துளசிக் கஷாயம் குடிக்கணும் ஞாபகப்படுத்து.

ஹரிஹர் அப்புவைப் பள்ளியிலிருந்து அழைத்து வருகிறார். இருவரும் படுக்கையறையை நோக்கிப் போகின்றனர். உள்ளே சிலேட்டை வைத்ததும் அப்பு வேகமாக ஓடி அடுப்பங்கரைக்குள் நுழைந்து குதித்து ஆர்வத்துடன் அம்மாமேல் சாய்ந்து கொள்கிறான். துர்கா அங்கிருந்து செல்கிறாள்.

ஹரிஹர்:

போய் புட்டி வீட்டுக்கு நீ போனதை உங்க அம்மாகிட்ட சொல்லு.

சர்போஜ்யா:

திரும்பி வந்திட்டியா... ஹேய்.. என்னைத் தொடாதே. என்னைத் தொடாத (புன்னகையுடன்) அங்க போயிட்டு வந்து என்னைத் தொடறியா.?

அப்பு:

அம்மா... பசிக்குது

சர்போஜ்யா:

ஏற்கெனவே பசிச்சிருச்சா? ஏன் அவல் கொஞ்சங்கூட உன்கிட்ட இல்லையா?

அப்பு:
ஆமா.

சர்போஜ்யா:
அப்புறம்?

துர்கா:
அப்பு... இங்க வா...

வீட்டின் மூலையில் தனது பூனைக்குட்டிகளை வைத்திருக்கும் இடத்தில் துர்கா இருக்கிறாள். அப்பு வந்து அவளருகில் முழங்காலிட்டு உட்கார்ந்து முன்னால் சாய்ந்து படுக்கையறையின் சன்னலைக் காட்டிக்கொண்டே சிணுங்குகிறான்.

சர்போஜ்யா:
அங்க பெரிய கிண்ணத்தில பொரி அரிசி இருக்கு. துர்கா கிட்ட கேட்டு உனக்குக் கொஞ்சம் வாங்கிக்க.

ஹரிஹர் வராண்டாவின் படிகளில் ஹுக்கா புகைத்துக்கொண்டே இறங்கி வருகிறார். வராண்டாவிற்குக் கீழிருக்கும் தனது விரிப்பில் இந்திர் குத்துக் காலிட்டு உட்கார்ந்து கொண்டிருக்கிறாள்.

அவள் ஹரிஹரை இரைஞ்சும் புன்னகையுடன் தான் மேலே ஏறி வருவதற்கு, உதவுவதற்காகப் பார்க்கிறாள். ஹரிஹர் மேலே வராண்டாவிற்கு அவள் வர உதவுகிறார்.

அடுப்பங்கரையிலிருந்து சமையலுக்குத் தேவையானதை அரைத்துக் கொண்டிருந்த சர்போஜ்யா அவர்களைக் கோபத்துடன் பார்க்கிறாள். இந்திரின் வார்த்தை அவளுக்குக் கேட்கிறது.

இந்திர்:
ஹோ...ஓ...ஹரி... என் கையைப் புடிச்சு கொஞ்சம் மேல தூக்கிவிட்டுடு கண்ணு...

ஹரிஹர்:
என்ன விஷயம்?

இந்திர்:
என் முதுகைப் புடிச்சிக்கிடுச்சு (வராண்டாவில் உட்கார்ந்திருக்கிறாள்)

ஹரிஹர்:

இப்பலாம் உங்க உடம்புக்கு எப்படியிருக்கு?

இந்திர்:

ம். நல்லா இருக்கு (சிரிக்கிறாள்) ஒரு கிழவியைப்பத்தி யாரு அக்கறை எடுத்துக்குறாங்க?

ஹரிஹர்:

என்னது... என்ன விஷயம்?

இந்திர்:

இங்கப் பாரு (கிழிந்த போர்வையின் வழியே தலையை நுழைக்கிறாள்) பாரு (சிரிக்கிறாள்)

ஹரிஹர்:

(சிரிக்கிறார்) என்னது?

இந்திர்:

இது போர்வை. இதைத்தான் சாயங்காலங்கள்ல நான் போத்திக்கிறேன்.

ஹரிஹர்:

நல்லது. இந்த வருஷம் நவராத்திரி சமயத்தில நான் ஒரு புதுப் போர்வையை உங்களுக்கு வாங்கித் தர்றேன்.

இந்திர்:

(மகிழ்ச்சியுடன்) உண்மையாவா?

ஹரிஹர்:

ஆமா... உண்மையாத்தான் வாங்கித் தாரேன்...

ஹரிகர் அடுப்பங்கரையை அடைகிறார். அவரது ஹுக்காவிற்குக் கொஞ்சம் கரி தேவைப்படுகிறது.

ஹரிஹர்:

(சர்போஜ்யாவிடம்) எனக்குக் கொஞ்சம் நெருப்பு கிடைக்குமா?

சர்போஜ்யா அடுப்பங்கரையிலிருந்து நெருப்பு எடுத்துக்கொண்டு புலம்பிக்கொண்டே வருகிறாள். ஹரிஹர் வராண்டாவில் உட்கார்ந்திருக்கிறார்.

சர்போஜ்யா:

கேட்கும் போதெல்லாம் எப்படி நான் நெருப்பு கொடுத்திட்டே இருக்க முடியும்? எனக்கு விறகு வேணும்கிறதை நீங்க நினைச்சுப் பாக்கிறீங்களா? (உட்கார்ந்து திரும்பவும் வேலையைத் தொடர்கிறாள்)

அவங்ககிட்ட சொன்னீங்களா? எத்தனை நாளைக்குத்தான் இப்படிப் பேசாம இருப்பீங்க?

ஹரிஹர்:

(கொட்டாவி விட்டுக்கொண்டே) ராய்-குரோவுக்கு அவர் நிலத்தில கொஞ்சம் பிரச்சினை இருக்கு.

சர்போஜ்யா:

அதனாலென்ன?

ஹரிஹர்:

(சிரித்துக்கொண்டே) இப்பப் போயி நான் சம்பளம் கேட்டேன்னு வச்சுக்கோ என் வேலை போனாலும் போயிடும்.

சர்போஜ்யா:

வேலை போனாத்தான் என்ன? இன்னொரு வேலை கிடைக்கிறது கஷ்டமா? ஒரு மாசத்துக்கு எட்டு ரூபாதான் வாங்குறீங்க அதையே அவரு மூணு மாசமாக் கொடுக்கல. இது என்ன வேலையோ?

ஹரிஹர்:

(புன்னகைத்துக்கொண்டே) இதுக்கு முன்னாடி இப்படி நடந்ததேயில்ல.

சர்போஜ்யா:

இதுக்கு முன்னாடி நடந்ததே இல்ல அதனால நீங்க அதைப்பத்தி கவலைப்படாம இருக்கீங்களா? வீட்டு நிலைமையைக் கொஞ்சம் யோசிச்சுப் பாத்தீங்களா? குழந்தைகளுக்குக் சாப்பிடுறதுக்கு, அவங்க உடுத்தறதுக்கு என்ன இருக்கு?

ஹரிஹர் அவளிடமிருந்து திரும்பி மௌனமாக வாசலை நோக்கி நடக்கிறார்.

அப்பு, துர்கா ரகசியமாக வைத்திருக்கும் கடுகு எண்ணெயைத் தேடுகிறான். படுக்கையறையின் ஷெல்பில் மேல் அது தேங்காய் சொட்டையில் வைக்கப்பட்டிருக்கிறது. அவன் கஷ்டப்பட்டுப் புத்தக அடுக்குகளின் மேல் ஏறி எண்ணெயிருக்கும் தேங்காய் சிரட்டையுடன் குதிக்கிறான்.

சர்போஜ்யா ஹரிஹரிடம் அடுப்பங்கரையிலிருந்து பேசுவது கேட்கிறது.

சரபோஜ்யா:
கொஞ்சநாளா துர்காவுக்குக் காய்ச்சல் அடிச்சுக்கிட்டே இருக்கு. மருந்தும் இல்ல. நல்ல சாப்பாடும் இல்ல. அந்தப் பையன் பள்ளிக்கூடத்துக்குக் கிழிஞ்ச சட்டையோட தான் போறான். எனக்கு ரொம்பக் கஷ்டமா இருக்கு.

அப்பு சன்னலோரம் போய் துர்கா காத்திருப்பதைப் பார்க்கிறான்.

அப்பு:
இங்க.

அவன் துர்காவிடம் தேங்காய் சிரட்டையைக் கொடுக்கிறான். புளி வைத்திருக்கும் இன்னொரு சிரட்டையில் அவன் கொஞ்சம் எண்ணெயை ஊற்றுகிறான்.

அடர்ந்த களிமண் நிறத்தில் நன்கு வெயிலில் காய்ந்த புளியின் இனிப்பும் புளிப்பும் குழந்தைகளுக்கு மிகப் பிடித்ததாகச் சிறிய விருந்தாக இருக்கிறது.

சர்போஜ்யாவின் குரல் பின்னணியில் கேட்கிறது.

சர்போஜ்யா:
நாம வீட்டைச் சரி செய்யறதையே மறந்துட்டோம்... இந்தக் கடன்லாம் எப்படித் திரும்பக் கொடுக்கப் போறோம்? சேஜா-குரிகிட்ட இருந்து அஞ்சு ரூபா வாங்கி ஆறுமாசம் ஆச்சு.

அவ என்னிக்கு வந்து கோபமாக் கத்துவாளோ யாருக்குத் தெரியும்? கடவுள் புண்ணியத்தில அதுக்கு ஏதாவது செய்ங்க.

மசாலா அரைத்து முடித்து சரபோஜ்யா அம்மியைக் கழுவுகிறாள்.

மாட்டுக் கொட்டத்துக்கு அருகில் மூலையில் துர்கா தனது பிசுபிசுத்த விரல்களைச் சப்பிக் கொண்டிருக்கிறாள். அப்பு தாவி ஓடி வருகிறான்.

துர்கா:
உட்காரு.

அப்பு துர்காவின் அருகில் உட்கார்ந்து அவள் செய்வதை ஆர்வத்துடன் பார்க்கிறான். துர்கா இன்னொரு முறை விரலை உறிஞ்சி நாக்கை அதன் புளிப்பை ருசித்துச் சப்புக் கொட்டுகிறாள். ஒரு கணம் சுவையில் லயித்து அதை ஆமோதிப்பதுபோல தலையை அசைக்கிறாள்.

துர்கா:
அம்மாகிட்ட சொல்லமாட்டியே?

அப்பு மௌனமாகத் தலையை அசைக்கிறான். துர்கா சுவைப்பதற்கு அவனிடம் தனது விரலை நீட்டுகிறாள். அப்பு தனது அக்காவைப் போலவே சப்தம் எழும்ப சுவைக்கிறான். துர்கா அவனைக் கோபத்துடன் மெதுவாகத் தட்டுகிறாள்.

துர்கா:
முட்டாள்... அம்மாவுக்குக் கேட்கப் போகுது.

அப்பு தலையை உயர்த்தி மன்னிப்புக் கோருவதுபோல புன்னகைக் கிறான். துர்காவின் விரல்கள் பட்டதில் அவனது கன்னத்தில் கோடுபோல் புளி ஒட்டியிருக்கிறது. அவனது முன் கைகளால் முகத்தைத் துடைக்கிறான்.

துர்கா அப்புவைப் பார்த்துச் சிரித்துக்கொண்டே இன்னும் கொஞ்சம் புளியை ஊட்டுகிறாள். அதைத் தின்னும் அப்பு அவளைப் பார்த்துப் புன்னகைக்கிறான். ரகசியமாக இருவரும் பகிர்ந்துகொள்வதால் அவர்களுக்கு அது அற்புதமான சுவையாக இருக்கிறது.

இனிப்பு விற்பவனின் மணி தொலைவில் கேட்டதும் இந்தச் செய்கை முடிவுறுகிறது. துர்கா தனது வாயருகில் விரல்களைக் கொண்டு வந்தவள் அப்படியே நிறுத்துகிறாள். ஆச்சரியத்துடன் புருவம் உயர எழுந்து சுவரில் இருக்கும் இடைவெளியை நோக்கிப் பாய்கிறாள்.

இனிப்பு வியாபாரி சினி பாஸ் கிராமத்துப் பாதையில் கீழிறங்கி வந்து கொண்டிருக்கிறான். தோளில் நடுப்புறமாக வைக்கப்பட்ட

கம்பில் அதன் இருமுனைகளிலும் தொங்கும் பெரிய கலன்கள் இருக்கின்றன. துர்கா அப்புவைத் திரும்பிப் பார்க்கிறாள். அவனது கண்கள் ஒளிர்கின்றன.

துர்கா:
(சிரித்துக்கொண்டே) சினிபாஸ் மாமா!

மணி ஒலி நெருங்குகிறது. துர்காவும் அப்புவும் வீட்டுக்கு வெளியில் நிற்கிறார்கள். அவர்களது முகத்தில் ஏக்கம் தொனித்திருக்கிறது. சினிபாஸ் கலகலப்பான, குண்டான எதையும் ராகம் போட்டுப் பேசக்கூடிய மனிதர்.

சினிபாஸ்:
குழந்தைகளே... உங்களுக்கு எதுவும் வேணுமா...

துர்கா ஏதும் சொல்லாமல் உதட்டைச் சப்புகிறாள். சினிபாஸ் சிரித்துக்கொண்டே எச்சில் ஊறவைக்கும் இனிப்புகளை இன்று கொண்டு வந்திருப்பதைச் சொல்கிறான்.

துர்கா தனது நெற்றியைச் சுருக்கி யோசிக்கிறாள். திரும்பவும் தனது உதடுகளை ஈரப்படுத்திக் கொண்டு, இனிப்பு வியாபாரியைப் பார்த்திருக்கும் கண்களை இமைக்காமல் அப்புவிடம் கிசுகிசுத்த குரலில் சொல்கிறாள்.

துர்கா:
யேய்... போய் அம்மாகிட்ட சொல்லு.

அப்பு:
நீ போ.

துர்கா:
(அவனைக் கோபத்துடன் தள்ளுகிறாள்) போடா...

ஹரிஹர் வாசலில் நின்று ஹுக்கா புகைத்துக் கொண்டிருக்கிறார். அப்பு விசும்பிக்கொண்டே அவரை நோக்கி வருகிறான். சர்போஜ்யா அடுப்பங்கரையில் உட்கார்ந்திருக்கிறாள். அப்புவைப் பார்க்கிறாள். இனிப்பு வியாபாரியின் மணிச்சத்தத்தையும் கேட்கிறாள்.

சர்போஜ்யா:
காசு கேட்கிறான்... இல்லையா? அவனுக்கு எதுவும் கொடுக்காதீங்க... இது ரொம்பக் கெட்ட பழக்கம்.

ஹரிஹர் அவனிடம் அன்பாகப் பேசி அவனது ஏமாற்றத்தைத் தணித்து அனுப்புகிறார்.

வீட்டுக்கு வெளியே சினிபாஸ் காத்திருக்கிறான்.

சினிபாஸ்:
உனக்கு ஒண்ணும் வேண்டாமா?

அப்பு இன்னும் முழுதுமாக வரவில்லை. ஆனாலும் துர்காவிற்கு அவன் சொல்லப்போகிற பதில் தெரிந்துவிட்டது. அவன் தலையை மெதுவாக அசைக்கிறான். மகிழ்ச்சியற்றுத் தோன்றுகிறான்.

சினிபாஸ் போகும்போது அவனது மணியோசை இசையெனக் கேட்க, அப்பு துர்காவிடம் நடந்து வருகிறான்.

துர்கா:
ஹே... வா... அவர்கூடப் போவோம்.

அவள் அவனை இழுக்கிறாள். சினிபாஸ் போகும் கிராமத்துப் பாதையில், அவர்கள் ஓடத் துவங்குகிறார்கள். தெருவில் அருகே உட்கார்ந்திருந்த நாய் ஒன்று அவர்களுடன் ஓடத் துவங்குகிறது.

குளத்தின் கரை ஓரத்தில் அவர்கள் ஓடத்துவங்க அவர்களின் பிம்பம் நீரில் அவர்களுடன் நகர்ந்து செல்கிறது. சினிபாஸை குழந்தைகள் பின்தொடர்கிறார்கள். நாயும் பின்தொடர்கிறது. குளத்தின் மேல் நகரும் இதமான காற்று நீரில் சிற்றலைகளை வரைகிறது.

சினிபாஸின் பருத்த தோள்களின் இருபுறமும் தொங்கும் பாத்திரங்கள் அவரது நடைக்கு ஏற்றவாறு அசைகின்றன. அவரது மணி இசைக்கிறது. வாத்துக் கூட்டம் அவனது வருகையை அறிந்து வளைவான வாசல் உள்ளே ஓடுகின்றன.

அந்த வாசல் முழுக்க ஒரே சத்தமாக இருக்கிறது. பையன்கள் கபாடி விளையாடிக் கொண்டிருக்கிறார்கள். அவர்கள் அனைவரும் சினிபாஸைச் சூழ்ந்து உற்சாகத்துடன் வாழ்த்துகிறார்கள்.

அப்புவும் துர்காவும் அந்த வாசலின் வாயிலில் நிற்கிறார்கள். அந்த வீடு சேஜா-தாக்கரன் குடும்பத்தினரின் - முகர்ஜிகளின் பழைய சொத்து.

துர்கா எல்லாக் குழந்தைகளையும் பார்த்துச் சிரிக்கிறாள். சேஜா-தாக்கரனின் குரல் கேட்கத் துவங்கியதும் அவளது புன்னகை மறைகிறது.

சேஜா-தாக்கரன்:

யேய்... என்ன நடக்குது இங்க? எல்லோரும் இங்க வந்திட்டீங்களா போங்க... (சினிபாஸிடம் அதிகாரத்துடன்) என்ன இன்னிக்குக் கொண்டு வந்திருக்க?

பெரிய வெண்கலத் தட்டுடன் ரானு வீட்டினுள்ளிருந்து வருகிறாள். துர்காவை விடக் கொஞ்சம் பெரியவள். அழகாகப் புன்னகைத்துக்கொண்டே வருகிறாள்.

ரானு:

அம்மா ரெண்டு அணாவுக்கு மிட்டாய் வாங்கிட்டு வரச் சொன்னாங்க.

சேஜா-தாக்கரன்:

(சினிபாஸ் தான் கொண்டு வந்த இனிப்புகளைச் சொல்ல அதற்குப் பதில் சொல்வதுபோல) நீங்க கொண்டு வந்திருக்கிற சந்திரா புளியைக் காட்டுங்க.

ஒரு சிறுமி:

யேய் துர்கா என் அணிக்கு வா.

துர்கா:

அப்பு எங்ககூட விளையாடணுமா? வா... சரி வீட்டுக்குப் போ... நான் சீக்கிரம் வந்துடறேன்... வா புட்டி...

ஒரு பையன்:

அப்பு விளையாடப் போறான்... அப்பு விளையாடப் போறான்.

அப்பு கோபத்துடன் திரும்ப, ஒரு பையன் சுற்றுகிற பம்பரத்தைத் தனது உள்ளங்கையில் ஏந்தி அப்புவின் முகத்துக்கு அருகில் கொண்டு வருகிறான்.

ரானு:

துர்கா... இனிப்பு வேணுமா?

சேஜா-தாக்கரன்:

(அவளைத் தன் பக்கத்தில் வேகமாக இழுத்து) நான் இனிப்பு கொடுக்கச் சொன்னேனா? அவங்களுக்கும் வீடு இருக்கு இல்லையா? ஏன் அவங்க சொந்தமா வாங்கித் திங்கறதில்லையா? (துர்காவை முறைக்கிறாள்)

வெட்கமில்லாம இப்படிப் பேராசைப்படுறதை என்னால சகிக்க முடியாது (சினிபாஸிடம்) சரி... காட்டு.

பம்பரத்துடன் இருந்த சிறுவன் அப்புவைத் தனியே விட்டுவிட்டு இப்போது வீட்டின் கூரையின்மேல் ஏறுகிறான். மற்ற குழந்தைகளுடன் துர்காவும் அவனைப் பின்தொடர்கிறாள்.

கூரையின் மேல் உட்கார்ந்திருக்கும் இளஞ்சிறுமியான துனு சிறுசிறு முத்துக்களைக் கூர்ந்த கவனிப்புடன் நூலில் கோர்த்துக் கொண்டிருக்கிறாள். துர்கா அவளருகில் உட்கார்ந்து கொள்கிறாள்.

சிறுமி:

ஹே துனு... எங்ககூட விளையாட வரலையா?

துர்கா:

என்ன செஞ்சிட்டிருக்க துனு? எவ்வளவு அழகா இருக்கு. இதெல்லாம் உனக்கு யாரு கொடுத்தா?

துனு:

அப்பா.

துர்கா:

நான் கொஞ்சம் கோர்க்கவா?

துனு:

வேணாம்.

துர்கா:

தயவு செய்து...

துனு:

வேணாம்.

ரானு:

யேய்... துர்கா...

துர்கா திரும்பி ரானுவைப் பார்க்கிறாள். அவள் துர்காவை நோக்கி தனது ஒரு கையைப் பின்னால் வைத்துக்கொண்டு வருகிறாள். துர்காவை நோக்கி குனிகிறாள்.

ரானு:

வாயைத் திற.

அவள் வாயில் இனிப்பை வைக்கிறாள் சேஜா-தாக்கரனின் குரல் கேட்டதும் அங்கிருந்து போகிறாள்.

சேஜா-தாக்கரன்:

பிள்ளைகளே... வாங்க... வந்து மிட்டாயை எடுத்திட்டுப் போங்க. சுனில் வா... குக்கு வா...

அப்பு இன்னும் அந்த வாசலின் வாயிலிலேயே நிற்கிறான். சினிபாஸ் தனது பரிவர்த்தனையை முடித்து பாத்திரங்கள் மாட்டிய கம்பை தோளில் தூக்கி வைத்துக்கொண்டு வளைவான நிலையுள்ள கதவைத் தாண்டி வீட்டைவிட்டு வெளியே வந்து தனது பாதையில் போய்க் கொண்டிருக்கிறான்.

4

மாலைப்பொழுது. மழைமேகங்கள் திரள்கின்றன. அப்புவும் துர்காவும் வயல்வெளியில் இருந்து மாட்டை வீட்டுக்கு அழைத்து வருகிறார்கள். வெறுமையான இருள் நிரம்பும் வாசலில் மாட்டினைக் கொண்டுவந்து அதன் கொட்டத்தினுள் விடுகிறாள் துர்கா.

சர்போஜ்யா மண் விளக்குடன் துளசி மாடத்துக்கு வருகிறாள். மாலைக் காற்றில் பறந்து திரியும் பூச்சிகளின் சப்தம் இன்னொரு நாளின் முடிவைச் சொல்கின்றன. வீட்டிற்கு வெளியே குளத்தில் தெரியும் நிழல்கள் கறுத்துத் தெரிகின்றன. வாழைத் தோப்பு வானத்திற்கெதிராய் கருமையாகத் தெரிகிறது.

பூச்சிகளின் சப்தம் இரவில் தொடர்ந்து ஒலித்துக் கொண்டிருக்கிறது. அப்புவும் ஹரிஹரும் வராண்டாவில் ஹரிக்கேன் விளக்கு வெளிச்சத்தில் உட்கார்ந்திருக்கிறார்கள். ஹரிஹரின் முன்னால் சிறிய மரத்தாலான மேசை இருக்கிறது.

அவர் கண்ணாடி மூக்கின்மேல் இருக்கிறது. அவர் அப்போது எழுதியதை அவரது உதடுகள் மெதுவாக மௌனமாக அசைந்து தனக்குத்தானே வாசிக்கின்றன. அப்பு அவருக்கு அருகில் அமர்ந்து கூர்ந்த சுவனத்துடன் தனது சிலேட்டில் எதையோ எழுதிக் கொண்டிருக்கிறான்.

மெல்லிய ஒளியில் சர்போஜ்யா பின்னிருக்கும் அறைகளில் நடந்து செல்கிறாள். துர்கா, இந்திரின் வராண்டாவில் அமர்ந்து கூழாங்கற்களை வைத்து விளையாடிக் கொண்டிருக்கிறாள்.

அவளுக்கு அருகில் இந்திர் ஒரு மூட்டையின் முடிச்சை அவிழ்த்துக் கொண்டு தனக்குத்தானே புலம்பிக் கொண்டிருக்கிறாள்.

இந்திர்:

எத்தனை தடவைதான் எனக்கொரு போர்வை வேணும்னு சொல்றது. சாயங்காலங்கள்ல தேவைப்படுது. எனக்கும் வயசாயிடுச்சு.

சர்போஜ்யா:

துர்கா ஒரு தடவை இங்க வா.

துர்கா வராண்டாவிற்கு வரும்போது சர்போஜ்யா அறையிலிருந்து வெளியே வருகிறாள். அவள் துர்காவை அடித்து கீழிறங்கச் சொல்கிறாள். அப்பு சிரிக்கிறான். துர்கா அவனைப் பார்த்து நாக்கைத் துருத்துகிறாள்.

சர்போஜ்யா துர்காவின் கூந்தலை வாரிக் கொண்டை போடுகிறாள். இந்திர் தனது வராண்டாவில் உட்கார்ந்து கொண்டு சுடரின் அருகில் போய் ஊசியில் நூல் கோர்க்க முயற்சிக்கிறாள்.

சர்போஜ்யா:

எப்பத்தான் இதெல்லாம் உனக்கு நீயே செய்யக் கத்துக்கப் போறீயோ? உட்காரு.

துர்கா:

(சிறிது நேர மௌனத்திற்குப் பிறகு) அம்மா முடியை நாலு பிரியாப் பிரிச்சு சடை பின்னி விடறயா?

சர்போஜ்யா:

ஏ... தலையை அசைக்காதே

துர்கா:

ரானுவுக்கு எப்படின்னு தெரியும்

சர்போஜ்யா:

உன் தலைமுடி எப்படியிருக்குன்னு பாரு. எண்ணெயே தேய்க்கிறதில்ல எதுவும் செய்யறேதில்லை. இதுல நாலு பிரிவச்சுப் பின்னனுமாக்கும்.

துர்கா:

அம்மா உங்களுக்குத் தெரியுமா... ரானுவைப் பார்க்க அவங்க வர்ராங்க.

அப்பு:

யார் வர்றாங்க...?

ரானுவைப் பெண் பார்க்க மணமகளின் குடும்பத்தினர் வந்திருக்கிறார்கள். ஆனால், யாரும் அதை அப்புவிடம் சொல்லவில்லை. ஹரிஹர் ஒரு பக்கத்தைத் திறக்கிறார்.

தூரத்தில் வரும் ரயிலின் சப்தம் அந்த இரவின் அமைதியைத் தகர்க்கிறது. அப்பு தலையைத் தனது சிலேட்டிலிருந்து இன்னொரு முறை நிமிர்த்திப் பார்க்கிறான்.

ரயிலின் சப்தம் குறைந்து கொண்டே போவதைக் கவனிக்கிறான்.

அப்பு:

அக்கா...

துர்கா:

(புன்னகையுடன்) சொல்லு.

அப்பு:

எப்பவாவது ரயில் பாத்திருக்கியா?

துர்கா:

ம்...

சர்போஜ்யா:

(அவள் கூந்தலைப் பிடித்து இழுத்து) திரும்பச் சாஞ்சுக்கோ...?

அப்பு:

உனக்கு ரயிலோட தண்டவாளம் எங்க இருக்குன்னு தெரியுமா?

துர்கா:

ம்... தெரி...யும்...

அப்பு:

எங்கயிருக்கு?

துர்கா:

கோனாடங்கா புல்வெளியைத் தாண்டி, நெல் வயல் எல்லாம் கடந்து அங்க இருக்கு.

அப்பு:

ஒருநாள் அங்க போகலாமா?

ஹரிஹர்:

என்ன எழுதியிருக்கேன்னு நான் பாக்கவா (அப்பு அவரிடம் சிலேட்டைக் கொடுக்கிறான்) அருமை... இப்ப எழுது (பாவனையுடன்) 'ஒரு பேய்... காப்பாத்துங்க...'

அப்பு சிலேட்டைக் கொடுக்கும்போது ஹரிஹர் புன்னகைக்கிறார். பிறகு அவனது பேனாவை வாங்குகிறார். சர்போஜ்யா ஏறக்குறைய துர்காவின் சடையைப் பின்னி முடித்திருக்கிறாள்.

5

இன்னொரு நாள். சர்போஜ்யா அப்புவுக்கு மதிய உணவு ஊட்டுவதற்கு முயற்சித்துக் கொண்டிருக்கிறாள். வாசலில் ஒரு நாய் எதிர்பார்ப்புடன் உட்கார்ந்திருக்கிறது. அப்பு அடுப்பங்கரையின் வராண்டாவில் தனது அம்மாவுக்குப் பின்புறமாக உட்கார்ந்திருக்கிறான்.

கையால் தயாரித்த சிறிய அம்பையும் வில்லையும் தனது கையில் வைத்திருக்கிறான். அதை வைத்து நாயைக் குறிபார்க்கிறான். அம்மாவின் நீட்டிய கையிலிருந்து தனது வாய் நிறைய சோற்றை வாங்கிக் கொள்கிறான்.

சர்போஜ்யா:

இங்கப் பாரு. இன்னிக்குப் பாடமெல்லாம் நல்லாப் படிச்சியா (அப்பு தலையசைக்கிறான்) நீ ரொம்பக் குட்டிப் பையன் மத்த பசங்க உன்னை எதுவும் கேலி பண்ணலையே?

அப்பு தனது கையிலிருக்கும் அம்பை விடுகிறான். அது பறந்து போகிறது. வாயில் சோற்றுடன் அதை எடுப்பதற்காக அடுப்பங்கரை வராண்டாவிலிருந்து குதித்து ஓடுகிறான்.

சர்போஜ்யா:

யேய் அப்பு... இங்க வா...

ஆனால், அப்பு போதுமான அளவு சாப்பிட்டுவிட்டாள். அவள் கோபத்துடன் எழுந்து கடைசியாக இன்னொருமுறை முயற்சி செய்வதற்காக வாசல் நோக்கிப் போகிறாள். அவனைச் சுற்றி வருகிறாள். அவன் இன்னொருமுறை அம்புவிட்டு அதை எடுக்க ஓடுகிறான்.

சர்போஜ்யா:
இங்கப் பாரு... நல்ல பையன்ல முழுசா சாப்பிட்டு. வீணாக்கக்கூடாது. அப்பு... இங்க வா... சாப்பிட்டு முடிக்க வேண்டாமா... ஓடாத...

சர்போஜ்யா ஏமாற்றத்துடன் நடந்து செல்கிறாள். வாசலில் குறுக்காகக் கட்டப்பட்ட கொடிக் கயிற்றில் வரிசையாக உலரும் துணிகளைக் கடந்து புலம்பிக் கொண்டே அடுப்பங்கரைக்குள் வருகிறாள். நாயும் அவளைப் பின்தொடர்ந்து வருகிறது. மீதமிருப்பதை நாய்க்குப் போடுகிறாள்.

வாசலில் அப்பு அம்புவைக் குறி பார்க்கிறான். அதை எய்ததும் திரும்பவும் அதை எடுக்க ஓடுகிறான்.

சர்போஜ்யா:
இது ஒண்ணும் பெரிய சாப்பாடு இல்ல. கொஞ்சம் சோறு. ஒவ்வொரு நாளும் அவன் அதைப் பொருட்படுத்தறதே இல்லை. சாப்பிடாம எப்படி நீ உயிர் வாழமுடியும்?

இந்த உலகத்துக்கு வாழறதுக்காகத்தானே வந்திருக்கோம். இல்லையா? (திரும்பி அப்புவைப் பார்க்கிறாள்) இப்ப உன் வாயைக் கழுவப் போறியா இல்லையா?

அம்பு வாசலில் இருக்கும் கதவோரம் விழுகிறது. அப்பு அந்தக் கதவை நோக்கி ஓடுகிறான். அப்போது அந்தக் கதவு வேகமாக வெளிப் பக்கம் இருந்து இறக்கிறது.

சேஜா-தாக்கரன் தெரிகிறாள். கோபமாக வாசல் நிலையோரம் நிற்கிறாள். சர்போஜ்யா சத்தம் கேட்டுத் திரும்புகிறாள்.

சர்போஜ்யா:
துர்கா...

அங்கிருக்கும் காய்ந்த துணிகளை விலக்கி சேஜா-தாக்கரன் சர்போஜ்யாவை எதிர் நோக்குகிறாள். அவளுடன் இரண்டு சிறுமிகள் இருக்கிறார்கள்.

சேஜா-தாக்கரன்:
துர்கா எங்க? எங்க அந்தப் புள்ள?

சிறுமி:

நான் அவளோட பெட்டியை எடுத்திட்டு வரவா அத்தை?

சேஜா-தாக்கரன்:

போ... உன் மகளை கொண்டு வருவதற்கு அதுதான் சரியான வழி.

சர்போஜ்யா:

(பதட்டத்துடன்) என்ன தவறு நடந்தது? ஏன் சொல்ல மாட்டேங்கிறீங்க?

சேஜா-தாக்கரன்:

கொள்ளை, அதுதான் அந்தத் தவறு. முத்துக்களால ஆன நெக்லஸ் துனுவோடது. உன் மகள் அதைத் திருடிட்டா.

சர்போஜ்யா:

(நம்பிக்கையில்லாத அதிர்ச்சியில்) திருடிட்டாளா?

ஒரு சிறுமி தகரப் பெட்டியுடன் வருகிறாள். சேஜா-தாக்கரன் அதைப் பிடுங்கி அதனுள் தேடத் துவங்குகிறாள்.

சேஜா-தாக்கரன்:

ஹோ... நீ ஆச்சரியப்படுறியா? அவ அப்பாவியில்ல. எப்பவும் திருடறவதான். என்னோட மைத்துனர் ஒருநாள் டவுன்ல இருந்து ஒரு நெக்லஸ் வாங்கிட்டு வந்தாரு. துனு அதை உன் மகள்கிட்ட காட்டியிருக்கா.

அப்பு வராண்டாவிலிருந்து நடந்து போய் துர்காவைப் பார்க்கிறான். அவள் சுவரின் உடைந்த பகுதியின் வழியே உள்ளே நுழைகிறாள். அவன் வேகமாத் தலையை அசைத்து துர்காவை அங்கிருந்து போகுமாறு எச்சரிக்கிறான்.

ஆனால், துர்கா தகரப்பெட்டி தரையில் தூக்கியெறியப்படுகிற சத்தத்தைக் கேட்கிறாள். நெக்லஸ் அவர்களுக்குக் கிடைக்கவில்லை. துர்கா சுவரோரம் இருந்து கூர்ந்து கவனிக்கிறாள்.

சேஜா-தாக்கரன்:

இன்னிக்குப் பகல்ல எங்க வாசல் முழுக்க ஆட்கள் இருந்தாங்க. குழந்தைங்க விளையாடிட்டு இருந்தாங்க. அப்ப அவள் அந்தப் பக்கமா நடந்து வந்தா.

ஆரம்பத்திலேயிருந்து நெக்லஸ் மேல ஒரு கண்ணாவே இருந்தா. இல்லைன்னா ஏன் ஒவ்வொரு நாளும் அவள் அதைப் பாக்கணும்னு கேட்டிட்டிருக்கா?

சர்போஜ்யா:

(கோபத்துடனும் அவமானத்துடனும்) அந்தப் பெட்டியில் கிடைக்கலைலை. அவ இன்னும் வீட்டுக்கு வரல. அவதான் எடுத்தான்னு அவ்வளவு உறுதியா உங்களுக்கு எப்படித் தெரியும்?

சிறுமி:

துர்கா கிட்ட...

சேஜா-தாக்கரன்:

நீ பேசாமா இரு. (சர்போஜ்யாவிடம்) அவ எடுக்கலைன்னா அதை நாங்களே ஒளிச்சு வச்சிருக்கோம்னு சொல்றியா?

சர்போஜ்யா:

அதுமாதிரி நான் ஏன் சொல்றேன்? அந்த நெக்லஸ் அவங்க விளையாடும்போது விழுந்திருக்கலாம் இல்லையா?

சேஜா-தாக்கரன்:

இல்லை. அது விழுந்திருக்காது. எவ்வளவு தேடணுமோ தேடியாச்சு. முதல்ல தேடிப் பாக்காம நான் அதைப் பத்தி உங்கிட்ட சொல்ல வரல.

இப்போது சர்போஜ்யா அப்பு தனது அக்காவுக்கு ரகசியச் செய்திகளை அனுப்புவதைப் பார்க்கிறாள். அவள் துர்கா ஒளிந்திருக்கும் இடத்தைப் பார்த்து அவளை வெளியே வருமாறு அழைக்கிறாள். துர்கா முற்றத்தினுள் நுழைந்து அந்தக் கூட்டத்திற்குள் வந்து நிற்கிறாள்.

சர்போஜ்யா:

நீ துனுவோட நெக்லஸை எடுத்தியா? (துர்கா தனது தலையை அசைக்கிறாள்)

சேஜா-தாக்கரன்:

(கோபத்துடன் துர்காவின் கையைப் பற்றுகிறாள்) நீ எடுக்கல? சனியன் புடிச்சவளே...

சர்போஜ்யா:

அவளை நீங்க அடிக்கணுமா?

சேஜா-தாக்கரன்:

அவ பொய் சொல்றா.

சர்போஜ்யா சேஜா-தாக்கரனிடமிருந்து துர்காவைப் பிரித்து அவளது கையைப் பலவந்தமாகத் திறக்கிறாள். பழங்கள் தரையில் ஓடுகின்றன. இந்திரும் முற்றத்தினுள் வருகிறாள். உடன் பனை ஓலையை இழுத்து வருகிறாள். அந்தக் குழப்பமான சூழலில் அவள் தோன்றுகிறாள்.

சர்போஜ்யா:

நான் பாக்குறேன்.

சேஜா-தாக்கரன்:

எந்தப் பழத்தோட்டத்திலயிருந்து இதெல்லாம் வந்தது.
ஏ. தேபி அதெல்லாம் எடுங்க.

இந்திர்:

என்ன விஷயம்?

யாரும் பதில் சொல்லவில்லை. சேஜா-தாக்கரன் என்ன தண்டனை கொடுக்கலாம் என்று தீவிரமாகப் பார்க்கிறாள். ஒரு சிறுமி அந்தப் பழங்களை எல்லாம் பொறுக்குகிறாள்.

சர்போஜ்யா துர்காவின் சேலையிலிருக்கும் முடிச்சை அவிழ்த்து மேலும் பழங்கள் இருக்கிறதா என்று பார்க்கிறாள்.

இந்திர்:

என்னாச்சு? ஏ சேஜா... என்ன விஷயம்? என்ன தப்பு
நடந்துச்சு?

யாருமே இந்திரைப் பார்க்கவில்லை. யாரும் தன்னைப் பொருட்படுத்தாததால் தனது வெறுப்பைக் காட்டி அங்கிருந்து நடக்கிறாள். துர்காவிற்கு அருகில் நின்று சர்போஜ்யா திரும்பவும் சேஜா-தாக்கரனைப் பார்க்கிறாள்.

சர்போஜ்யா:

எங்களுக்குச் சொந்தமா எந்தப் பழத்தோட்டமும்
இல்லைன்னு உங்களுக்குத் தெரியும். அவ யாரோட
தோட்டத்திலயும் போயி பழங்களைப் பறிக்க

மாட்டான்னும் எனக்கு நல்லாத் தெரியும், அதுக்காக அவள் திருடனதுன்னு அர்த்தமில்ல.

காசு கொடுத்தும் வாங்கியிருக்கலாம். எப்படி உங்களால் உறுதியா சொல்ல முடியும் சேஜா குரி? (வேறுபக்கம் திரும்பி) ஒவ்வொரு பழத்திலயும் உங்க பேரா எழுதியிருக்கு. அவ குழந்தை. சிலதை அவ எடுத்தாத்தான் என்ன?

சேஜா-தாக்கரன்:

ஓ... இப்ப உனக்கெல்லாம் கிண்டலாய்ப் போச்சு இல்ல? என் பெயர் எழுதின பணம் கூடத்தான் என்கிட்ட இல்ல. அதனால என்கிட்ட இருந்து எடுத்துக்கிட்ட சரியா... இதுக்கு மேலயும் அந்தப் பணம் ரொம்ப நாள் உன்கிட்ட இருக்க அனுமதிக்க முடியாது.

அதை நீ சீக்கிரம் தயார் பண்ணி வச்சுக்க. வா தேபி. (திரும்புகிறாள்) அவகிட்ட இருந்து நெக்லஸை வாங்க முடிஞ்சா மனசு பண்ணி எங்கிட்ட திரும்பக் கொடுத்துடு.

சேஜா-தாக்கரன் சர்போஜ்யாவின் வீட்டிலிருந்து இரண்டு சிறுமிகளுடன் வெளியேறுகிறாள். சத்தம் போட்டுப் பேசிய குரல் கேட்டு ஒரு பெண் கதவோரம் நின்றிருக்கிறாள். ஆர்வத்துடன் பார்க்கிறாள்.

பெண்:

என்ன நடந்துச்சு?

சேஜா-தாக்கரன்:

(சத்தமாகத் தெளிவாகச் சொல்கிறாள்) என்னோட மரத்தில இருந்து பழங்கள் தரையில விழுந்த உடனே அந்தப் புள்ள வந்து எடுத்திடறா. அதைச் சொல்லலாம்னு வந்தா அதுக்கு அவ அம்மா எதிர்த்துப் பேசுறா.

நான் என்ன செய்யறது? என் பழத்தில் எல்லாம் என் பேரா எழுதியிருக்குன்னு அவ கேக்குறா. அதனால அதைக் குழந்தை எடுத்தா என்னன்னு கேக்குறா. நல்ல அம்மா... நல்ல புள்ள... ஒரே திருட்டுக் கூட்டம்.

வீட்டினுள்ளே சர்போஜ்யா தனது முகத்தை மெதுவாகத் திருப்புகிறாள். கோபத்தில் மூச்சடைத்துப் போயிருக்கிறாள். அவமானத்தால் அவளது கண்கள் தாழ்ந்திருக்கின்றன.

துர்கா தரையில் அமர்ந்து தரையில் கிடக்கும் தனது பொருட்களை எல்லாம் பெட்டியில் திரும்ப எடுத்து வைக்கிறாள்.

சர்போஜ்யா:
துர்கா (துர்கா பயந்தவாறு மேலே பார்க்கிறாள்) எந்திரி. எந்திரி. நான் சொல்றேன்ல எந்திரிக்க மாட்ட?

துர்கா பின்னால் சாய்ந்து அம்மாவைப் பயந்த விழிகளுடன் பார்க்கிறாள். சர்போஜ்யா துர்காவின் தலைமுடியைப் பிடித்து தனது காலருகே இழுக்கிறாள்.

ஒரு கணம் இருவரின் முகங்களும் மிக அருகாக இருக்கின்றன. அதில் ஒன்று கடுமையான கோபத்தில் இருக்கிறது. இன்னொன்று வலியுடன் இருக்கிறது.

இந்திர் தனது வராண்டாவிலிருந்து நடப்பதையெல்லாம் பயத்துடன் பார்க்கிறாள். மெதுவாக எழுந்து தத்தித்தத்தி அவர்களை நோக்கி வருகிறாள். வராண்டாவில் இருக்கும் தூணைப் பிடித்துக் கொண்டு பயத்தினால் கண்கள் விரியப் பார்க்கிறான் அப்பு.

கிழவியைத் தள்ளிவிட்டு துர்காவின் தலைமுடியைப் பிடித்து, முற்றத்தில் இறங்கி அதன் கடைசியில் இருக்கும் வாசல்வரை இழுத்துச் செல்கிறாள் சர்போஜ்யா. அவளது பெட்டி இன்னும் தரையில் கிடக்கிறது.

துர்கா அவளது பிடியிலிருந்து நழுவி விழுந்து கீழே உட்கார்கிறாள். அப்பு அதிர்ச்சியடைந்து அமைதியாகப் பார்க்கிறான். இந்திர் திரும்பவும் அவர்களை நோக்கிச் செல்கிறாள்.

ஆனால், சர்போஜ்யா தாங்க முடியாத அவமானத்திலும், கோபத்தினாலும் தனது மகளை இழுத்து சுதவுக்கு வெளியே தள்ளுகிறாள். துர்கா கீழே விழுகிறாள். தானாக மெதுவாக எழுந்து அங்கிருந்து போகிறாள்.

சர்போஜ்யா கதவை அடைக்கிறாள். பிறகு கதவின்மேல் சாய்ந்து மெதுவாகத் தரையில் உட்கார்ந்து கட்டுப்படுத்த முடியாமல் குமுறி

அழுகிறாள். அந்தப் பிரச்சினை முடிந்துவிட்டது. அங்கு நிலவிய அமைதி தணிகிறது. அப்பு வராண்டாவின் அருகில் நிற்கிறான்.

இந்திர் கதவுக்கருகில் உட்கார்ந்து அழுகிற உருவத்தைப் பார்க்கிறாள். பிறகு தரையில் சிதறிக் கிடக்கும் துர்காவின் விளையாட்டுப் பொருட்களைச் சேகரிக்கிறாள். களைத்துப் போய் கதவில் சாய்ந்து சர்போஜ்யா உட்கார்ந்திருக்கிறாள்.

அப்பு தான் நின்றிருக்கும் மூலையில் இருந்து ஓடி தனது அம்மாவை ஓர் எச்சரிக்கையுணர்வுடன் பார்த்து முற்றத்தைக் கடந்து அடுப்பங்கரைக்குப் போய் அங்கிருக்கும் வெண்கலப் பானையிலிருந்து நீரை எடுத்து வாயைக் கழுவுகிறான்.

அந்த நாள் மெதுவாகக் கழிகிறது. இந்திர் கொடியில் இருந்து காய்ந்த துணிகளை எடுக்கிறாள். அப்பு தனது பாடங்களை உரக்க வாசிக்கிற சத்தம் தொலைவில் கேட்கிறது. கதவருகில் சர்போஜ்யா தலையை நிமிர்த்தி தனது கண்களைத் துடைக்கிறாள்.

சர்போஜ்யா:
அப்பு.

அப்பு புத்தகத்தை உயர்த்திப் பிடித்து தனது முகம் மறையப் படித்துக் கொண்டிருக்கிறான். இப்போது புத்தகத்தை மூடி அம்மாவைப் பார்க்கிறான்.

சர்போஜ்யா:
துர்காவுக்குச் சாப்பாடு தயாரா இருக்கு. போய் அவளைக் கூட்டிட்டு வா.

அப்பு சிரித்துக்கொண்டே எழுந்து கதவை நோக்கி ஓடுகிறான். தனது வில்லையும் அம்பையும் எடுத்துக் கொள்கிறான்.

6

இரவு, மண் விளக்கின் நடுங்கும் வெளிச்சத்தில் பெரிய நிழல் ஒன்று ஒரு ஒழுங்கான வடிவமற்று பேயைப்போல நகர்கிறது. இந்திர் குழந்தைகளுக்கு ராஜாக்கள் மற்றும் பூதங்களைப் பற்றிய கதை சொல்கிறாள்.

இந்திரின் மடியில் துர்கா தலை வைத்துப் படுத்திருக்கிறாள். அவளைப் பார்த்துக் கூர்ந்த கவனத்துடன் கேட்கிறாள். அப்பு துர்காவின்மேல் சாய்ந்துகொண்டு கவனமாகக் கேட்கிறான்.

ஒவ்வொரு கதாபாத்திரத்துக்கும் தகுந்தமாதிரி குரலை மாற்றி கைகளை அசைத்து பெரிய நாடகத்தை விவரிப்பதுபோல இந்திர் கதை சொல்கிறாள்.

இந்திர்:
அதுக்குப் பிறகு அந்த ராட்சஸி வந்தா. சூ... மந்திரகாளி... மனுஷனோட ரத்தவாசம் எனக்கு அடிக்குது. என் கோயிலுக்குள்ள யார் முழிச்சிருக்கிறது? நில்கமல் தூங்கிட்டான் லால்கமல் முழிச்சிருக்கான்.

அந்த ராத்திரியில இரண்டு மணிக்கு ராட்ஸஸி வந்தாள். சூ... மந்திரகாளி... மனுஷனோட ரத்த வாசத்தை என்னால உணர முடியுது. என் கோயில்ல யாரு முழிச்சிருக்கிறது.

ஹரிஹர்:
துர்கா... துர்கா...

இந்திர்:
நில்கமல் தூங்கிட்டான் அப்புறம்...

ஹரிஹர்:

கண்ணு... கதவைத் திற.

துர்கா:

(இந்திரிடம்) நான் வந்திடறேன்.

இந்திர்:

சரி.

சர்போஜ்யா அடுப்பங்கரையில் தனது கையின்மேல் முகம் வைத்து உட்கார்ந்திருக்கிறாள். கவலை தோய்ந்து சிந்தனை வயப்பட்டவளாக இருக்கிறாள். அவளுக்குப் பின்னால் துர்கா கதவருகில் வந்து சிரிக்கிறாள்.

அவளது கையில் பெரிய மீன் இருக்கிறது. சர்போஜ்யா எந்தப் பாதிப்பும் இல்லாமல் இருக்கிறாள். படுக்கையறை வராண்டாவில் ஹரிஹர் தனது பாதங்களைக் கழுவுகிறார். துர்கா திரும்பவும் இந்திரிடம் போகிறாள்.

ஹரிஹர்:

வீட்டுக்கு வந்திடேன்னு போய் அவகிட்ட சொல்லு.

போஜ்யா:

(துர்காவிடம்) அதை அங்கேயே வை.

ஹரிஹர்:

எங்கயிருக்க?

சர்போஜ்யா:

என்னன்னாலும் ஏன் என்கிட்ட சொல்லமாட்டேங்கிறீங்க?

ஹரிஹர்:

இங்க வா. உங்கிட்ட சொல்றதுக்கு நிறைய விஷயங்கள் இருக்கு.

இந்திர்:

அப்புறம் அந்த ராட்சசி வந்தா...

சர்போஜ்யா:

(அடுப்பங்கரையிலிருந்து வெளியே வந்துகொண்டே) துர்கா... பால் இருக்கு பாத்துக்க.

ஹரிஹர் தனது கைகளைத் தடவிக் கொண்டே சர்போஜ்யாவைப் பார்த்துப் புன்னகைக்கிறார்.

சர்போஜ்யா:

என்ன?

ஹரிஹர்:

என்னதான் மக்கள் ஒரு மாதிரியாச் சொன்னாலும் ராய் குரோ ஒண்ணும் மோசமான ஆளில்ல. இது என்னோட மூணுமாசச் சம்பளம். மூணு எட்டு, இருபத்து நாலு ரூபாய், எண்ணிப் பாரு.

நான் சாயங்காலப் பிரார்த்தனையை முடிச்சிட்டு வந்திடறேன். நிறைய விஷயம் உங்கிட்ட சொல்ல வேண்டியிருக்கு.

அடுப்பங்கரையில் ஹரிஹர் உணவை கடவுளுக்குப் படைத்துவிட்டுதான் உண்ண ஆரம்பித்தார். சர்போஜ்யா ஹரிஹருக்குப் பனை ஓலையால் விசிறுகிறாள்.

ஹரிஹர்:

வரியெல்லாம் வசூலிக்க இன்னிக்குத் தாஸ்கரா போயிருந்தேன். அங்க ஒருத்தரைச் சந்திச்சேன். இதுக்கு முன்னால அவரை நான் பாத்ததேயில்ல. ரொம்ப முக்கியமானவரா தெரிஞ்சார்.

திடீரென்று என் பாதத்தைத் தொட்டுட்டார். என்ன செய்யறது? உங்களுக்கு என்னைத் தெரியாது. ஆனால், உங்க அப்பாவை எனக்கு நல்லாத் தெரியும். எங்க வீட்ல நடக்கிற மதச் சடங்குகள் மற்றும் விழாக்கள்ல கலந்துகிட்டு எங்களை அவர் கௌரவிச்சிருக்காரு.

'உங்க பெயர் என்ன'ன்னு கேட்டேன். 'மகேஷ் மிஸ்வாஸ்'ன்னு சொன்னார்.

'நல்லது... உங்களுக்கு என்ன வேணும்?' 'உங்ககிட்ட ஒண்ணு கேட்கணும்' 'என்னது?' 'அடுத்த மாசம் குடும்பத்தில எல்லோருக்கும் உபநயனம் செய்யணும்... நீங்க அந்தச் சடங்கை நடத்தித் தந்தீங்கன்னா ரொம்ப நல்லா இருக்கும் அவர் ரொம்ப வசதியானவர்.

சர்போஜ்யா:

நீங்க ஒத்துக்கிட்டீங்களா?

ஹரிஹர்:

(அதை அறிந்து புன்னகைத்தவாறு) உனக்கென்ன பைத்தியமா? உடனே நான் சரின்னு சொல்லியிருந்தா 'ஆ... இந்தப் போதகர் கஷ்ட திசையில இருக்கார்னு' நினைக்கமாட்டாரா?

சர்போஜ்யா:

அவர் அப்படி நினைச்சாத்தான் என்ன? நாம கஷ்டத்தில தான இருக்கோம்.

ஹரிஹர்:

அதில வேற சிக்கல்கள் இருக்கு. மத்தவங்களுக்கு அதைப் பத்தி தெரிய ஆரம்பிச்சா அது ஒரு பிரச்னையாயிடும்.

சர்போஜ்யா:

அதை யாரு தெரிஞ்சுக்கப் போறா?

ஹரிஹர்:

சொல்ல முடியாது... நீ நீயேகூட அதை வெளியே சொல்லலாம். (இதை ஒத்துக்கொள்ளமுடியாமல் விசிறுவது நிற்கிறது.) பெண்களைப் புரிஞ்சுக்கவே முடியாது.

சர்போஜ்யா:

எனக்கு வேற வேலை இல்லாம நீங்க புரோகிதம் பண்ணப் போறீங்கன்னு எல்லார்கிட்டயும் போய் சொல்லப் போறேனா?

ஹரிஹர்:

ஆஹா... ஏன் கோபப்படுற? இந்த வேலை நம்மை விட்டுப் போகல. அவரோட சொந்த ஆர்வத்தினாலதான் இதைக் கேட்டாரு. பூஜா விடுமுறையெல்லாம் முடிஞ்ச பிறகு அவர்கிட்ட இதைப் பற்றிக் கேட்கிறேன்.

இல்லேன்னா என்னோட கௌரவத்தை நான் இழந்திடுவேன். உனக்குப் புரியுதா? இந்த இரண்டு மாசமும் என்னோட சம்பளத்தை வச்சுச் சமாளிச்சுக்க.

அப்புவுக்கும் துர்காவுக்கும் இரண்டு புதுத்துணி, இந்தப் பணத்தில் இருந்து வாங்கிக்க.

சர்போஜ்யா:

நாளைக்கு எப்படியாவது சேஜா-குரியோட கடனைத் திரும்பக் கொடுத்திடுவோம்.

ஹரிஹர்:

நல்லது. அவளுக்கு இந்தப் பணத்தில் இருந்து கொடுத்திடு. மீதமிருக்கிற கடனை இன்னும் ரெண்டு மாசத்தில் கொடுத்திடலாம்.

சர்போஜ்யா:

வீட்டைச் சரி செய்யறது எப்படி?

ஹரிஹர்:

பூஜா வரைக்கும் பொறுத்திரு. வீடு மழைக் காலம் வரைக்கும் தாங்கிக்கும். இந்த மாசத்துக்குள்ள ஆசாரியைக் கூட்டிட்டு வாரேன். அவர் பாத்திட்டு எவ்வளவு செலவாகும்னு சொல்லிடுவாரு.

சர்போஜ்யா:

கடவுள் புண்ணியத்தில் முதல்ல அடுப்பங்கரையையாவது ஏதாவது பண்ணுங்க.

ஹரிஹர்:

நல்லது. அடுப்பங்கரையையும், மாட்டுத் தொழுவத்தையும் சரி பண்ணிடலாம். சுவர் வச்சிடலாம். மேற்கூரை யையும் பாத்துக்கலாம். எல்லாமே செஞ்சிடலாம். கவலைப்படாதே.

சர்போஜ்யா அடுப்பங்கரைக்கு வெளியில் பார்க்கிறாள். குழந்தைகள் படுக்கையறை வராண்டாவில் ஓடி வருகிறார்கள். துர்கா படுக்கையறைலிருந்து சற்று தள்ளியிருக்கும் சன்னலைத் திறந்துவிட்டு திரும்பவும் வந்து படுக்கிறாள்.

அப்பு:

ஏ. பூஜாவுக்கு இன்னும் எத்தனை நாள் இருக்கு?

துர்கா:

வெறும் இருபத்தொரு நாள்.

அப்பு:

(விளக்கை ஊதுகிறான்) ஏய் அக்கா...

துர்கா:

ம்...

அப்பு:

நீ அந்தத் துனுவோட நெக்லஸை எடுத்தியா?

துர்கா:

விளையாடாத.

அப்பு:

வேற யாரு அதை எடுத்திருப்பா?

துர்கா:

எனக்குத் தெரியாது. போய்த் தூங்கு.

இன்னொரு அறை. அந்த நாளுக்கான கடைசிப் பிரார்த்தனையை முடித்துவிட்டு ஹரிஹர் படுக்கிறார். சர்போஜ்யா மண் விளக்கின் அருகில் உட்கார்ந்து எதையோ தைத்துக்கொண்டிருப்பது கதவிடுக்கின் வழியே தெரிகிறது.

ஹரிஹர்:

(புன்னகைத்துக் கொண்டே) என் மனசில புதுசா ஒரு நாடகம் இருக்கு. கொஞ்சம் நேரம் கிடைச்சா அதை எழுதிடுவேன்.

சர்போஜ்யா:

இங்க... கவனிங்க...

ஹரிஹர்:

ம்?

சர்போஜ்யா:

காசியில ரொம்பநாள் இருந்தீங்கள்ல?

ஹரிஹர்:

ம்.

சர்போஜ்யா:

அங்கயிருக்க எல்லோருக்கும் உங்களத் தெரியுமா?

ஹரிஹர்:

ஓ... பலருக்கு நல்லாத் தெரியும்.

சர்போஜ்யா:

அந்த யாகத்தோட பேர் என்ன? அந்தக் கதத் தாகூர்கள் எங்க உட்கார்ந்திருப்பார்கள் உங்களுக்குத் தெரியுமா?

ஹரிஹர்:

அஸாஸ்வமேத் யாகம்

சர்போஜ்யா:

அங்க போனா சிரமமில்லாம வாழலாம் இல்லையா?

ஹரிஹர்:

நான் அப்படித்தான் நினைக்கிறேன்.

சர்போஜ்யா:

பிறகு ஏன் நாம அங்க போகக்கூடாது?

ஹரிஹர்:

இல்ல. அது முடியாது.

சர்போஜ்யா:

ஏன் முடியாது?

ஹரிஹர்:

எப்படி முடியும்? காசியை விட்டுட்டு என் முன்னோர்களோட இந்த வீட்டுக்கு வந்தாச்சு. இப்ப திரும்ப எப்படி அங்கப் போக முடியும்? இல்ல... அது முடியாது.

சர்போஜ்யா:

அதெல்லாம் முடியும். நீங்க செய்யணும்னு நெனச்சா உங்களால முடியும். என்னைய என் பெற்றோர்கள்கிட்ட

விட்டுட்டு நீங்க அங்க எட்டு வருஷம் இருந்தீங்க. ஒரு லெட்டர்கூட எழுதாம்.

ஹரிஹர்:

அப்ப நான் உன்னைப் புரிஞ்சுக்கல. தெரிஞ்சிருந்தா நான் அப்படிப் போயிருப்பேனா? நினைச்சுப் பாரு.

சர்போஜ்யா:

ம். என்னைப் புரிஞ்சிருந்தாலும் அதனால எந்த மாற்றமும் ஏற்படல.

ஹரிஹர் தூக்கத்தில் இருக்கிறார். சர்போஜ்யா தனியே மண் விளக்கின் அருகே அமர்ந்து தைத்துக் கொண்டிருக்கிறாள். இன்னும் அவள் ஹரிஹரிடம் பேசிக் கொண்டிருக்கிறாள்.

ஆனால், அவளது மனம் வெகுதொலைவில் இழந்த நம்பிக்கைகளுக்கும் மறந்துபோன கனவுகளுக்கும் மத்தியில் இருக்கிறது.

சர்போஜ்யா:

இது உங்க வீடு மட்டுமில்ல. என்னோட வீடும்தான். ஆனா இது என்ன மாதிரியான வீடு? காட்டுக்குள்ள வசிக்கிற மாதிரி இருக்கு. இருட்டிடுச்சின்னா கதவுக்கு வெளியே இருந்து நரி ஊளையிடுது.

பேசுறதுக்கோ மனம்விட்டு எண்ணங்களைப் பகிர்ந்துக்கிறதுக்கோ யாருமே இல்ல. உண்மையில நீங்க வீட்ல இல்லைன்னா நான் ரொம்பப் பயப்படுறேன். (பெருமூச்செறிகிறாள்)

இதெல்லாம் உங்களுக்குப் புரியவே மாட்டேங்குது. சாப்பிடுறீங்க தூங்குறீங்க... உங்க வாழ்க்கையை நீங்க வாழ்றீங்க. சம்பளம் வாங்கலைன்னா அதைப் பத்திக்கூட பொருட்படுத்த மாட்டேங்கிறீங்க.

முன்னாடி எனக்கு நிறையக் கனவுகள் இருந்துச்சு. பல பெரிய காரியங்கள் நான் செய்யணும்னு நினைச்சிருந்தேன்.

அதற்கு எந்தப் பதிலும் இல்லை. ஹரிஹர் நன்றாகத் தூங்குகிறார். போஜ்யா பெருமூச்செறிந்து திரும்பவும் பின்ன ஆரம்பிக்கிறாள்.

விளக்கின் சுடரால் ஒளியூட்டப்பட்ட தனது சிறிய உலகத்தில் தனித்திருக்கிறாள்.

இந்திர் அவளுடைய வராண்டாாவில் இருட்டில் அமர்ந்து சுவரில் சாய்ந்திருக்கிறாள். ஆழ்ந்த ஏக்கத்துடன் முதுமையின் களைத்த குரலுடன் மெதுவாகத் தனக்குத்தானே பாடுகிறாள்.

இந்திர்:

இறைவனே... பிச்சை வேண்டுகிற ஏழை நான்
என்னுடைய கைகள் வெறுமையாக இருக்கின்றன
என்னை உன்னுடன் அழைத்துச் செல்
இறைவா... நாள் நிறைவடைந்துவிட்டது...
மாலை சாய்ந்துவிட்டது
இந்த நதியைக் கடந்து என்னை அழைத்துச் செல்.

7

துர்காவும் அவளுடைய தோழிகளும் சிற்றுலா (Picnic) செல்கிறார்கள். அது ஒரு வெயில் நாள். நீண்டு வளர்ந்த புற்கள், அடர்ந்த புதர்கள், சகல திசைகளிலும் கிளை விரித்த மரங்கள் இவைகளின் நடுவேயிருந்து காடு போன்ற அதன் மையப்பகுதியைச் சுத்தம் செய்வதில் சிறுமிகள் ஆழ்ந்து ஈடுபட்டிருக்கிறார்கள்.

துர்கா குத்துக்காலிட்டு அமர்ந்து விறகுகளை ஊதிப் பற்ற வைக்கிறாள். இன்னொரு சிறுமி மரத்தடியில் அமர்ந்து காய்கறிகளை நறுக்குகிறாள். நெருப்பின்மேல் பெரிய பாத்திரம் இருக்கிறது. இன்னொரு சிறுமி வெண்கலப் பானையில் அரிசி கொண்டு வருகிறாள்.

துர்கா:
ஹே... அப்பு... சீக்கிரம் விறகு பொறுக்கிட்டு வா. நெருப்பு சரியா எரியமாட்டேங்குது. (அரிசி கொண்டு வரும் சிறுமியிடம்) நல்லாக் களைஞ்சிட்டியா? அதை இங்கவை.

காய்கறி நறுக்கும் சிறுமி:
என்ன கூர்மையான முனையா இருக்கு.

இந்திர் கிராமத்தின் பாதை வழியே நடந்து வருகிறாள். புதிய போர்வையைப் போர்த்தியிருக்கிறாள். பையன்கள் கத்திக்கொண்டே விளையாடிக் கொண்டிருக்கிறார்கள். ஒரு சிறுமி இந்திரிடம் பேசுகிறாள்.

சிறுமி:
இன்னிக்குப் பாட்டிக்குக் கல்யாணமா?

இந்திர்:
உன்கூடத்தான்! எங்க உங்க அம்மா?

சிறுமி:

அங்கதான் குளத்தில் இருக்காங்க.

அப்பு காய்ந்த சுள்ளிகளைத் தனது கைகளில் அள்ளிக்கொண்டு மூங்கில் மரங்களுக்குள்ளிருந்து துர்காவை நோக்கி ஓடி வருகிறான். எல்லா சிறுமிகளும் தங்களது சிற்றுலாவுக்கான தயாரிப்பு வேலைகளில் இருக்கிறார்கள்.

துர்கா:

ஹே... உமி... ஏன் எங்ககூட நீ சேர்ந்துக்கலை? நாங்க எல்லாம் பிக்னிக் வந்திருக்கோம். (அப்புவிடம்) இவ்வளவா? கீழ போடு, அரிவாள் எங்க?

அப்பு:

அங்க இருக்கு.

துர்கா:

(மரத்தில் உட்கார்ந்திருக்கிற சிறுவனிடம்) யேய்... கீழ இறங்கி வா. போய் வாழையிலையெல்லாம் கழுவு. ம்... உட்கார்ந்திட்டு காலை ஆட்டிட்டு இருக்கான்.

இந்திர் கிராமத்தின் பாதைவழியே குளத்தை நோக்கி நடக்கிறாள். அங்கு பெண்கள் அமர்ந்து பானைகளையும் பாத்திரங்களையும் விளக்கிக் கொண்டிருக்கிறார்கள்.

ஒரு பெண்:

அத்தை... போர்வை எங்க வாங்குனீங்க?

இந்திர்:

(சிரித்துக் கொண்டு) ராஜு எனக்குக் கொடுத்தான். நவாப்கன்ஜ் சந்தையில வாங்கியிருக்கான். இதோட விலை ஒன்பதரை அணா.

பெண்:

உங்களுக்கு இது ரொம்ப நல்லா இருக்கு.

ரானு புதர்களின் வழியே சிறுமிகளின் இடத்திற்கு வருகிறாள். அவள் துர்காவிற்கு அருகில் உட்கார்கிறாள். மிகுந்த சந்தோஷத்துடன் இருக்கிறாள்.

துர்கா:

எப்படி வெளிய வந்த? வீட்ல சேஜா குரி இல்லையா? (ரானு தலையை அசைக்கிறாள்) சமைக்கிறியா? என்ன சமைக்கிற?

துர்கா:

கிச்சடி.

ரானு:

பாக்கலாமா...

துர்கா:

பாரு. அரிசி, பருப்பு, உருளைக்கிழங்கு, கத்தரிக்காய், மிளகாய், கருவேப்பிலை, எண்ணெய். தேபி நீ உப்புக் கொண்டு வரல?

தேபி:

உப்பு கொண்டு வந்திடுவாங்கன்னு நீதான சொன்ன, நான் எண்ணெய் கொண்டு வர்ரேன்னுதான் சொன்னேன்.

துர்கா:

என்ன சொல்ற? நீ சொன்னது எண்ணெய்... அரிசி...

தேபி:

யேய்... தைரியமாய் பொய் சொல்லாத.

அவர்கள் ஒன்றையொன்று எறிந்துகொண்டு உத்வேகத்துடன் சண்டையிடுகிறார்கள். மற்ற குழந்தைகள் சுற்றி நின்று சிரிக்கிறார்கள். ரானு எழுந்து அவர்களைச் சமாதானம் செய்துவிட்டு உப்பு எடுப்பதற்காக ஓடுகிறாள்.

சர்போஜ்யா பெட்டியிலிருந்து வெண்கலப் பாத்திரங்களை எடுக்கிறாள். முற்றத்திற்கு வெளியே பருத்தி உடைகள் கொடியில் வரிசையாகப் போடப்பட்டு வெயிலில் உலர்கின்றன. இந்திர் தனது புதுச் சால்வையுடன் உள்ளே நுழைகிறாள். சர்போஜ்யா அதைக் கவனித்து அவளை அழைக்கிறாள்.

சர்போஜ்யா:

தாக்குர் ஜி!

இந்திர் பதில் சொல்லாமல் காயும் துணிகளில் மறைந்து வேகமாகச் செல்ல முயற்சிக்கிறாள்.

சர்போஜ்யா:

நான் கூப்பிடறது கேட்குதா... இங்க வாங்க.

இந்திர் நின்று வேண்டா வெறுப்பாகச் சர்போஜ்யாவை நோக்கி மெதுவாக நடந்து வருகிறாள். அவளது கோபத்தைச் சாந்தப்படுத்துவது மாதிரியான புன்னகையுடன் வருகிறாள்.

இந்திர்:

என்ன விஷயம்?

சர்போஜ்யா:

எங்கயிருந்து கிடைச்சது இந்தச் சால்வை?

இந்திர்:

ர்...ராஜு கொடுத்தான்.

சர்போஜ்யா:

கொடுத்தார்னா என்ன அர்த்தம்? (இந்திர் அங்கிருந்து நடக்கத் துவங்குகிறாள்) இங்கப் பாருங்க. நீங்க கேட்காம அவரா கொடுத்தாரா?

இந்திர்:

(மெதுவாக நடந்து கொண்டே) நான் எதுக்குக் கேட்கிறேன்?

சர்போஜ்யா இன்னொரு தகரப் பெட்டியை - அதனுள்ளே சில கரப்பான் பூச்சிகள் தெரிகின்றன - சத்தம் வருமாறு மூடுகிறாள். அவள் அந்தப் பெட்டியுடன் வராண்டாவை நோக்கி நடக்கிறாள்.

அவளது முந்தானையின் நுனி, கூரையிலிருந்து தொங்கும் பறவைக் கூண்டில் சிக்கிக் கொள்கிறது. அவள் கோபத்துடன் இழுக்கிறாள். இந்திர் அவளது வராண்டாவை நோக்கி நடந்து படிகளில் கஷ்டப்பட்டு ஏறுகிறாள். சர்போஜ்யா வாசல் கதவை நோக்கிப் போகிறாள்.

இந்திர்:

என் வயசுக்குச் சாயங்காலத்தில ரொம்ப அசௌகரியமா உணர்ரேன். அதனால நான் என்ன சொல்ல வர்ரேன்னா...

சர்போஜ்யா:

ரொம்ப நல்லது. அவங்க உங்களுக்குத் துணி எடுத்துக் கொடுத்தா. சாப்பாடும் போடுவாங்களா...

இந்திர்:

நான் ஹரிகிட்ட சொல்லிட்டேன். இதைப்பத்தி...

சர்போஜ்யா:

அவர் வாங்கித் தரமாட்டேன்னு சொன்னாரா? அப்புறம் எதுக்கு மத்தவங்ககிட்ட கெஞ்சி வாங்கினீங்க? உங்களுக்கே இது வெட்கமா இல்ல.

சர்போஜ்யா வீட்டைவிட்டு வெளியே வந்து வீட்டைச் சுற்றிப் பின்னாலிருக்கும் குளத்திற்கு வருகிறாள். தானியங்கள் காய வைத்திருக்கும் இடத்தில் இந்திர் உட்கார்கிறாள்.

தனது தளர்ந்த முதிய உடலின் முழு சக்தியையும் திரட்டி பாக்கு உரலை கோபத்துடன் இடிக்கிறாள்.

சர்போஜ்யா:

அந்த ஆளு என்ன நினைப்பார்னு உங்களுக்குத் தெரியுமா?

இந்திர்:

(கத்திக் கொண்டு) ஒரு கிழவிக்குத் தேவையோ ஆசையோ இருக்கக்கூடாதா?

சர்போஜ்யா:

ஓ... இப்ப உங்களுக்கு ஆசையும் தேவையும் கண்டிப்பா இருக்க வேண்டியதுதான். எங்களைச் சார்ந்திருக்கீங்க. இங்கயிருந்து போங்க... போயி ஆசைப்படுங்க.

என் பிள்ளைகளுக்கு ரெண்டு வேளைக்குக்கூட போதுமான அளவுக்குச் சாப்பாடு இல்ல. அதைப்பத்தி நினைப்பிருக்கா? அவங்களோட தேவைகளையும் ஆசைகளையும் பத்தி என்ன சொல்றது?

அவங்க வயிறு நிரம்பியிருக்கா அவங்க உடம்பில ஆன துணியிருக்கா அதைப்பத்தி உங்களுக்கு எதாவது

அக்கறையிருக்கா? இங்கப் பாருங்க தாக்குர் ஜி ரொம்ப காலமா என்னையத்தான் சார்ந்திருக்கீங்க.

நீங்க வீடுவீடாப் போயி பிச்சையெடுக்கக்கூடாது. புரியுதா? உங்களோட ஆசைகளையும் தேவைகளையும் நீங்க நிவர்த்தி செய்யணும்னா அதுக்கு வேற வழியைப் பாத்துக்குங்க.

இந்திர்:

நான் தேவையில்லைன்னா என்னைய ஒண்ணும் வச்சுக்க வேண்டாம். ஏன் அதைப்பத்திப் பேசணும்? இங்கயிருந்து நான் இப்பவே போகணும்னு நினைக்கிறியா?

சர்போஜ்யா:

ரொம்ப நல்லது. அங்கேயே போங்க. அவங்க உங்கள வச்சுப்பாங்க. இன்னிக்கே போங்க, உடனே போங்க.

சர்போஜ்யா திடீரென்று கடுமையாக இருமத் துவங்குகிறாள். தகரப் பெட்டி அவளது கையிலிருந்து விழுகிறது. அதிலிருக்கும் பொருட்கள் குலத்தின் படிகளில் சிதறுகின்றன. இந்திர் பாக்கு இடிப்பதை நிறுத்திவிட்டு வீட்டிலிருந்து வெளியே வந்து குளத்தை நோக்கிப் போகிறாள்.

அவளைப் பொறுத்தவரையில் சண்டை முடிந்துவிட்டது. எனவே, சர்போஜ்யாவின் மேல் அக்கறை கொள்கிறாள். ஆனால், சர்போஜ்யாவிற்குச் சண்டையை விட விருப்பமில்லை. அவள் தலையை அசைத்து அவளின் இரக்கத்தை மறுத்து தன்னை ஆற்றுப்படுத்த வரும் இந்திரின் கைகளைத் தள்ளி விடுகிறாள்.

இந்திர்:

என்ன விஷயம்? என்னாச்சு? அங்க... அங்க...

சர்போஜ்யா:

தாக்குர் ஜி நீங்க விரும்புன இடத்துக்குப் போகலாம். கொஞ்ச நேரம்கூட நீங்க இங்க இருக்க அனுமதிக்க மாட்டேன்.

இந்திர் சர்போஜ்யாவிற்குப் பின்னால் அமைதியாக நிற்க சர்போஜ்யா விழுந்த பொருட்களைத் திரும்பவும் பெட்டியில் வைக்கிறாள்.

சிற்றுலா சென்ற இடத்தில் ரானுவும் துர்காவும் அருகருகே அமர்ந்து சாப்பிடுகிறார்கள்.

துர்கா:

(புன்னகையுடன்) நல்லாயிருக்கு. உன் புருஷன் உன் சமையலுக்காக சந்தோஷப்படுவாரு.

ரானு:

மூடு வாயை.

துர்கா:

உன் கல்யாணத்துக்கு இன்னும் எத்தனை நாள் இருக்கு?

ரானு:

தெரியல.

துர்கா:

நான் சொல்லவா? ம்?

ரானு:

(புன்னகையுடன்) சரி.

துர்கா:

இரண்டு மாசம் - பத்துநாள். சரியா? (ரானு புன்னகையுடன் தலையசைக்கிறாள்) எப்படி உனக்குத் தோணுது?

ரானு:

எல்லோருக்கும் ஏற்படறது மாதிரிதான்.

துர்கா:

எப்படின்னு எனக்குச் சொல்லு.

ரானு:

உனக்கு நடக்கும்போது நீ தெரிஞ்சுக்குவ.

துர்கா:

எனக்கு நடக்காது.

ரானு:

அது உனக்கு நடக்கும்.

துர்கா:

எனக்குத் தெரியும். எனக்கு நடக்காது.

ரானு:

அது சரி... உங்க அம்மா உனக்கு மாப்பிள்ளை பாத்துட்டு இருக்காங்க.

துர்கா:

முட்டாள்த்தனமாப் பேசாத.

ரானு:

உண்மைதான் அவளைக் கேட்டுப் பாரு.

பையன்கள் காட்டுக்குள் ஒருவரையொருவர் துரத்திச் செல்கிறார்கள். பொட்டல்வெளியில் சத்தத்துடன் ஓடிச் செல்கிறார்கள். அங்குத் தனிமையில் சோகமாக நின்றிருக்கும் இந்திரைக் கடந்து செல்கிறார்கள்.

அவள் தனது புது சால்வையைப் போர்த்திக்கொண்டு திரும்பவும் வீடற்றவளாக நிற்கிறாள்.

இந்திர் ராஜுவின் வீட்டு வாசலில் நிற்கிறாள். வெகுதூரம் நடந்து வந்ததினால் மூச்சிறைக்கிறாள்.

இந்திர்:

ராஜு... யாரு வீட்ல? ராஜு...

ராஜு:

யாரது?

இந்திர்:

நான் வந்திருக்கேன்... சும்மா...

ராஜு:

ஓ... அத்தை...

இந்திர்:

அடைக்கலமா வந்திருக்கேன். கொஞ்ச நாளைக்கு மட்டும்...

ராஜு:

நீங்க தங்கணுமா?

இந்திர்:
(மூச்சிறைத்துக் கொண்டே) வெறும் கொஞ்ச நாளைக்கு. வீட்ல அமைதியா இல்ல. அதான். வேற ஒரு குறையும் இல்ல.

ராஜூ:
அப்படியா... உள்ள வாங்க... யேய்... அம்மாகிட்டப் போயி அத்தை வந்திருக்காங்கன்னு சொல்லு. ஒரு நாற்காலி எடுத்திட்டு அவங்க கால் அலம்ப கொஞ்சம் தண்ணி எடுத்திட்டு வா.

இந்திர்:
என்னோட வயசான காலத்தில வேற எங்க நான் போக முடியும்? நினைச்சுப் பாத்தேன். அதான் உன்கிட்ட வந்துட்டேன். நீயும் என்னைப் பாத்துக்கலைன்னா வேற யார் பார்ப்பாங்க?

8

பூஜா கொண்டாட்டாம் துவங்கியது. மேளங்கள் சத்தமாக முழங்குகின்றன. மணக்கும் ஊதுபத்திப் புகையின் நடுவே பெண் தெய்வத்தின் உருவம் நின்றிருக்கிறது. சர்போஜ்யாவின் வீட்டில் துர்கா புதுச் சால்வை உடுத்திக் கொண்டு வராண்டாவில் குதித்து வீட்டிலிருந்து ஓடுகிறாள்.

அப்பு, துர்காவின் பின்னால் ஓடுகிறான். சர்போஜ்யா அவனது வேட்டியைப் பிடித்துக் கொண்டு பின் தொடர்கிறாள். அப்பு புதுவேட்டி அணிந்து தனது மெலிந்த தோளை சால்வையால் சுற்றியிருக்கிறான்.

இலையுதிர் காலக் காற்றில் ஏற்கெனவே ஈரம் பொதிந்திருக்கிறது. சர்போஜ்யா வாசலில் நின்று அப்பு ஓடி மறைவதைப் பார்த்துப் புன்னகைக்கிறாள்.

குழந்தைகள் அணியாக சேஜா-தாக்கரனின் வாசல் நோக்கி ஓடி வருகிறார்கள். துர்காவும் வளைவு முகப்பு கொண்ட கதவின் வழியே அப்புவைத் தொடர்ந்து ஓடி வருகிறாள்.

குழந்தைகள் சேஜா-தாக்கரனைச் சூழ்ந்திருக்கின்றனர். அவள் இனிப்பு வழங்குகிறாள். நீட்டிய கைகளின் நடுவே துர்காவும் அப்புவும்கூட தங்களது பங்கைப் பெறுகிறார்கள்.

இது திருவிழாக் காலம் எனவே குறைந்தபட்சமாக சேஜா-தாக்கரன் தாராள மனநிலையில் இருக்கிறாள். வெளியே தெய்வ உருவத்திற்கு அருகில் நின்று மேளம் வாசிப்பவர்களைக் கவனிக்கிறார்கள். மேளச் சத்தம் காற்றை நிறைக்கிறது.

இரவு ஆர்வமான பார்வையாளர்களின் முதல் வரிசையில் அப்பு உட்கார்ந்திருக்கிறான். தற்காலிகமாகப் போடப்பட்ட மேடையில் நாடகம் நடக்கிறது. அது ஆண்களே நடிக்கிற புராணிக நாடகம்.

எல்லா நடிகர்களும் அதிக ஒப்பனையுடன் மிளிரும் ஆடைகளுடன் இருக்கிறார்கள்.

பாம்பு அரசன்தான் வில்லனாக இருக்கிறான். அவன் கறுப்பு உடை அணிந்திருக்கிறான். அவன் குஷா என்கிற நாயகனுக்கு எதிராக இருக்கிறான், குஷா வெள்ளை உடையில் இருக்கிறான். அந்த இளைஞனின் மனைவி சுஜாதா, அவள் பாம்பு அரசனின் மகள், அதையும் ஒரு ஆண் நடிக்கிறான்.

குஷா:
எச்சரிக்கை. எச்சரிக்கை... ஏ... சாத்தானே... ஏ நாக ராஜனே...இன்னொரு முறை நீ பேசுவதை நான் கேட்டால் உனது நாக்கை இழுத்து நாய்களுக்கும் நரிகளுக்கும் போட்டுவிடுவேன். எல்லாம் இந்த பூமியின் தன்மைக்காக.

நாகராஜன்:
நான் உன்னைக் கொன்றுவிடுவேன். இந்தப் பூமியின் நன்மைக்காக.

சுஜாதா:
(தனது தந்தையின் கால்களைப் பற்றிக்கொண்டு) அப்பா... உங்களை நான் வேண்டிக் கேட்டுக் கொள்கிறேன். இது மாதிரியான எண்ணங்களை நினைக்காதீர்கள். உங்களது கைகளால் உங்கள் மகளை விதவையாக்கி விடாதீர்கள்.

நாகராஜன்:
(அவளை உதைக்கிறான்) போ... நடத்தைக் கெட்ட பாம்புப் பெண்ணே!

குஷா:
சுஜாதா... சுஜாதா... உன்னோட ஸ்தானத்தை ஏன் நீ மறந்திட்ட? நீ இப்போது பாம்பு அரசனின் மகள் இல்லை. நீ சூரிய குலத்தில் பிறந்தவனின் மனைவி.

நீ வெறுக்கத்தக்க பாம்பிடம், கீழ்த்தரமான பிறவியின் கால்களில் அதுவும் எனது வாழ்க்கையை வேண்டி விழலாமா?

சுஜாதா:
இல்லை. உங்கள் மரணத்தை என்னால் கற்பனை செய்து கூட பார்க்க முடியவில்லை. அப்பா. உங்கள் விருப்பத்திற்கேற்றபடி எவ்வளவு வேண்டுமானாலும் உதையுங்கள். எனது திருமணத்திற்கு மங்கலக் குறியாக குங்குமத்தை எனது நெற்றியில் வையுங்கள்.

நாகராஜன்:
(திரும்பவும் பலமாக உதைக்கிறான்) ஒரு மனிதப்பிறவி பாம்பிடமிருந்து எதையும் கேட்கமுடியாது. வெட்சுமற்ற துர்நடத்தைக்காரியே என்னிடமிருந்து போ...

குஷா:
சுஜாதா! சுஜாதா! அங்கிருந்து போ... உன் கணவன் சொல்வதைக் கேள்.

சுஜாதா:
(தனது அப்பாவின் கால்களைத் திரும்பவும் பிடித்துக் கொண்டு) ஓ..இல்லை. முதலில் என்னைக் கொன்று விடுங்கள் அப்பா... அதன்பிறகு உங்களுக்கு முன்னிருக்கும் நோக்கத்தை நிறைவேற்றுங்கள்.

நாகராஜன்:
என்னைப் போக விடு.

குஷா:
அவனை விடு... அவனை விடு. கடவுள் இருப்பது உண்மையானால் இந்தப் பாம்பின் பெருமையனைத்தும் அழிந்துவிடும்.

நாகராஜன்:
(கத்துகிறான்) மஹாகால் (மஹாகால் மேடையில் தோன்றுகிறான்).

மஹாகால்:
சொல்லுங்கள் சாத்தானின் மகனே...

நாகராஜன்:
பார்... என் மகள் என்னைப் பின்னால் பிடித்திருக்கிறாள். அவனைக் கொல். கருணையில்லாமல் பழி தீர்த்துக்கொள்.

மஹாகால்:
குஷா... லவனின் சகோதரனே... போர்க்களத்தில் உனது தலையை ஒரே உதையில் நசுக்கிவிடுவதாகச் சபதம் செய்தேனே உனக்கு ஞாபகமிருக்கிறதா? இன்று எனக்கு அந்த வாய்ப்பு வந்திருக்கிறது.

சுஜாதா:
இல்லை... இல்லை... மஹாகால்... எனது சகோதரனே...! எனது தோழனே...! உன்னைக் கெஞ்சிக் கேட்டுக் கொள்கிறேன். எனது கணவனுக்குத் தீங்கு செய்யாதே.

நாகராஜன்:
அவள் சொல்வதைப் பொருட்படுத்தாதே. அவனைக் கொல். அந்தக் குஷா பேயைக் கொல். எனது மகளை நான் சமாளித்துக் கொள்கிறேன்.

மஹாகால்:
பாவியே வா...

சண்டை துவங்குகிறது. அவர்களின் மரக்கத்திகள் ஒரு லயத்துடன் மோதிக்கொள்கின்றன. குஷாதன் ஆயுதமிழந்து நிற்கிறான். உடனே சுஜாதா ஒரு வாளை எடுத்துக் கொடுக்கிறாள். அவளை அவளது தந்தை பிடித்துக் கொள்கிறான்.

சுஜாதா:
என்னைப் போகவிடுங்கள் தந்தையே...!

மஹாகால்:
(பேய்த்தனமான சிரிப்புடன்) இன்று பழித் தீர்த்து என் தாகத்தைத் தணித்துக்கொள்ளப் போகிறேன்.

சுஜாதா:
கணவரே... இதைப் பிடித்துக் கொள்ளுங்கள்... உங்களைக் காப்பாற்றிக் கொள்ளுங்கள்.

குஷா:
பார். ஏ. சாத்தானே இப்போது வெற்றியின் சங்கநாதம் கேட்கப் போகிறது.

நாகராஜன்:
யாராவது எனக்கு ஆயுதம் கொடுங்கள். ஆயுதம்...

ஓர் ஆணும் பெண்ணும் நாடக மேடையில் உடனே தோன்றுகிறார்கள். அவர்கள் எளிய உடையணிந்திருக்கிறார்கள். கையில் ஆபரண வேலைப்பாடுகளுடன் கூடிய வாள்களை வைத்திருக்கிறார்கள். அதனை நாகராஜனிடமும் சுஜாதாவிடமும் தருகிறார்கள்.

பெண்:
இதைப் பெற்றுக் கொள்ளுங்கள் அரசனே. போரில் கலந்து கொள்ளுங்கள்.

ஆண்:
சகோதரியே இந்த ஆயுதத்தைப் பெற்றுக்கொள். உனது கணவனைக் காப்பாற்று.

இசை பெருக அவர்கள் ஒருவரையொருவர் ஆக்ரோஷமாகத் தாக்கிக் கொள்கிறார்கள்.

9

மறுநாள் அப்பு கண்ணாடி முன்னால் அமர்ந்து ஜிகினாவினால் ஆன மீசையைத் தனது மூக்கின்கீழ் ஒட்ட முயல்கிறான். அதே ஜிகினாவில் செய்யப்பட்ட கிரீடத்தைத் தலையில் வைக்க முனைகையில் அந்த மீசை விழுந்துகொண்டே இருக்கிறது.

குளத்தில் முங்கி எழுந்து சர்போஜ்யா வீட்டுக்கு வருகிறாள்.

சர்போஜ்யா:
துர்கா... துர்கா... கன்னுக்குட்டி எங்க போச்சு பாத்தியா?

அப்பு:
அம்மா... இதைக் கட்டி விடுங்களேன்.

சர்போஜ்யா:
பொறு. நீ சொல்றதைச் செய்யறதுக்குத்தானே நான் இருக்கேன்.

துர்கா வீட்டின் சுவரைக் கடந்து வந்து அப்புவை அழைக்கிறாள். சர்போஜ்யா கிரீடத்தை வைத்துத் தலையில் கட்டுவதால் அப்பு விரைப்பாக நிற்கிறான்.

அவனை அவள் போகுமாறு தள்ளி விடுகிறாள். கிரீடம் அவனது மூக்கின்மேல் கவிழ்கிறது. தான் போகும்போதே அப்பு அதைச் சரிசெய்து கொள்கிறான்.

துர்கா:
அப்பு... வா போய் பாட்டி எங்கன்னு பார்க்கலாம்.

சர்போஜ்யா:
பாட்டியை இப்பத் தேட வேண்டிய அவசியமில்லை. போ போய் அதுக்குப் பதிலா கன்னுக்குட்டியைத் தேடுங்க.

துர்கா:

(சிரிப்புடன்) என்னது அது? (உடனே தனது நெற்றியைச் சுருக்கிக் கேட்கிறாள்) எங்க இந்த ஜிகினாவை வாங்கினீங்க...?

வாசலில் அப்பு கிரீடத்தைத் தலையில் வைத்துக்கொண்டு குற்ற உணர்வுடன் பார்க்கிறான். தன்னைக் கடந்து படுக்கையறை நோக்கிப் போகும் துர்காவை சங்கடத்துடன் பார்க்கிறான்.

அந்த அறையின் தரையில் துர்காவின் சிறிய தகரப் பெட்டி திறந்து கிடக்கிறது. கத்திரி, சிறிய மணிகள், ஜிகினாத் துண்டுகள், சங்குகள் என்று அவளுடைய விலை மதிப்பில்லாத

உடமைகள் தரையில் சிதறிக் கிடக்கின்றன. துர்கா அதைப் பார்த்ததும் வேகமாக அப்புவைத் துரத்துகிறாள். அப்பு வீட்டைவிட்டு ஓடுகிறான். சுவரில் இருக்கும் இடைவெளி வழியே ஓடுகிறான். துர்கா அவனைப் பின்தொடர்கிறாள்.

கொஞ்ச நேரம் அவள் பிடித்துவிடாமல் இங்குமங்கும் சுடுகிறான். ஆனால், துர்கா அவனைப் பிடித்துவிடுகிறாள். அவள் அவனைக் பிடித்துத் தள்ளுகிறாள். அவனைக் கடுமையாக அடிக்கிறாள்.

துர்கா:

(அப்புவைப் பிடித்துக்கொண்டு) ஏன்... நீ ஏன் இப்படி...

சுவர் இடுக்கில் சர்போஜ்யா இந்தச் சண்டையைப் பார்க்கிறான். வீட்டைவிட்டு வெளியே வந்து குழந்தைகளைத் தனித்தனியே பிரிக்கிறாள். அப்புவின் மேலிருக்கும் தூசியைத் தட்டி விடுகிறாள்.

போஜ்யா:

என்ன இது... துர்கா... என்னாச்சு ஏன் திரும்பவும் அவனை அடிக்கிற?

துர்கா:

ஏன் என்னோட பெட்டியிலிருந்த எல்லாத்தையும் அவன் எடுத்தான்?

சர்போஜ்யா:

ஏன் எடுத்தா என்ன? உன் பெட்டிதான். அப்படி என்ன அதில பெரிசா இருக்கு?

துர்கா:
உள்ள இருந்த ஜரிகை எல்லாத்தையும் அவன் எடுத்திட்டான்.

போஜ்யா:
வாயை மூடு. போ போய் கன்னுக்குட்டியை இழுத்திட்டு வா.

அப்பு துர்காவை கண்ணீர் நிரம்பிய கண்களுடன் பார்க்கிறான். போஜ்யா அங்கிருந்து போனதும் தனது முந்தானையை எடுத்து இடுப்பில் செருகிக் கொண்டு அம்மாவுக்குக் கேட்காமல் அவனுக்கு மட்டும் கேட்கும் குரலில் சொல்கிறாள்.

துர்கா:
கழுதை... பெரிய இளவரசன் மாதிரி உடை போட்டிருக்காரு.

துர்கா வீட்டைச் சுற்றி ஓடி வருகிறாள். பிறகு சுவரைச் சுற்றி நெருக்கமாக வருகிறாள். அப்புவைப் பார்த்து கோபத்துடன் நாக்கைத் துருத்துகிறாள்.

இனி எப்போதும் சண்டைக்காரன் என்று காய் விடுவதைப்போல தனது உள்ளத்தில் கட்டைவிரலை வைத்துக் காட்டுகிறாள். ஆனாலும் அப்பு அவளைப் பின்தொடர்ந்து ஓடுகிறான். வீட்டின் பின்னால் ஓடி காட்டுப் பாதைக்குள் ஓடுகிறார்கள்.

திறந்த வானத்தின் கீழிருக்கும் வயல்வெளிகளில் இற்றையடிப் பாதையின் வழியே துர்கா ஓடி வருகிறாள். அப்பு பின்தொடர்கிறான்.

இந்திர் வீட்டுக்குத் திரும்பவும் வருகிறாள். விரிவுகள் படர்ந்த வாசல் கதவின் வழியே சர்போஜ்யாவின் வீட்டுக்குள் அவள் காலெடுத்து வைக்கிறாள். கைத்தாங்கலாகக் கம்பூன்றியிருக்கிறாள்.

கதவு திறக்கப்படும் சத்தம் கேட்டதும் உணவு சாப்பிட்டு கொண்டிருக்கும் சர்போஜ்யா அடுப்பங்கரையின் உள்ளிருந்து பார்க்கிறாள். இந்திர் அடுப்பங்கரை வராண்டாவை நோக்கி மெதுவாக நடந்து வருகிறாள். அவள் மிகவும் களைப்பாக உடல்நலம் குன்றியவளாக இருக்கிறாள்.

பதேர் பாஞ்சாலி | 91

இந்திர்:
போஜ்யா இங்கதான் இருக்கியா... போஜ்யா...

சர்போஜ்யா:
எதுக்காகத் திரும்பி வந்தீங்க?

இந்திர்:
(இறைஞ்சும் புன்னகையுடன்) எனக்கு உடம்புக்கே ரொம்ப நல்லால்ல. அதனால என்னோட கொஞ்சமிருக்கிற கடைசி நாட்கள இந்தப் பரம்பரை வீட்ல கழிக்கலாம்னு நெனைச்சேன்.

சர்போஜ்யா:
உங்க பரம்பரை வீட்டுமேல ரொம்பத்தான் அக்கறை உங்களுக்கு. நீங்க இனி வீட்டைவிட்டு போறதோ இடைஞ்சல் பண்றதோ இருக்கக்கூடாது சொல்லிட்டேன்.

இந்திர்:
சரி... சரி...

இந்திர் வீட்டில் அவளிருக்கும் பகுதியை நோக்கி மெதுவாக நடக்கிறாள். தனது துணி மூட்டையை வராண்டாவில் போட்டுவிட்டு அதன் விளிம்பில் உட்கார்ந்து பெருமூச்செறிகிறாள்.

உடல் களைத்த நிலையில் தனது முகத்திலிருக்கும் வியர்வையைத் துடைத்துக் கொள்கிறாள்.

சர்போஜ்யா:
இதுநாள்வரை என்ன செஞ்சீங்க?

இந்திர்:
கொஞ்சம் மூச்சு வாங்கிக்கிறேன்.

திறந்த வயல்வெளியில் துர்கா தனியாக உட்கார்ந்து சுரும்பு தின்று கொண்டிருக்கிறாள். தொலைவில் அப்பு தாவிக் குதித்துக் கொண்டிருப்பதைப் பார்க்கிறாள். அங்கிருந்து வேகமாக நடக்கிறாள். அப்பு அவளைப் பின்தொடர்கிறான்.

இந்திர் இன்னும் வராண்டாவில் உட்கார்ந்து முகத்தைத் துடைத்துக் கொண்டிருக்கிறாள். சத்தமாக மூச்சுவிட்டுக் கொண்டிருக்கிறாள்.

சர்போஜ்யா:

தாக்குர் ஜி. தூங்கிட்டீங்களா?

இந்திர்:

கொஞ்சம் தண்ணி கொடுக்கிறயா?

சர்போஜ்யா:

ஏன் நீங்களே மோந்துக்க வேண்டியதுதானே... உங்க டம்ளர் உங்ககிட்டதானே இருக்கு.

சர்போஜ்யா அடுப்பங்கரை உள்ளே அமர்ந்து சாப்பிட்டுக் கொண்டிருக்கிறாள். வராண்டாவிற்கு வெளியில் பெரிய மண்பாத்திரம் இருக்கிறது. இந்திர் அடுப்பங்கரைக்குச் சிரமப்பட்டு வந்து சர்போஜ்யாவைப் பார்த்துப் புன்னகைக்கிறாள்.

சர்போஜ்யா திரும்பி மண்பாத்திரத்தின் மூடியைத் திறந்துவிட்டு திரும்பவும் சாப்பிடப் போகிறாள். இந்திரின் புன்னகை மாறுகிறது. அவள் அந்தப் பாத்திரத்தை நோக்கித் திரும்பிக் கொஞ்சம் தண்ணீர் குடித்துவிட்டு தலையில் கொஞ்சம் தண்ணீரைத் தெளித்துவிட்டு வெயிலில் நடக்கிறாள்.

அவளது தம்ளரில் மீதமிருக்கும் தண்ணீரை வராண்டாவிற்கு முன்னிருக்கும் செடியில் ஊற்றிவிட்டு தனது உடைமைகளை எடுத்துக் கொள்ளத் துவங்குகிறாள்.

அடுப்பங்கரையில் சர்போஜ்யா கதவுப் பக்கம் முதுகு காட்டி உட்கார்ந்திருகிறாள். தனக்கு முன்னால் வெறித்துப் பார்த்துக் கொண்டிருக்கிறாள். அவளுடைய முகம் கடுமையாகவும் நடப்பதைப் பொருட்படுத்தாத உணர்வுடனும் இருக்கிறது.

இந்திர் தனது வராண்டாவை கடைசியாக ஒருமுறை பார்த்துக் கொள்கிறாள். பிறகு கீழிறங்கி வாசலை நோக்கி நடக்கிறாள். இந்திர் கதவைக் கடந்து நடக்கிறாள். சர்போஜ்யா கிண்ணத்தைத் தனது வாயை நோக்கி உயர்த்துகிறாள்.

வெகுதொலைவில் வெள்ளை மலர்கள் பூத்திருக்கும் வயலில் தந்திக் நம்பிகள் உயரமாக வானை நோக்கி நின்றிருக்கும் வெளியில் துர்கா தனியே அலைகிறாள். அந்த மதியவேளைக் காற்றில் தந்தி வயர்களின் மெல்லிய ஒலி நிறைந்திருக்கிறது.

துர்கா மேலே பார்க்கிறாள். திரும்பவும் குனிகிறாள். அந்த வயர்களின் மெல்லிய அதிர்வொலியைக் கவனிக்கிறாள். பிறகு அந்த விநோதமான ஒலி எங்கிருந்து வருகிறது என்று தேடி நகர்கிறாள்.

தூரத்தில் அப்பு தேங்கியிருக்கும் தண்ணீருக்குள் நடந்து துர்காவை நோக்கி வருகிறான். அந்தத் தந்திக் கம்பியில் காதை வைத்து அதன் சத்தத்தைக் கேட்கிறாள். அப்பு அருகில் வந்ததும் அங்கிருந்து நகர்கிறாள்.

அப்புவும் அந்த சத்தத்தைக் கேட்கிறான். அவனும் மேலே பார்த்து, தந்திக் கம்பி நோக்கி நடந்து அதில் காதை வைத்து சத்தத்தைக் கேட்கிறான். பிறகு துர்காவுடன் ஓடுகிறான்.

உயரமான நாணல் புற்களுக்குள் மறைந்து துர்கா வயல்வெளிக்குள் ஓடுகிறாள். அந்த அடர்ந்த காட்டுக்குள் அப்பு தான் மட்டும் தனியே இருப்பதாக உணர்கிறான்.

அப்பு:

அக்கா...

காற்றில் பறந்துவரும் கரும்பு ஒன்று அப்புவின்மேல் படுகிறது. அவன் அதை எடுத்துக்கொண்டு துர்காவிடம் போகிறான். துர்கா உயரமாய் வளர்ந்த நாணலுக்குள் மறைந்து உட்கார்ந்திருக்கிறாள்.

அவளது சேலையில் ஒட்டியிருக்கும் ஒட்டுப்புற்களை எடுத்துக் கொண்டிருக்கிறாள்.

துர்கா:

உட்காரு (கோபத்துடன்) சாப்பிடு.

அப்பு கரும்பைக் கடிக்கிறான்.

அப்பு:

நாம எங்க இருக்கோம்?

துர்கா தலையை உயர்த்தாமல் யாருக்குத் தெரியும் என்பது போல கீழுதட்டைப் பிதுக்குகிறாள். அப்பு பெரிய மின்சாரக் கம்பிகளைப் பார்க்கிறான்.

அப்பு:

என்ன அது? அம்மாவுக்கு...

துர்கா உடனே அதற்கு விடையளிப்பது மாதிரி தனது கையை அப்புவின் வாயில்மேல் வைத்து அவனைப் பேசவிடாது செய்கிறாள். கூர்ந்து கவனித்து தனக்குத்தானே கூறுகிறாள். 'ரயில்' உடனே குதித்து வெயிலில் நின்று சுற்றிலும் பார்க்கிறார்கள்.

உடனே திரும்புகிறார்கள். ரயில் என்ஜினின் மேல்பகுதி மட்டும் தெரிகிறது. அது வெள்ளை மலர்களாலான பரப்பின்மேல் மேகத்திரள் போல புகைவிட்டுக் கொண்டே வருகிறது. அப்புவும் துர்காவும் வயல்களைக் கடந்து ஓடுகிறார்கள்.

ரயில் இன்னும் வெகுதொலைவில் இருக்கிறது. கரடுமுரடான நிலத்தில் துர்கா கால் தடுக்கி விழுந்து திரும்பவும் எழுகிறாள். ஆனால், அப்பு அவளைக் கடந்து வேகமாக ஓடுகிறான். ரயில் வரத் துவங்குவது தெரிகிறது. அப்பு அதை நோக்கி ஓடுகிறான்.

என்ஜின் வேகமாக வருகிறது. ரயிலின் சக்கரங்கள் அதிக சத்தத்துடன் வேகமாக உருள்கின்றன. அப்பு ஒரு கரையின்மேல் ஏறி நின்று அது கடந்து போவதைப் பார்க்கிறான். நீளமான ரயிலின் சாம்பல் நிறப் புகை வெள்ளை நிற மலர்களின்மேல் மிதந்து இறங்குகிறது.

அப்புவும் துர்காவும் மூங்கில் தோப்பு வழியாக வரும் பாதையில் வீடு திரும்புகிறார்கள். துர்கா கன்றுக்குட்டியைப் பிடித்திருக்கிறாள். அவர்களின் பாதையைவிட்டு விலகி மூங்கில் புதருக்கு அடியில் இந்திர் அமர்ந்து மூச்சுவிடத் திணறிக் கொண்டிருக்கிறாள்.

துர்கா, அப்புக்குக் கிச்சுகிச்சு மூட்டுகிறாள். இரண்டு குழந்தைகளும் மூங்கில் புதர்களின் சரிவில் சிரித்துக்கொண்டே இறங்குகிறார்கள். திரும்பவும் சரிவில் ஏறுகிறார்கள்.

அப்பு கன்றுக்குட்டியை மறந்துவிடாமல் திரும்பவும் சரிவில் இறங்கி அதை இழுத்துக்கெண்டு அதற்கு முன்னே செல்கிறான்.

சரிவில் நின்றுகொண்டு துர்கா திரும்பவும் சிரிக்கத் தொடங்குகிறாள். உடனே அப்புவைப் பார்த்துத் திரும்பி சைகை செய்துவிட்டு இன்னொரு பக்கமாக இறங்கி மெதுவாக இந்திரிடம் போகிறாள்.

இந்திர் தனது முழங்கால்களுக்கிடையில் தலை குனிந்திருக்கிறாள். குழந்தைகள் அவள் எழுவதற்காகக் காத்திருக்கின்றன. ஆனால், அவளிடம் அசைவே இல்லை.

துர்கா அவளின் முழங்காலின் மேல் கையை வைத்து உலுக்குகிறாள். அவள் கீழே சாய்கிறாள். அவளது தலை தரையில் சத்தத்துடன் முட்டுகிறது. உயிரற்ற அவளது உடல்மேல் சாய்ந்து துர்கா அழுகிறாள். பிறகு அவள் பயம் கலந்த அதிர்ச்சியில் திரும்புகிறாள்.

திடீரென இடித்ததில்... இந்திரின் டம்ளர் சரிவில் உருண்டு தேங்கியிருக்கும் தண்ணீருக்குள் விழுகிறது.

இந்திரின் உறைந்த முகத்தின்மேல் மாலைப்பொழுதின் பனி கவிகிறது.

இந்திரைச் சுமந்து செல்கிறார்கள்.

இந்திரின் தனித்த விராந்தையில் துர்கா தனது தம்பியுடன் உட்கார்ந்து கண்ணீரைத் துடைத்துக் கொள்கிறாள்.

இறுதிச் சடங்குகள் முடித்து வீட்டின் பின்னாலிருக்கும் குளக்கரையின் படிக்கட்டுகளில் அமர்ந்து ஹரிஹர் தண்ணீரையே வெறித்துப் பார்த்திருக்கிறார். சர்போஜ்யா அவருக்கு அருகில் மௌனமாக நிற்கிறாள். இந்திரின் பாடல் அந்த வீட்டின் மேல் மிதக்கிறது.

        இந்திரின் பாடல்:
இறைவனே... நாள் முடிந்து விட்டது...
மாலைப்பொழுதும் சாய்ந்துவிட்டது
நதியைக் கடந்து என்னை அழைத்துச்செல்
கடந்து சென்றதும் நீ என்னை வரவேற்பாய்
என்று அவர்கள் சொன்னார்கள்.
எனது பிரார்த்தனைகளை நான் உனக்கு அனுப்புகிறேன்
கொடுப்பதற்கு ஏதும் இல்லாதவர்களைக்கூட
நீ அழைத்துச் செல்வாய்.
இறைவனே... ஏழ்மையில் இறைஞ்சுபவன் நான்
எனது கைகளில் ஏதுமில்லை
உன்னுடன் என்னை அழைத்துச்செல்

10

இன்னொரு நாள். பயாஸ்கோப் காட்டுபவன் அந்தக் கிராமத்திற்கு வருகிறான். அவன் தன்னுடைய பயாஸ்கோப் பெட்டியுடன் நின்று மணியடித்துக்கொண்டு அதற்கான கட்டணத்தை ராகம் போட்டுச் சத்தமாகப் பாடிக் கொண்டிருக்கிறாள்.

குழந்தைகள் எல்லாத் திசையிலிருந்தும் ஓடி வருகிறார்கள். அப்புவும் துர்காவும் அவர்களுடைய சுவரின் துளையின் வழியே நுழைந்து வருகிறார்கள். பயாஸ்கோப்காரனை ஆர்வத்துடன் பார்க்கிறார்கள். காசு வைத்திருக்கும் குழந்தைகள் அவனைச் சுற்றி நிற்கிறார்கள்.

பயாஸ்கோப்காரன்:

வா...வா... வா...வா... டில்லி பாரு. டில்லியில் இருக்கும் குதுரப் பாரு. ஆக்ராவிலுள்ள தாஜ் பாரு கல்கத்தாவின் காளி பாரு.

ஹரிஹர் வெளியே எங்கேயோ போகத் தயாராகிறார். அவர் வராண்டாவில் உட்கார்ந்து கடைசி நேரத்தில் எல்லாவற்றையும் கட்டிக் கொண்டிருக்கிறார். சர்போஜ்யா அவரிடம் சிறிய கட்டு ஒன்றைத் தருகிறாள். ஹரிஹர் எழுகிறார்.

சர்போஜ்யா:

எப்ப திரும்ப வருவீங்க?

ஹரிஹர்:

இன்னும் ஏழு நாள் ஆகும். பிஷ்துபூருக்கு ஒருமுறை போலாம்னு நினைக்கிறேன். அது பெரிய ஊர். அங்க ஏதாவது மாத ஒப்பந்தம் கிடைச்சா நாம நிம்மதியா இருக்கலாம்.

ஹரிஹர் பக்கத்து அறைக்குப்போய் சுவரில் தொங்கும் குடையை எடுத்து வருகிறார். அந்த அறையைவிட்டு வெளியே வருவதற்கு

முன் அந்த வீட்டின் காவல் தெய்வமான கணேசரின் சிறிய சிலையை வணங்குகிறார்.

இப்போது சர்போஜ்யா தகரப் பெட்டியை அவரிடம் கொடுக்கிறாள். இன்னும் சிலவற்றை ஹரிஹர் தானே எடுத்துக் கொள்கிறார். முற்றத்தில் இறங்கி கதவை நோக்கி நடக்கும்போது சர்போஜ்யா நின்று மௌனமாகப் பார்த்துக் கொண்டிருக்கிறாள்.

ஹரிஹர்:
சரி நான் கிளம்புறேன்.

சர்போஜ்யா:
போய்ட்டு வாங்க.

பயணம் கிளம்புகிற ஹரிஹரைப் பார்க்கும்போது சர்போஜ்யாவின் மனதில் ஏதோ இனம்புரியாத விஷயங்கள் நிகழப்போவதான உணர்வு நிரம்பியிருக்கிறது. கவலையும் தனிமையும் சூழ தலை கவிழ்ந்து அவரது நலன் குறித்து மௌனமாகப் பிரார்த்திக்கிறாள்.

ஹரிஹர் சாலையில் நடக்கிறார். கோயில்களைக் கடக்கும்போது பக்தியுடன் தலை கவிழ்கிறார். துர்கா தொலைவில் தனது அப்பா வருவதைப் பார்க்கிறாள்.

துர்கா:
ஏய் அப்பு! இந்தா அப்பா. ஓடிப்போய் அவர்கிட்ட காசு வாங்கிட்டு வா.

ஹரிஹர் குனிந்து தனது மகள் சொல்வதைக் கேட்கிறார். அப்பு பயாஸ்கோப்காரனைக் காட்டுவதைச் சுவர் அருகில் நின்று துர்கா பதட்டத்துடன் பார்த்துக் கொண்டிருக்கிறாள். ஹரிஹர் அப்பு கேட்டதைக் கொடுத்ததும் துர்கா, சாலைக்கு ஓடிவந்து புன்னகைக்கிறாள்.

நடுவழியில் அப்புவைச் சந்திக்க ஓடுகிறாள். உலகின் அதிசயங்கள் நிறைந்த அந்த மாயப் பெட்டியின் சிறுதுளையின் வழியே பார்ப்பதற்காக இருவரும் அந்தப் பயாஸ்கோப்காரனை நோக்கி வேகமாக ஓடுகிறார்கள். ஹரிஹர் பார்ப்பதற்காகத் தனது குழந்தைகளை நிறுத்தி அன்பு ததும்பப் புன்னகைக்கிறார்.

பயாஸ்கோப்காரன்:
மதுரா கோயில் பாரு பாம்பே துறைமுகம் பாரு.

11

ஹரிஹர் போய் கொஞ்சம் நேரம் ஆகிவிட்டது. முற்றத்தில் துளசிமாடத்துக்குக் கீழே நாய் படுத்துத் தூங்குகிறது. அடுப்பங்கரை வராண்டாவில் வெண்கலத் தட்டில் சிலவற்றைப் போட்டு உலரவைக்கிறாள் சர்போஜ்யா.

ஊறுகாய் பாட்டில்கள் வெயிலில் வைக்கப்பட்டிருக்கின்றன. துர்கா ஒரு பூனைக்குட்டியைத் தனது கைகளில் தூக்கிக்கொண்டு படுக்கையறை வராண்டா நோக்கிப் போகிறாள்.

சர்போஜ்யா அடுப்பங்கரையில் உட்கார்ந்து வெண்கலத் தட்டில் இன்னும் பயறுகளைப் போட்டுப் பரத்திக் கொண்டு துர்காவை அழைக்கிறாள்.

சர்போஜ்யா:
துர்கா இங்க வா.

துர்கா:
அம்மா... நானும் இதைச் செய்யவா?

சரபோஜ்யா:
இதை அப்புறம் செய்யலாம். முதல்ல எனக்காக ஒண்ணு செய். (துர்காவிடம் சில நாணயங்களைத் தருகிறாள்) போய் கொஞ்சம் வெல்லம் வாங்கிட்டு வா. அப்புவுக்குப் பாயாசம் செய்யணும்.

துர்கா:
இப்பவே போகவா?

சர்போஜ்யா:
ஆமா... உடனே போ. தினம் அவன் பாயாசம் கேட்டுக் கிட்டே இருக்கான்.

துர்கா பூனைக்குட்டியை விட்டுவிட்டு அடுப்படியிலிருந்து போகிறாள். அப்பு புதர்கள் மற்றும் அடைசலான செடிகளுக்கிடையில் நடந்து கையில் அம்பு மற்றும் வில்லைப் பிடித்துக் கொண்டு ஒரு கையில் கடிதத்தைப் பிடித்து தலைக்குமேல் வீசிக் கொண்டு வீட்டுக்கு வரும் பாதையில் வருகிறான்.

அவன் குதித்து வேகமாக முற்றத்தில் ஓடுகிறான். சர்போஜ்யா அவனுக்குப் பின்னால் ஓடி வருகிறாள். ஆனாலும் அவனைக் கவனிக்க மறுத்து ஓடுகிறான்.

அப்பு:
லெட்டர்... லெட்டர் லெட்டர் லெட்டர் லெட்டர் லெட்டர்.

சர்போஜ்யா:
யாரோட லெட்டர் அப்பு? நான் பாக்குறேன் அப்பு... நான் பாக்குறேன்.

அப்பு துளசி மாடத்தின் கீழே கடிதத்தை வீசியெறிகிறான். அது ஓர் அஞ்சலட்டை சம்பிரதாயமாக ஹரிஹர் எழுதியிருக்கிறார். சர்போஜ்யா அந்தக் கடிதத்தை வாசிக்கத் துவங்குகிறாள்.

ஹரிஹரின் குரலில்:
நான் நேற்று தாஷ்கரா வந்து சேர்ந்தேன். மகேஷ் பிஸ்வாஸைச் சந்தித்துப் பேசினேன். அந்தத் துரதிர்ஷ்டமான மனிதர் போன மஹாஷ்டமி நாளில் தனது இரண்டு குழந்தைகளைப் பறிகொடுத்திருக்கிறார்.

இந்தச் சூழ்நிலையில் உபநயனச் சடங்கு பற்றிப் பேசுவது உகந்ததல்ல என்று கருதினேன். இன்று பிஷ்னாபூர் போகிறேன். கவலைப்படாதே. நமது வீட்டைச் சரிசெய்வதற்கான பணத்துடன் விரைவில் வருகிறேன்.

கவலைப்படாதே. எப்படியோ கடவுள் விதித்தது நமக்கு நல்லதாகவே இருக்கும். துர்காவுக்கும் அப்புவுக்கும் என் ஆசீர்வாதமும் அன்பும்.

ஒரு சாமியார் அந்த வீட்டின் சுவர்களை ஒட்டி நடந்து வருகிறார்.

சாமியார்:
(பாடுகிறார்) தாராளமானவரே என்மீது இரக்கம் கொள்ளுங்கள். அன்னையின் ஆசிர்வதிக்கப்பட்ட பாதங்களை என்னால் சென்றடைய முடிந்தால்... அதனை என் இதயக் கமலத்தில் வைத்து... அம்மா... ஏதாச்சும் கொடுங்க தாயே...

அவன் திறந்த கதவருகே வருகிறான். வராண்டாவின் படிகளில் சர்போஜ்யா கவலை தோய்ந்து உட்கார்ந்திருக்கிறாள். அந்தக் கடிதம் ஏன் அம்மாவை வருத்தப்படுத்தியது என்று தெரியாமல் அப்பு அவளருகில் நின்றிருக்கிறான்.

தன் நினைவுகளில் மூழ்கியிருக்கும் சர்போஜ்யா சாமியாரின் குரலைக் கேட்காதிருக்கிறாள். திரும்பவும் அவன் அழைத்ததும் துர்கா கதவருகில் வந்து அவருக்குக் கொஞ்சம் அரிசி கொடுக்கிறாள்.

சாமியார்:
சின்னத் தாயே... ஒரு அரசனை நீ மணமுடிக்க ஆசிர்வதிக்கிறேன்.

12

இரவில் குழந்தைகள் தூங்கியதும் பயத்துடன் சர்போஜ்யா விழித்திருக்கிறாள். அவள் குழந்தைகள் தூங்குகிற பக்கம் திரும்பி அப்புவை முத்தமிடுகிறாள். போர்வையை நன்றாகப் போர்த்தி விடுகிறாள்.

பிறகு விளக்கை எடுத்துக்கொண்டு இன்னொரு அறைக்குப் போய் அதைத் தரையில் வைக்கிறாள். பிறகு பெரிய பெட்டியில் இருந்து பழைய வெண்கலப் பாத்திரங்களை எடுக்கிறாள்.

அவை தட்டுக்கள், தம்ளர்கள், கிண்ணங்கள். ஒரு தட்டில் தாமரை பொறிக்கப்பட்டு சந்தோஷமாயிருங்கள் என்கிற வாசகம் பொறிக்கப்பட்டிருக்கிறது.

மறுநாள் காலை. தனது தோளைச்சுற்றி முந்தானையைப் போர்த்திக் கொண்டு பாத்திரங்களை எடுத்துக்கொண்டு வீட்டை விட்டுக் கிளம்புகிறாள் சர்போஜ்யா.

இப்பொழுது சர்போஜ்யா அதே பாதையில் திரும்பி வருகிறாள். காலைப் பனி விலகிவிட்டது. சர்போஜ்யா இன்னும் சில நாட்களுக்கான அரிசியை வீட்டுக்குக் கொண்டு வருகிறாள்.

13

ராணுவுக்குத் திருமணம் நடக்கிறது. அந்த நிகழ்வை பெரிய விழா போல, வசதியுள்ள முகர்ஜிகள் நடத்துகிறார்கள். நகரத்திலிருந்து வந்த பேண்டு வாத்தியக் குழுவினர் சத்தம் எழுப்புகிறார்கள்.

கிராமத்துக் குழந்தைகள் வெறிக்கும் வண்ணத்தில் உடையணிந்த இசைஞர்களை ஆர்வத்துடன் பார்க்கின்றனர். அந்தக் கூட்டத்தை விலக்கிக்கொண்டு வரும் புரோகிதர் பேண்டு வாத்தியங்களை, அதனை வாசிப்பவர்களை நெருங்கிப் பார்த்து முகம் சுளிக்கிறார்.

அப்பு கூட்டத்தை நெருக்கியடித்துக்கொண்டு முன் வரிசைக்கு வருகிறான். அந்தச் சத்தமான இசையை ரசிப்பதுபோல பாடி மஜீம்தார் தலையசைக்கிறார்.

இசையின் தாளத்துக்குத் தகுந்தமாதிரி தலையசைக்கிற அவர் அருகிலிருக்கும் தனது நண்பரின் காதில் ஏதோ கிசுகிசுக்கிறார். சத்தம் அதிகமாக இருப்பதால் அவர் சொல்வதைப் புரிந்துகொள்ள கொஞ்சம் நேரமாகிறது.

அதைக் கவனித்துத் தலையசைக்கிற இன்னொருவரை அவரது நண்பர் திரும்பிப் பார்க்கிறார்.

முகர்ஜியின் வீட்டினுள்ளே கிராமத்துப் பெண்கள் திருமண விருந்திற்கான ஏற்பாடுகளைச் செய்து கொண்டிருக்கிறார்கள். சேஜா-தாக்கரனின் மேற்பார்வையின் கீழ் பெண்கள் ஏராளமான மீன்களையும், காய்கறிகளையும் நறுக்கிக் கொண்டிருக்கிறார்கள்.

அவர்களுக்கு நடுவில் ஒரு பக்கத்தில் சர்போஜ்யாவும் உட்கார்ந்து முக்காடிட்டுக் கொண்டு வேலை செய்து கொண்டிருக்கிறார்கள். இன்னொரு அறையில் ரானுவை அலங்கரித்துக் கொண்டிருக்கிறார்கள்.

ஒரு பெண் ரானுவின் பாதத்தில் மருதாணி கொண்டு வரைந்து கொண்டிருக்கிறாள். துர்காவும் அவளது தோழிகளும் அறைக்குள் நின்று ரானுவைப் பார்த்துப் புன்னகைத்துக் கொண்டிருக்கிறார்கள்.

துர்கா சற்றே வயதுகூடியதைப்போல் தோற்றமளிக்கிறாள். அவளது மையெழுதிய கண்களில் ஏக்கம் தொனிக்கிறது. தலைமுடியை நன்றாகப் படியவாரி நெற்றியில் குங்குமம் வைத்திருக்கிறாள்.

திருமணச் சடங்கில் ரானு மணமகளுக்குரிய உடையை அணிந்திருக்கிறாள். அவளது முகத்தில் சந்தனம் பூசி அலங்கரித்திருக்கிறார்கள்.

புரோகிதர் அவளது கையை எடுத்து மணமகளின் கைமேல் வைத்து வேதங்களிலிருந்து மந்திரங்களை உச்சாடனம் செய்கிறார். துர்கா உட்கார்ந்து திருமணச் சடங்குகளைப் பார்க்கிறாள். அவள் தலைமுடியின் சில இழைகள் முகத்தில் விழுகின்றன.

அவளது கண்களில் கண்ணீர் தளும்பி நிற்கிறது. புரோகிதர் மணமக்களின் கையில் மாலையைக் கொடுக்கிறார்.

14

ஹரிஹர் தனது நல்வாழ்வைத் தேடிப்போய் பல நாட்களாகிவிட்டன. பல மாதங்கள் கழிந்துவிட்டன. சர்போஜ்யாவின் வீட்டில் நில்மோனியாவின் மனைவி அடுப்பங்கரைக்குள் காலிப்பானைகளைப் பார்த்து அவநம்பிக்கையுடன் தலையாட்டுகிறாள்.

சர்போஜ்யா வராண்டாவின் வெளியே அமர்ந்து விம்மி அழுது கொண்டிருக்கிறாள். அவள் தனது சகல நம்பிக்கைகளையும், தனது உறுதியையும் இழந்தவளாக இருக்கிறாள்.

நில்மோனியின் மனைவி:
என்ன செய்யறோம்னு நீ நெனச்சிட்டிருக்க? எத்தனை நாளை இப்படியே கடத்திட்டிருப்ப? தினம் நாம சந்திக்கிறோம். ஒரு தடவையாவது என்கிட்ட சொல்லியிருக்கியா? நாம என்ன அந்நியர்களா?

சர்போஜ்யா:
நான் என்ன செய்யறது? ஒவ்வொரு நாளும் அவர்கிட்ட இருந்து எதாவது செய்தி வருமான்னு யோசிச்சிட்டிருக்கேன்.

இதுக்கு முன்னாடி இப்படி நடந்ததே இல்லை. அஞ்சு மாசம் ஆச்சு. ஒரு கடுதாசி இல்ல. ஒரு வார்த்தை இல்ல.

நில்மோனியின் மனைவி:
நான் துர்காவை கூட்டிட்டுப் போயி இன்னிக்குத் தேவையானதைக் கொடுத்துவிடறேன். இந்தா இதை வச்சுக்க (பணத்தை எடுக்கிறாள்) வச்சுக்க... குழந்தை மாதிரிப் பண்ணாத.

சர்போஜ்யா:
என்னால முடியல.

நில்மோனியின் மனைவி:

பின்ன. நான் இங்கயிருந்து போயிடுவேன். (சர்போஜ்யா அவளைப் பிடித்து இழுக்கிறாள்)

சர்போஜ்யா:

என்னால முடியலக்கா... நான் உங்களக் கெஞ்சிக் கேட்டுக்கிறேன். என் கல்யாணத்துக்குக் கொடுத்த வெண்கலப் பாத்திரமெல்லாம் இன்னும் இருக்கு.

நில்மோனியின் மனைவி போனதும் சர்போஜ்யா தனது கைகளில் முகம் புதைத்து இன்னொருமுறை அழுகிறாள். அப்புவின் மகிழ்ச்சியான குரல் தொலைவில் கேட்டதும் தனது கண்ணீரைத் துடைத்துவிட்டு தலை நிமிர்ந்து பார்க்கிறாள்.

வீட்டிற்கு முன்னாலிருக்கும் பாதையில் லெட்டரைத் தலைக்கு மேலே தூக்கிப் பிடித்துக்கொண்டு அப்பு ஓடி வருகிறான். சர்போஜ்யா தனது கண்களைத் துடைத்துக்கொண்டு அடுப்பங்கரை வராண்டாவிலிருந்து இறங்கி வருகிறாள்.

அப்பு வீட்டுக்குள் நுழைந்து முற்றத்தைச் சுற்றி ஓடத் துவங்குகிறான்.

அப்பு:

லெட்டர் லெட்டர் லெட்டர் லெட்டர் லெட்டர்...

சர்போஜ்யா:

அப்பு...

அப்பு:

(சத்தமாக வாசிக்கிறான்) ஸ்ரீமதி சர்போஜ்யா தேவி..!

சர்போஜ்யா அவனிடமிருந்து கடிதத்தைப் பிடுங்கி வாசிக்கத் துவங்குகிறாள்.

ஹரிஹரின் குரலில்:

நான்கு மாதமாக உனக்கு எழுதமுடியவில்லை. நீ கவலைப்பட்டிருப்பாய். எப்படியோ ஒரு நல்ல செய்தி. கடைசியில் நான் பணம் சம்பாதிப்பதன் அவசியத்தை அறிந்துகொண்டேன்.

வீட்டிற்கு விரைவில் வருகிறேன். அதிர்ஷ்டம் நமக்குக் கடைசியில்தான் அடித்திருக்கிறது. கடவுள்

என்ன விதித்திருந்தாலும் அது நமக்கு நன்மை தருவதற்காகத்தான்.

சர்போஜ்யாவின் முகத்திலிருந்த கவலை மறைந்து அவள் தன் மகனைப் பார்த்துப் புன்னகைக்கிறாள்.

இதமான காற்றில் குளத்து நீரில் சிற்றலைகள் பரவுகின்றன. அல்லி மலரின் பரந்த இலைகள் மெதுவாக அசைகின்றன.

நீர்ப்பூச்சிகள் நீர்ப்பரப்பின்மேல் ஊர்ந்து கோடிட்டுச் செல்கின்றன. மலரை, இலையை, உடைந்த மரத்தின் கிளையை வேகமாக கடந்து செல்கின்றன. நீர் வளையங்கள் அகலமாக விரிந்து செல்கின்றன.

சர்போஜ்யாவின் வீட்டு முற்றத்தில், மதிய வேளையில் நாய் பூனைக்குட்டியுடன் விளையாடுகிறது.

சர்போஜ்யா படுக்கையறைக்கு முன்னிருக்கும் வராண்டாவில் படுத்து கண்களை மூடி பனை விசிறியால் தனக்குத்தானே விசிறிக் கொண்டிருக்கிறாள்.

துர்கா, சிறிய கண்ணாடி முன் நின்று தன் கண்களுக்கு மை தீட்டுகிறாள். நெற்றியில் பொட்டிட்டுக் கொள்கிறாள்.

புனித நீராடும் திருவிழா. துர்கா சீக்கிரமே குளித்து சுத்தமான உடையணிந்திருக்கிறாள். அவள் தோளின்மேல் ஈரமான கூந்தல் படிந்திருக்கிறது.

சிறிய வெண்கலப் பானையுடன் சில மலர்களையும், செடியையும் ஏந்திக்கொண்டு துர்கா முற்றத்திலிருந்து இறங்கி, மாட்டுக் கொட்டத்தைக் கடந்து சுவர் ஓரத்தில் உள்ள அவளுக்குப் பிடித்த மூலைக்குச் செல்கிறாள்.

அங்கே ஏற்கெனவே சிறிய குழி தோண்டி வைத்திருக்கிறாள். மழைக் காற்று வீசுகிறது. தொலைவில் இடி இடிக்கிற சத்தம் கேட்கிறது. துர்கா தனது செடியை ஊன்றி, கையிலிருக்கும் மலர்களை அதனருகில் போட்டுவிட்டு தனது பிரார்த்தனையைத் துவங்குகிறாள்.

துர்கா:

புனிதமான குளமே... மற்றும் பூமாலையே... மதிய வேளைச் சூரியனின் கீழிருந்து தனது பிரார்த்தனைகளை

அனுப்புவது யார்? புனிதமான கன்னி லீலாவதி. நானும் தம்பியும் ஆசீர்வதிக்கப்பட வேண்டும்.

இடி இடித்துக் கொண்டிருக்கும் வானத்தின் கீழே அப்பு நடந்து வந்து கொண்டிருக்கிறான். உயர்ந்த பனைமரங்கள் காற்றில் அலைகின்றன. தூரத்து வயல்வெளிகளில் மனிதர்கள் ஒதுங்க இடம் தேடி ஓடுகிறார்கள்.

வானம் இருண்டு இடி இடிக்கத் துவங்கியதும் அப்பு ஓடத் துவங்குகிறான். துர்காவுக்கும் இடி இடிப்பது கேட்கிறது. அவள் தனது பிரார்த்தனையை வேகமாகச் சொல்கிறாள். காற்று பலமாக அடிக்கத் துவங்குகிறது. மரத்தின் கிளைகள் வளைந்து நிமிர்கின்றன.

வயல்வெளிகளில் பெய்யத் துவங்கும் மழை இனிய மண்வாசனையைக் கொண்டு வருகிறது.

துர்கா:
எனது கணவரையும் மகனையும் நான் உன்னிடம் தருவேன். புனித கங்கையின் நீர் என்னைச் சூழட்டும். பார்வதி... உன்னை வேண்டுகிறேன். தினம் எனக்கு நல்லறிவு தா...

குழியில் நீரூற்றிவிட்டு வேகமாக வணங்கிவிட்டு ஓடுகிறாள்.

துர்கா வீட்டைவிட்டு ஓடும்போது கதவு திறந்த சத்தம் கேட்டு சர்போஜ்யா விழிக்கிறாள்.

சர்போஜ்யா:
துர்கா...

அப்பு வீட்டின் பக்கத்தில் வந்து சன்னலின் வழியே தனது புத்தகப் பை மற்றும் சிலேட்டை படுக்கையின் மேல் வீசியெறிகிறான். காற்று சூறாவளிபோல வீசுகிறது.

அப்பு திரும்பவும் வயல்வெளி நோக்கி ஓடுகிறான். குளத்தில் முளைத்திருக்கும் நீர் அல்லிகளின் மேல் வீசும் காற்றில் அதன் இலைகள் சுருள்கின்றன. சர்போஜ்யா கொடியில் உலர்த்திய துணிகளை எடுத்து கதவுப்பக்கம் கவலையுடன் பார்க்கிறாள்.

சர்போஜ்யா:

துர்கா.

ஆனால், துர்காவும் அப்புவும் பரந்த வயல்வெளிகளில், தூரத்தில் ஓடிக் கொண்டிருக்கிறார்கள். மழை மேகங்கள் தாழ மிதக்கின்றன. இடி பயங்கரமாக இடிக்கிறது.

சக்கரவர்த்தியின் மின்னும் வழுக்கைத் தலையில் மழையின் முதல் துளி விழுகிறது. அவர் ஒரு கையில் தூண்டிலைப் பிடித்துக் கொண்டு இன்னொரு கையால் குடையைத் தலைக்குமேல் விரிக்கிறார். குளத்துநீரின் மேல் மழைத்துளிகள் பட்டுத் தெறிக்கின்றன.

மழை வலுத்துப் பெய்யத் துவங்குகிறது. தனது மெலிந்த உடலின் குறுக்கே கைகளைக் கட்டிக்கொண்டு அப்பு ஒதுங்க இடம் தேடி ஓடுகிறான். வயல்வெளியின் நடுவில் தனித்து நிற்கும் மரம் தனது கிளைகளைப் பரப்பியிருக்கிறது.

அப்பு அதன் தாழ்ந்த கிளையின் கீழ் ஓடிப்போய் நிற்கிறான். உடல் நடுங்கிக்கொண்டே துர்காவை அழைக்கிறான். மழையின் சத்தத்தில் அவன் குரல் தேய்ந்து ஒலிக்கிறது.

கிராமத்தின் குழிகளும் குளங்களும் மழை நீரால் வேகமாக நிரம்புகின்றன. சர்போஜ்யாவின் வீட்டைச் சுற்றி அங்கங்கே தண்ணீர் தேங்கி நிற்கிறது. மழையில் நனைந்து ஓடி வரும் நாய் வீட்டிற்குள் நடுங்கிக் கொண்டே வருகிறது.

அது வராண்டாவில் ஏறி நின்று ஈரம் போவதற்காக உடல் சிலுப்புகிறது.

அப்பு மரத்தனடியில் நின்று குளிரில் நடுங்கிக்கொண்டே துர்காவை அழைக்கிறான். ஆனால், துர்கா உத்வேகத்தோடு காற்றுடனும் மழையுடனும் சேர்ந்து தலைகுனிந்து அவளது கூந்தல் முன்னால் விழ சுழன்று சுழன்று ஆடுகிறாள்.

தலையை நிமிர்த்தி கண்களை மூடி தனது மேல் பெய்கிற மழையின் அமைதியான பேரானந்தத்தை அனுபவிக்கிறாள். குளிரிலும் ஈரத்திலும் தன்னைத் தானே கட்டிக்கொண்டிருக்கிற அப்பு தனது அக்காவைப் பார்க்கிறான்.

அவள் நாக்கை வெளியில் நீட்டிக்கொண்டு தலையை ஆட்டிக்கொண்டே ஆடுவதைப் பார்த்து குளிரில் நடுங்கும் பற்களுடன் புன்னகைக்கிறான். கிழக்கிலிருந்து வீசும் காற்று மரத்தின் கீழ் சாரலையும் கிளையிலிருக்கிற மழைத்துளிகளையும் பெய்ய வைப்பதால் அப்புவின் புன்னகை நடுங்குகிறது.

கூந்தல் விரித்து தலை குனிந்து வட்டாட்டம் போடுகிற துர்காவின் ஆட்டம் நிற்குமா என்பதுபோல் பார்க்கிறான். மழையும் காற்றும் உக்கிரம் கொண்டு சத்தத்துடன் வலுத்துப் பெய்கின்றன. இப்பொழுது துர்கா வயல்வெளிகளில் ஆடுகிறாள்.

மழை பெரிய துளிகளுடன் அவள் மீது பெய்கின்றது. தொடர்ந்து பெய்யும் மழையின் சத்தத்தினால் அவள் தனது இரண்டு கைகளால் காதுகளைப் பொத்திக் கொள்கிறாள்.

அப்புவை நோக்கி ஓடிவந்து அவனை அருகில் இழுத்து தனது நனைந்த சேலையின் முந்தானையால் அவனைப் போர்த்துகிறாள். இடியுடன் மழையின் சத்தமும் கலந்து ஒலிக்கிறது. அப்பு தனது காதுகளை மூடிக்கொள்கிறான்.

துர்கா மழை போதுமென்று நினைக்கிறாள். எனவே, மழையை மந்திரம் மூலம் துரத்துகிற பழைய பாடலைப் பாடத்துவங்குகிறாள்.

துர்கா:

எலுமிச்சம் இலையையும் கரம்சா பழத்தையும் கொண்டு
மழையே நீ போ...

கொட்டும் மழையில் குளம் நிரம்பி நீர் வீட்டை நோக்கி வர அதைக் கடந்து பெரிய மரவள்ளி இலையைக் கையில் வைத்துக் கொண்டு சர்போஜ்யா நடந்து வருகிறாள்.

புயலில், மரத்திலிருந்து தேங்காய் தரையில் விழுந்து கிடக்கிறது. யாரும் அருகில் இருக்கிறார்களா என்று பார்த்த சர்போஜ்யா தேங்காயை எடுத்துக் கொண்டு வேகமாக வீட்டிற்குள் வருகிறாள்.

மரத்தின் இலைகள் மழையடிக்கிறது. காற்று இரைசல் சத்தத்துடன் குழந்தைகளைச் சுற்றி வீசுகிறது. துர்கா தனது தம்பியைக் கட்டிக்கொண்டு மழை உடனே நிற்பதற்கான அந்தப் பாடலை மிகுந்த நம்பிக்கையுடன் பாடுகிறாள்.

15

துர்கா காய்ச்சலுடன் படுத்திருக்கிறாள். கிராமத்து வைத்தியர், மெலிந்த வயதான மனிதர், ஸ்டெத்தாஸ் கோப் வைத்து ஆழ்ந்து கவனித்துப் பார்க்கிறார்.

வைத்தியர்:

கண்ணு... நாக்கைக் காட்டு...

துர்கா நாக்கை நீட்டுகிறாள். படுக்கையின் ஓரத்தில் அமர்ந்திருக்கும் அப்புவைப் பார்த்துப் புன்னகைக்கிறாள். படுக்கைக்கு அருகில் நில்மோனியாவின் மனைவியுடன் சர்போஜ்யாவும் முக்காடிட்டுக் கொண்டு கவலையுடன் நிற்கிறாள்.

நில்மோனி சற்றே பருமனான நல்ல மனமுள்ள மனிதர், சால்வை போர்த்திக்கொண்டு கையில் குடையுடன் அந்த அறையின் கதவோரம் நிற்கிறார்.

நில்மோனி:

ஹரிகிட்ட இருந்து ஏதாச்சும் செய்தி வந்துச்சாம்மா?

சர்போஜ்யா:

எழுதியிருந்தார். இந்த மாசம் வர்ரார்...

நில்மோனி:

ஏன் இவ்வளவு நாள் வெளியூர் போனாருன்னு எனக்குத் தெரியல.

வைத்தியர்:

(பெண்ணிடம்) பனங்கல்கண்டு வீட்ல இருக்கா?

நில்மோனியின் மனைவி:

(அமைதியாக நிற்கும் சர்போஜயாவிடம்) உன்கிட்ட இல்லைன்னா நான் கொஞ்சம் கொடுத்துவிடறேன். அப்புவை என்கூட அனுப்பு.

வைத்தியர்:

கொஞ்சம் பனங்கல்கண்டு கொடுங்க. காய்ச்சல் அதிகமாச்சுன்னா ஒரு ஈரத்துணியை அவ நெத்தியில வைங்க. (துர்காவிடம்) கண்ணு கவலைப்படறது மாதிரி ஒண்ணுமில்ல.

(பெண்ணிடம்) குளிர் வந்திராம பாத்துக்கங்க... வாங்க நில்மோனி போகலாம்.

பெரியவர்கள் அறையைவிட்டுப் போனதும், அப்பு சன்னலோரம் தனது அக்காவின் அருகில் வந்து உட்கார்கிறான். துர்கா அவனைப் பார்த்துப் புன்னகைக்கிறாள். அறைக்கு வெளியே நடந்துகொண்டே நில்மோனி வைத்தியரிடம் பேசுவது கேட்கிறது.

நில்மோனி:

எப்படியிருக்கா டாக்டர்?

துர்கா:

யேய்... கவனி...

அப்பு:

என்னது.

துர்கா:

எனக்குக் குணமானதும் நாம போய் ட்ரெயினை மறுபடியும் பார்ப்போம். சரியா?

அப்பு:

(புன்னகையுடன்) சரி...

இன்னொருநாள். இனிப்பு விற்பவன் அந்த வீட்டைக் கடந்து செல்கிறான். அவனது மணி ஒலி கேட்கிறது. துர்கா இன்னும் படுக்கையிலேயே இருக்கிறாள். மணிச்சத்தம் கேட்டுத் திரும்பி ஏக்கத்துடன் பார்க்கிறாள்.

இரவு. சர்போஜ்யா அமர்ந்து துர்காவின் நெற்றியில் ஈரத்துணியை வைக்கிறாள். மண் விளக்கின் மங்கிய ஒளியில் சர்போஜ்யா களைத்துப் போய் தூக்கக் கலக்கத்துடன் இருக்கிறாள். அப்பு சன்னலோரம் துர்காவிற்கு அருகில் தூங்குகிறான்.

வீட்டுக்கு வெளியே மழைக்காற்று மெதுவாக வீசத் துவங்கி பலத்த காற்றாக மாறுகிறது. சர்போஜ்யா துர்காவின் பின்னால் உட்கார்ந்துகொண்டே தூங்குகிறாள். காற்று வீட்டின்மேல் வீசி அந்த அறையின் கதவு கிறீச்சிட்டுத் திறக்கிறது.

சர்போஜ்யா திடுக்கிட்டு விழிக்கிறாள். சன்னல்களைப் பார்க்கிறாள். சன்னல் சட்டங்களில் எல்லாம் வெறும் சாக்குத் துணியே அறையப்பட்டிருக்கிறது. ஆக்ரோஷமாக வீசும் காற்று சன்னல் திரைகளை அதனைக் கட்டியிருக்கும் கயிறுகளை மீறி உட்புறமாக உப்ப வைக்கிறது.

இரவு மெதுவாகக் கடக்கிறது. புயலின் உக்கிரம் அதிகரிக்கிறது. திடீரென வலுத்து வீசும் காற்றில் வீட்டின் விரிசல்கள் மற்றும் திறப்புகளின் வழியே சாரல் அடிக்கிறது.

துர்கா ஓய்வில்லாமல் புரண்டு புரண்டு படுக்கிறாள். காற்று அடிக்கும்போதெல்லாம் கதவு ஆடுகிறது. அதன் கீல் உடையத் தயாராக இருக்கிறது.

மழை மேலும் மேலும் வலுத்துப் பெய்கிறது. மின்னலடிக்கிறது. புயல்காற்று வீட்டின் சுவர்களில் மோதுகிறது.

மினுங்கும் விளக்கொளியில் அந்த வீட்டின் காவல் தெய்வமான கணேசரின் சிறிய உருவம் நிலையில்லாமல் சுவர்களில் அசைகிறது.

ஒரு சன்னல் திரை சட்டத்திலிருந்து விடுபட்டு தண்ணீர் தெறிக்கிறது. சர்போஜ்யா படுக்கையின்மேல் முழங்காலிட்டு சன்னல்திரையை திரும்பவும் கட்டுகிறாள்.

கடைசியாகக் கதவின்கீல் திறந்து விடுகிறது.

வீசும் காற்றில் சர்போஜ்யா பெரிய தகரப்பெட்டியைக் கதவுக்குப் பின்னால் வைக்கிறாள்.

துர்கா விழிக்கிறாள். பயந்துகொண்டே படுக்கையில் இங்கும் அங்கும் புரள்கிறாள். அவளைச் சுற்றி அலையைப் போல் வீசும்

காற்றின் ஒலியால் அவள் தனது காதுகளைப் பொத்திக்கொண்டு அம்மாவைப் பார்த்து அழுகிறாள். அப்பு நன்றாகத் தூங்குகிறான்.

சர்போஜ்யா படுக்கையின் முன்னால் குனிந்து அப்புவை ஒரு போர்வையால் மூடுகிறாள். துர்கா அம்மாவை நோக்கிக் கைகளை நீட்டுகிறாள்.

யார் உதவியும் இல்லாமல், என்ன செய்வதென்று அறியாமல் சர்போஜ்யா குனிந்து துர்காவின் முஜித்தருகே தனது முகத்தை வைத்து இறுக அணைத்துக்கொண்டு ஆறுதலான வார்த்தைகளை முணுமுணுக்கிறாள். புயலின் சத்தத்தில் அவளது குரல் மௌனிக்கிறது.

தொடரும் மின்னல்களில் சுவரின்மேல் கணேசர் கடுமையாக அசைகிறார்.

இரவு கடக்கிறது. புயலும் தணிகிறது. அந்தச் சாம்பல் நிறமான காலையில் அப்பு நில்மோனியின் வீட்டுக் கதவைத் தட்டுகிறான்.

நில்மோனியின் மனைவி:
(கதவைத் திறக்கிறாள்) வா... என்ன விஷயம்?

அப்பு:
அக்காவுக்கு முடியல. அம்மா உங்கள் கூட்டிட்டு வரச் சொன்னாங்க.

நில்மோனியின் மனைவி:
ஓ... அப்படியா! பினு... முற்றத்தைப் பெருக்கிறியா? ஒரு நிமிஷத்தில வந்திடறேன் (அப்புவிடம்) வா போகலாம்.

புயல் தனது அடையாளங்களை அந்த வீட்டின்மேல் விட்டுச் சென்றிருக்கிறது. அடுப்படியின் கூரை இடிந்துவிட்டது. உட்காரும் பலகை, அடுப்பு, பாத்திரங்கள், ஓர் இறந்த தவளை எல்லாம் வானம் பார்த்துக் கிடக்கின்றன.

நில்மோனியின் மனைவியும் அப்புவும் முற்றத்தில் தேங்கியிருக்கும் நீரில் மெதுவாக நடந்து வருகிறார்கள். மாட்டுக் கொட்டத்தின் கூரையும் இடிந்துவிட்டது. சர்போஜ்யாவின் வராண்டா ஒரு பகுதி சுத்தமாக இடிந்துபோய் விட்டது.

அறையின் உள்ளே சர்போஜ்யா தலைவிரி கோலமாய் உறைந்து போய் எதிரில் உள்ளதை வெறித்துப் பார்த்தபடி உட்கார்ந்திருக்கிறாள். இறந்த துர்காவின் தலையை மடியில் வைத்திருக்கிறாள்.

உறைந்த சர்போஜ்யாவைப் பார்த்ததும் நில்மோனியின் மனைவி அப்புவின் மீது ஆறுதலாகச் சாய்கிறாள். அவனை நயந்து அறைக்கு வெளியே அனுப்புகிறாள்.

நில்மோனியின் மனைவி:
கண்ணு... போய் உங்க மாமாவைக் கூட்டிட்டு வாங்க.
அத்தை வரச் சொன்னாங்கன்னு சொல்லுப்பா.

அப்பு:
அக்கா தூங்குறாளா?

நில்மோனியின் மனைவி:
ஆமா... போ... கண்ணு... நல்ல பிள்ளைல...

நில்மோனியின் மனைவி துர்காவின் கையைப் பிடித்துப் பார்க்கிறாள். நாடித் துடிப்பில்லை. பகலின் வெளிச்சத்திலும் கவனிக்கப்படாது மண்விளக்கு இன்னும் எரிந்துகொண்டிருக்கிறது. நில்மோனியின் மனைவி சர்போஜ்யாவை மௌனமாகப் பார்க்கிறாள்.

சற்று முன்னால் வந்து அவள் முன்னால் அமர்கிறாள். சர்போஜ்யாவின் தலையைத் தன் தோள்மேல் சாய்த்துக் கொண்டு அவளது மௌனமானப் சோகத்தை பகிர்ந்துகொள்ளும் விதமாக அவளது கூந்தலை வாஞ்சையுடன் வருடுகிறாள்.

16

அப்பு குளத்தின் முன்னால் நின்று பல் துலக்கிக் கொண்டிருக்கிறான். தொலைவில் பார்த்துக்கொண்டு தனது விரலால் துலக்கிக் கொண்டிருந்தவன் திடீரென நிறுத்தி தொலைவை வெறித்துப் பார்க்கிறான்.

கிணற்றில் சர்போஜ்யா தலை வாராத கூந்தலுடன் கிழிந்த சேலையுடன் தனது வாளியில் நீர் ஊற்றிக் கொண்டிருக்கிறாள்.

அப்பு குளத்தில் முங்கி எழுந்து முற்றத்திற்குள் வருகிறான். புயல் வந்துபோன தடயங்களுடன் அந்த வீடு அப்படியே இடிபாடுகளுடன் இருக்கிறது. முற்றத்தில் கிடக்கும் சேற்றில் உடைந்த கிளைகளும் இலைகளும் கூரைச் சட்டங்களும் மட்கிக் கிடக்கின்றன.

ஒரு சால்வையைப் போர்த்திக்கொண்டு வெளியே வருகிறான். வராண்டாவிலிருந்து காலியான எண்ணெய் பாட்டிலை எடுத்துக் கொண்டு படிகளில் இறங்கி முற்றத்திற்கு வருகிறான். ஒரு கணம் நின்று நிமிர்ந்து வானத்தைப் பார்க்கிறான்.

வானம் இன்னும் மேகமூட்டமாக இருக்கிறது. குடை எடுப்பதற்காகத் திரும்பவும் போகிறான்.

வயல்வெளிகளில் போகும் ஒற்றையடிப் பாதையில் ஆளுயரக் குடையுடன் போகும் சிறிய உருவமெனத் தனியாகப் போகிறான்.

17

அடுப்பங்கரையின் கூரை போனதன் பிறகு சர்போஜ்யா இந்திர் இருந்த வராண்டாவில் சமைக்கிறாள். அது எப்படியோ அதிக சேதம் அடையாமல் தப்பியிருக்கிறது. அடுப்பின்மேல் பானை இருக்கிறது.

சர்போஜ்யா அதன் முன்னால் அமர்ந்து கலக்கத்துடன் பார்த்துக் கொண்டிருக்கிறாள். நில்மோனியின் மனைவி அவளுடைய மகளை கூடை நிறையக் காய்கறிகளுடன் அனுப்பி இருக்கிறாள்.

நில்மோனியின் மகள்:

அத்தை... அத்தை... (பதிலில்லை) அம்மா இதெல்லாம் உங்களுக்காகக் கொடுத்துவிட்டாங்க. கூடையை இங்க வச்சிருக்கேன்.

சர்போஜ்யா அவளைப் பார்க்கவில்லை. ஆகையால் அமைதியாக வராண்டாவில் உட்கார்ந்திருக்கிற உருவத்தைப் பார்த்து பயந்து கூடையை வைத்துவிட்டு திரும்பி அவள் வேகமாக வீட்டைவிட்டு வெளியேறுகிறாள்.

ஹரிஹர் வீட்டுக்கு வரும் பாதையில் நடந்து வருகிறார். தனது குழந்தைகளை அழைக்கிறார். சர்போஜ்யா அதிர்கிறாள். முகத்தைத் தாங்கியிருக்கும் கையின் ஒற்றை வளையல் கீழிறங்குகிறது.

தனது கையை எடுத்துவிட்டு கவனிக்கிறாள். தனக்கு முன்னால் வெறித்துப் பார்க்கிறாள். ஹரிஹர் வெளியிலிருந்து படுக்கையறைக்குள் பார்க்கிறார். பிறகு மூலையில் திரும்பி வீட்டின் முன்னால் ஒரு கணம் நிற்கிறார்.

சுவரின் ஒரு பக்கம் இடித்து, மரம் நுழைந்துகொண்டு நிற்கிறது. வீட்டின் சிதைவை ஹரிஹர் கவலையுடன் பார்க்கிறார்.

ஹரிஹர்:

இன்னும் கொஞ்சநாள் கூட தாங்காதோ?

வீடு வெறுமையாகக் காட்சியளிக்கிறது. இந்த அழிவு காட்சியின் வடிவமென மாட்டுக்கொட்டம் கூரையில்லாமல் நிற்கிறது. வெறுமையான, அமைதியான முற்றத்திற்கு வந்ததும் ஹரிஹர் திடீரென்று பயப்படத் துவங்குகிறார்.

அவர் திரும்பவும் தனது குழந்தைகளை அழைக்கிறார். அவர் குரல் பயத்தில் வறண்டு விட்டது.

ஹரிஹர்:

துர்கா...

அவருக்குப் பின்னால் இந்திரின் வராண்டாவில் முக்காடிட்டுக் கொண்டு சர்போஜ்யா வருகிறாள். அவள் தனது கணவனைக் கடந்து படுக்கையறையை நோக்கிப் போய் தண்ணீர் இருக்கும் கோப்பையை வராண்டாவில் வைத்துவிட்டு அறைக்குள் போகிறாள்.

அதிக நிம்மதியடைந்தவராகத் தனது உடமைகளை எடுத்துக் கொண்டு அவளைப் பின்தொடர்ந்து படிகளில் ஏறுகிறார்.

ஹரிஹர்:

ஓ... வீட்லதான் இருக்கியா.

சர்போஜ்யா:

வாங்க.

ஹரிஹர் வராண்டாவில் நின்று தன்னைச் சுற்றி நிகழ்ந்திருக்கும் சிதைவைப் பார்க்கிறார். சர்போஜ்யா அறையிலிருந்து வந்து நீளமான கைப்பிடியுடன் கூடிய சிறிய வெண்கலப் பாத்திரத்தைக் கொண்டு வந்து கோப்பையில் இருக்கும் தண்ணீரை அதில் ஊற்றுகிறாள்.

திரும்பவும் அறைக்குள் போகிறாள். ஹரிஹர் தனது உடமைகளை வராண்டாவில் வைத்துவிட்டு திரும்பி அவளைப் பின்தொடர்கிறார்.

ஹரிஹர்:

எப்படியிருக்க? அவங்கள்லாம் எங்க வெளிய போயிருக்காங்களா?

தனது சட்டையைக் கழற்றுகிறார். முகத்தைத் துடைத்துக் கொள்கிறார். சர்போஜ்யா அறையிலிருந்து வந்து சிறிய மரப்பலகையையும், துண்டையும் கொண்டு வருகிறாள்.

திரும்பவும் அறைக்குள் போய், உட்காரும் மரப்பலகைக்கு அருகில் மரச் செருப்புகளை வைக்கிறாள். பிறகு வந்ததைப் போலவே மௌனமாகப் படிகளில் இறங்குகிறாள்.

ஹரிஹர் அவளைத் தடுக்கிறார். வராண்டாவில் உட்கார்ந்து அவர் கொண்டுவந்த பொட்டலத்தில் ஒன்றைப் பிரிக்கத் துவங்குகிறார்.

ஹரிஹர்:

எங்கப் போற? நான் என்ன வாங்கிட்டு வந்திருக்கேன்னு நீ பாக்கலையா?

சர்போஜ்யா படிகளில் அசைவற்று நிற்கிறாள். ஹரிஹர் மகிழ்ச்சியுடன் புன்னகைத்துக்கொண்டே தான் வாங்கி வந்திருப்பதை ஒவ்வொன்றாக வெளியில் எடுக்கிறார்.

சர்போஜ்யா தனது சோகம் வெளிப்பட்டுவிடாமல் தனது மௌனத்தையே கவசமாகக் கொண்டிருக்கிறாள். ஹரிஹர் வீட்டுக்கு வாங்கி வந்திருக்கும் பொருட்களைப் பார்க்க மறுத்து தனது தலையைத் திருப்பிக் கொள்கிறாள்.

ஹரிஹர்:

என்னால முடிஞ்சிருந்தா சீக்கிரம் வந்திருக்கமாட்டேனா? ரானாகாட் போனதுமே என் அதிர்ஷ்டம் மாறிடிச்சு. முன்னால சுத்தித் திரிஞ்சதெல்லாம் பயனுடையதாத்தான் இருந்தது.

இது சடாக் சந்தையில வாங்கினது (சுற்றும் ஊசியையும் ஓர் அட்டையையும் பிடித்திருக்கிறார்) பாரேன். இது பலாமரத்தோட பலகையில செஞ்சது.

அப்புறம் நீ லட்சுமி அம்பாளின் படம் கேட்டிருந்தீல்ல. இங்க இருக்கு. அதைக் கண்ணாடியில எப்படிச் சட்டம் போட்டிருக்கேன்னு பாரு. (ஒரு சேலையை எடுக்கிறார்)

இது துர்காவுக்கு... இதை ஒருமுறை பாரேன். பாரு. இந்தச் சேலை உனக்கும் பிடிச்சிருக்கும். இங்க வா...

பாரு. இன்னும் ஏன் கவலைப்படுற? நான்தான் வீட்டுக்கு வந்திட்டேன்ல...

சர்போஜ்யா சேலையை எடுக்கிறாள். சேலையை அவள் கையில் எடுத்ததும் அதுவரை அவள் அடக்கி வைத்திருந்த சோகம் பீறிடுகிறது. அவளது அழுகையுடன் சேர்ந்து பெருகும் இசை, அலையென எழுகிறது.

கீழே விழுந்து கட்டுப்படுத்த முடியாமல் கைவிடப்பட்ட மனநிலையில் அழுகிறாள்.

சர்போஜ்யா ஆதரவற்ற தனது சோகங்களின் சுமையையும், தோல்வியையும் சமர்பிப்பதுபோல, கணவரின் பாதங்களில் விழுகிறாள். ஹரிஹர் குழப்பத்துடன் குனிந்து நிமிர்கிறார். திரும்பவும் குனிந்து சர்போஜ்யாவின் தோள்களில் தலை சாய்த்துக் கொள்கிறார்.

ஹரிஹர்:

துர்கா... துர்காம்மா...

பெரிய குடையுடனும் எண்ணெய் நிரம்பிய பாட்டிலுடன் வீட்டில் பின்னால் வந்து தனியாய் நிற்கும் அப்பு தனது அப்பாவின் அழுகையைக் கேட்கிறான்.

இரவு, சர்போஜ்யா தூங்குகிறாள். விழித்துக்கொண்டே படுத்திருக்கும் ஹரிஹர் கூரை முகட்டையே பார்த்திருக்கிறார். தொலைதூரத்தில் ரயில் போகிறது. லயத்துடன் கூடிய அந்தச் சத்தம், இரவின் மௌனத்தில் வயல்வெளிகளைக் கடந்து செல்கிறது.

18

காலை. கண்ணாடி, மூக்கின்மேலிருக்க ஹரிஹர் வராண்டாவில் அமர்ந்து காகிதங்களை ஒழுங்குபடுத்திக் கட்டிக் கொண்டிருக்கிறார்.

வீட்டின் இன்னொரு பகுதியில் நில்மோனியின் மனைவி சர்போஜ்யாவிற்கு அந்த எளிய குடும்பத்தின் உடமைகளைக் கட்டி வைக்க உதவி செய்கிறாள்.

ஹரிஹர்:

அக்கா... அடுக்கில இருக்க பொருட்களை எல்லாம் எடுத்து தயவுசெய்து வெளியில இருக்க பெஞ்ச் மேல் வைங்க.

சர்போஜ்யா:

உங்ககிட்ட ஒரு உண்மையச் சொல்லணும். இந்த ஒரு வருஷத்தில இந்தப் பரம்பரை வீட்டோட இணைஞ்சிருந்த எல்லா விஷயங்களையும் இழந்துட்டேன்.

எப்படியோ சமாளிச்சு உயிர் வாழ்ந்தது உங்களாலயும் தாகுர்னாலயும்தான். நீங்கள்ளாம் இல்லேன்னா நான் என்ன செஞ்சிருப்பேனே தெரியல.

நில்மோனியின் மனைவி:

என்ன சொல்ற? நாங்க இங்க இருந்து என்ன நன்மை? உங்கள இங்க இருக்க வைக்க முடிஞ்சதா?

சர்போஜ்யா:

அது உங்கத் தப்பு இல்ல. எங்க விதி. நிசிந்திபூரில் இருக்கிற எல்லோரும் இங்க சந்தோஷமாத்தான் வாழ்றாங்க.

நில்மோனியின் மனைவி:
புது வீட்ல நீங்க சந்தோஷமா இருக்கணும். வேற என்ன நான் சொல்றது?

சேஜா-தாக்கரனின் குரல் கேட்டதும் சர்போஜ்யா, நில்மோனியின் மனைவி இருவரும் சேலைத் தலைப்பால் முக்காடிட்டுக் கொள்கிறார்கள்.

சேஜா-தாக்கரன்:
எங்க இருக்கீங்க?

இரு பெண்களும் உட்கார்ந்திருக்கும் இடம் நோக்கி சேஜா-தாக்கரன் வருகிறாள். கையில் ஒரு கூடை நிறைய மாம்பழங்கள் இருக்கின்றன. அவர்கள் அருகில் உட்கார்ந்து பெருமூச்செறிகிறாள்.

சர்போஜ்யா:
இருங்க உங்களுக்கு உட்கார்வதற்கு விரிக்கிறேன்.

சேஜா-தாக்கரன்:
ஒண்ணும் விரிக்க வேணாம். புயலுக்கு அடுத்த நாளே இந்த மாம்பழமெல்லாம் விழுந்திடுச்சு. அதனால உங்களுக்குக் கொடுக்கலாம்னு எடுத்திட்டு வந்தேன் - பயணத்தில எடுத்திட்டுப் போங்க.

சர்போஜ்யா:
இதைக் கொண்டு வந்ததாலே உங்களுக்கு ஏதும் பிரச்சினையை ஏற்படுத்திக்க வேண்டாமே...

சேஜா-தாக்கரன்:
அதில என்ன தப்பு இருக்கு? நான் உங்களுக்கு எதுவுமே கொடுத்ததில்லை. கொஞ்சம் பழம் கொடுக்கிறதினால என்ன? நாளைக்குத்தான் போறீங்களே.

சர்போஜ்யா:
ஆமா... உங்ககிட்ட எதுவுமே சொல்லலைன்னு என்மேல கோபமா இருப்பீங்க.

சேஜா-தாக்கரன்:
இல்ல... ஏன் உன்மேல கோபப்படணும்மா? நீங்க போறீங்கன்னு கேள்விப்பட்டதும் ரொம்ப ரொம்ப

சந்தோஷப்பட்டேன்... காலம் பூராவும் ஒரே இடத்தில ஒரே வேலையைச் செய்துகிட்டு இருக்கிறதில ஒரு மதிப்பும் இல்ல. இதுதான் நம்மை அர்த்தமுள்ளதாக்கும். இது எனக்குக்கூட நடந்திருக்கு

(வாயில் வெற்றிலை போட்டுக் கொள்கிறாள். கண்கள் கலங்கியிருக்கின்றன) இங்க பாரு. முடிஞ்சா நான்கூட சந்திரநாத் போறேன். இதுபத்தி என் மைத்துனர்கிட்டப் பேசுறேன்.

கிராமத்துப் பெரியவர்கள் ஹரிஹரை வந்து பார்க்கிறார்கள். அவர்கிடையே பாடி மஜீம்தாரும், சக்கரவர்த்தியும் இருக்கிறார்கள். பாடி உடல் நலமில்லாதவராக முதுமையாகத் தோற்றமளிக்கிறார்.

ஹரிஹரும் அப்புவும் பெரிய மரப்பெஞ்சின் மேலிருந்த தகரப் பெட்டியை எடுத்து எல்லோரும் உட்கார வகைசெய்கிறார்கள். நில்மோனி பின்னால் தனது ஹுக்காவுடன் உட்கார்ந்திருக்கிறார்.

அவர்கள் பேசும்பொழுது ஹரிஹர் தனது வேலையைத் தொடர்ந்து செய்துகொண்டிருக்கிறார். அப்பு வராண்டாவில் ஏறி இறங்கி பொருட்களைத் தூக்கி வெளியே வைத்துக் கொண்டிருக்கிறான்.

ஹரிஹர்:
சாக்கோட்டி உள்ள வாங்க... தயவுசெய்து உட்காருங்க.

ஒரு முதியவர்:
எங்ககிட்ட ஏன் ரொம்ப சம்பிரதாயமாக இருக்க. அதினால ஒண்ணுமில்ல.

பாடி:
(மூச்சுவிட்டுக் கொண்டே) செரிமானம் இல்லாம ஒன்றரை மாசமா படுக்கையில இருந்தேன். ரொம்ப பலவீனமா இருந்ததால இங்க வரமுடியாதுன்னு தான் நினைச்சேன்.

சாக்கோட்டி இப்பதான் சொன்னார் நீங்கள்லாம் காசிக்குப் போறீங்கன்னு.

ஹரிஹர்:
ஆமா... நாளைக்கு அதிகாலைல கிளம்புறோம்.

பாடி:

ஓ... நாளைக்குப் போறீங்களா?

ஹரிஹர்:

ஆமா...

பாடி:

ஹரிஹர் நீங்க செய்றது சரின்னு நினைக்குறீங்களா? நீங்க ராஜ்கேஸ்தாவோட மகன். தர்கலங்காரோட பேரன். உங்க ளோட இந்த வீடு மூணு தலைமுறைக்கு அடைக்கலமா இருந்திருக்கு.

இந்தக் கிராமத்தில நமக்குள்ள இன்னும் சில பெரியவங்க இருக்காங்க. அவங்களோட நீங்க கொஞ்சம் கலந்து பேசியிருந்திருக்கலாமே... ம்...

பாடி மஜீம்தார் மற்றவர்களின் ஒப்புதல் வேண்டிப் பார்க்கிறார். எல்லா முதியவர்களும் ஆமோதித்துச் சப்தம் எழுப்புகிறார்கள். ஹரிஹர் மட்டும் தனது வேலையைத் தொடர்ந்து செய்கிறார்.

ஹரிஹர்:

கலந்து பேச என்ன இருக்கு மஜீம்தார்? இந்த வீடு என்ன நிலையில இருக்குன்னு நீங்களே பாருங்க. இதை என்னால இப்ப சரிசெய்ய முடியும், எல்லாரும் இங்க இருக்கீங்க.

இந்த இடிபாடுகளைச் சரிசெய்ய நீங்க எல்லாரும் எனக்குக் கொடுத்துதவுவீங்கன்னு நான் நம்புறேன். ஆனால், இதுமாதிரியான உதவியெல்லாம் எத்தனை நாளைக்குத் தொடரும்? ரொம்ப காலம் ஆயிடுச்சு.

ஆமா ஏறத்தாழ பதினைந்து வருஷமாச்சு. உங்ககிட்ட வாங்கின கடன்லாம் திருப்பிக் கொடுக்க முடியல. எங்களோட உடமைகளை வித்தாதான் அதைச் சமாளிக்க முடியும். நான் நம்பிக்கை வச்சிருந்த எதையுமே என்னால செய்ய முடியல.

நான் கொஞ்சம் எழுதிக்கிட்டிருந்தேன். இந்தக் காகிதங்களைப் பாருங்க. எல்லாம் கரையான்

அரிச்சிடுச்சு. இந்தப் பையனைப் படிக்க வைக்கலாம்னு நினைச்சேன். (கவலையுடன் தலையசைக்கிறார்)

அதுவும் ஒண்ணுமில்லாமப் போயிடுச்சு. (பெருமூச்செறிகிறார்) அந்தப் பொண்ணு (தலையைத் திரும்பவும் அசைக்கிறார்) அவ என்னை நிலைகுலைய வச்சிட்டா.

(சற்று நிறுத்தி) அதனால இங்கயிருந்து போறதுதான் எனக்குச் சரியானதாத் தெரியுது மஜீம்தார். நேரம்னு வந்தா உங்க பரம்பரை வீட்டைக்கூட நீங்க விட்ருவீங்க. அங்க போறோம். எதுவும் முடியலைன்னா உட்கார்ந்து வேதம் ஓத வேண்டியதுதான்...

அறையிலிருந்த புத்தக அடுக்குகள் காலியாகிவிட்டன. ஹரிஹர் வெளியிலிருந்து பேசும்போது, புளியம்பழ ஊறுகாய் செய்வதற்கான எண்ணெய்யைத் துர்கா ரகசியமாக வைத்திருக்கும் அடுக்கின் முன்னால் அப்பு நிற்கிறான்.

அவன் கீழடுக்குகளிலிருந்து மேலடுக்குக்கு ஏறிப் போகிறான். அங்கே பெரிய சிலந்தி வலை சுவரின்மேல் படர்ந்திருக்கிறது. அப்புவின் கை தேங்காய் சிரட்டையைத் தொடுகிறது.

அதை இழுத்துக் கீழே போடுகிறான். தரையில் விழுந்ததும் திரும்பிப் பார்க்கிறான். வெளியில் பலர் பேசிக் கொண்டிருப்பது கேட்கிறது.

ஹரிஹர்:

அல்லது பழைய புராணக்கதைகளைச் சொல்லி அது மூலமாக வாழ வேண்டியதுதான்.

பாடி:

ம்... நீங்க போறீங்க... போயிட்டு எப்பவாச்சும் திரும்பி வருவீங்களா?

ஹரிஹர்:

நான் திரும்ப வரமாட்டேன்.

தேங்காய் சிரட்டை தரையில் விழுந்து கிடக்கிறது. அதிலிருந்து நெக்லஸ் வெளியே விழுந்ததும் ஒரு சிலந்தி அதிலிருந்து வெளியே வருகிறது.

அப்பு அந்த நெக்லஸை எடுத்து அதை மௌனமாக உற்றுப் பார்க்கிறான். திரும்பி சன்னலை நோக்கி ஓடுகிறான். சன்னல் வழியே வெளியே குதித்து உடைந்த சுவரில் ஏறி வீட்டின் பின்னால் இருக்கும் குளத்தை நோக்கி ஓடுகிறான்.

நெக்லஸைக் குளத்தில் எறிகிறான். தண்ணீரில் சப்தத்துடன் அது விழுகிறது. கம்பளம் போல மிதக்கும் இலைகளின் கீழே அது அமிழ்கிறது.

தான் நெக்லஸைத் தூக்கி எறிந்த இடத்தையே வெறித்துப் பார்த்திருக்கிறான். அது விழுந்து நீரில் ஏற்பட்ட வெளியை மிதக்கும் இலைகள் சேர்ந்து மெதுவாக மூடுகின்றன.

19

ஹரிஹர் ராய் தனது மூதாதையரின் வீட்டைவிட்டுக் கிளம்புகிறார். வீடு கைவிடப்பட்டு இடிந்த கூரையுடன் பாழடைந்ததாகத் தோற்றமளிக்கிறது. அதன் வெறுமையான முற்றத்தில் உடல் வளைந்து நாய் அமர்ந்திருக்கிறது.

வராண்டாவின் உடைந்த செங்கற்களின் இடையில் ஒரு பாம்பு மெதுவாக நெளிந்து செல்கிறது. படுக்கையறையின் கதவு நோக்கி ஊர்ந்து செல்கிறது. கதவின் வழியே ஊர்ந்து அறைக்குள் சென்று மறைகிறது.

கவிந்த இருளில் பின்னால் ஹரிக்கேன் விளக்கு அசைய, மாட்டு வண்டியொன்று சாலை வழியே மெதுவாகச் செல்லத் துவங்குகிறது.

பாய் போட்டு மூடிய வண்டிக் கூரையினுள்ளே அப்புவும், சர்போஜ்யாவும், ஹரிஹரும் உட்கார்ந்திருக்கிறார்கள்.

முந்தானையின் நுனியால் வாய் பொத்தி அமர்ந்திருக்கிறாள். சர்போஜ்யா சிறிது நேரத்தில் தலைகுனிந்து மௌனமாக விம்மியழுகிறாள். ஹரிஹர் அவளைப் பார்த்து பெருமூச்சுடன் தலை திருப்பிக் கொள்கிறார்.

தான் பின்னே விட்டுச் செல்லும் பாதையின் முன்னே பார்த்திருக்கிறார். மங்கிய ஒளியில் அவரது முகம் கவலை தோய்ந்து தெரிகிறது. ஆழ்ந்த சோகத்துடனும் அமைதியுடனும் அந்த மாட்டு வண்டி அவர்களைச் சுமந்து செல்கிறது.

∎

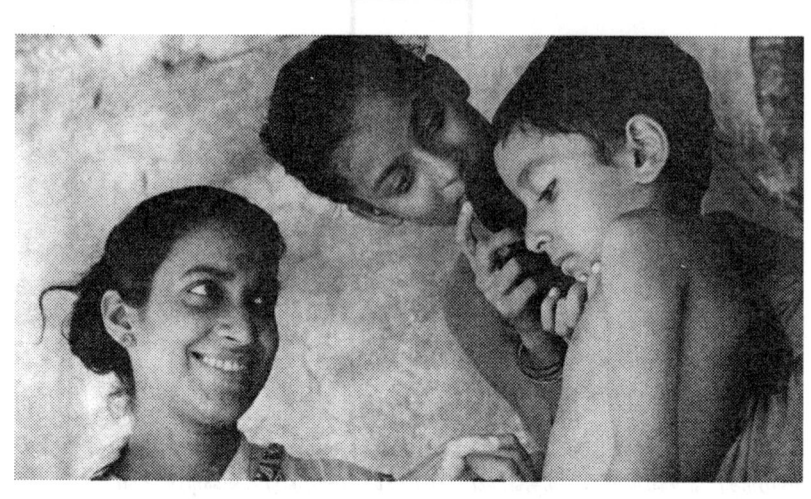

அகாந்தக் [1992]

[அந்நியன்]

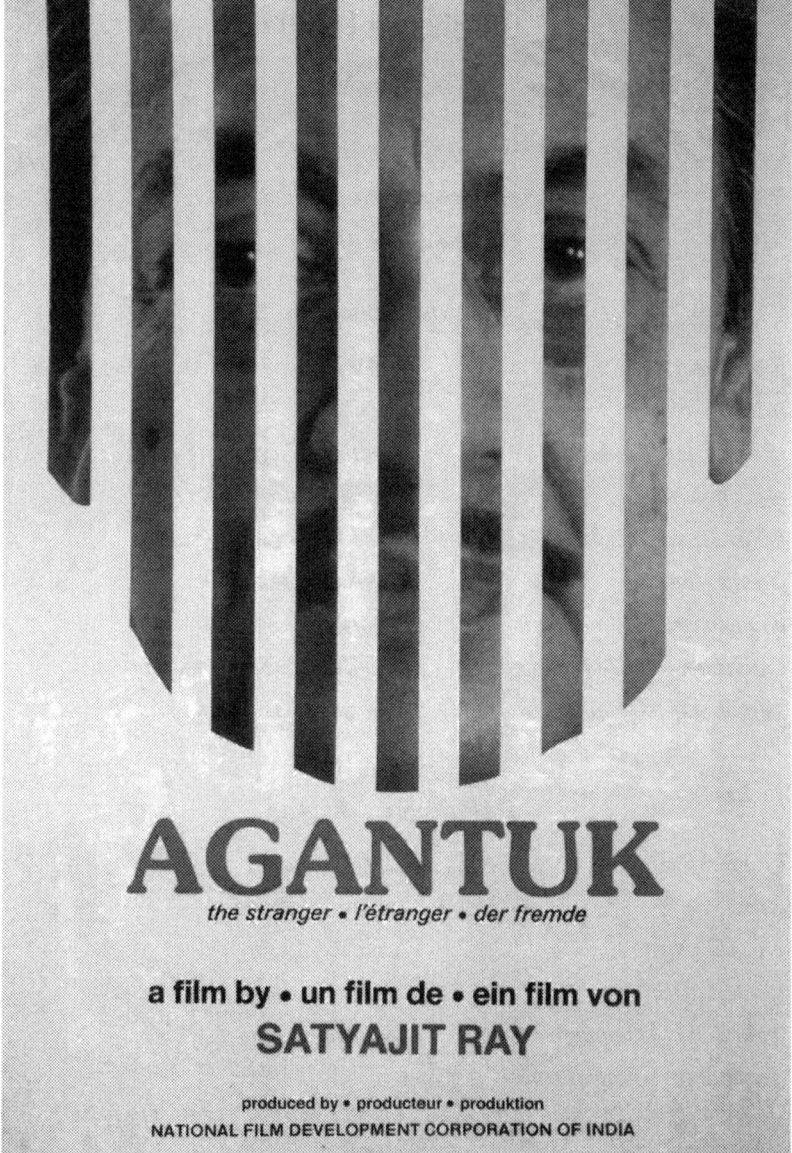

அகாந்தக் (1992)

(அந்நியன்)

கதை, திரைக்கதை, இயக்கம்
சத்யஜித் ரே

முக்கிய நடிகர்கள்

திபான்கர் டே	சுதீந்திராநாத்
மமதா சங்கர்	அனிலா
பிக்ரம் பட்டாச்சார்யா	சத்யகி/பப்லு
உட்பால் தத்	மன்மோகன் மித்ரா
த்ரிதிமேன் சட்டோபாத்யா	பிரித்விஷ் சென்குப்தா
ரோபி கோஷ்	ரஞ்சன் ரக்ஷித்
சுப்ரதா சட்டோபாத்யா	சாந்தா
ப்ரமோத் கங்கோபாத்யா	திரிதிப் முகோபாத்யா
அஜித் பந்த்தோபாத்யா	ஷீத்தலகந்தா சர்கார்

தொழில்நுட்பக் குழு

ஒளிப்பதிவு	பருன் ராஹா
கலை	அசோக் போஸ்
படத்தொகுப்பு	தலால் தத்தா
ஒலிப்பதிவு	சுஜித் சர்கார்
தயாரிப்பு நிர்வாகம்	அனில் சௌத்ரி
தலைமை உதவியாளர்	
கேமரா இயக்குபவர்	சந்திப் ரே (ரேயின் புதல்வர்)
தயாரிப்பு	NFDC தேசிய திரைப்பட வளர்ச்சிக்கழகம்

வங்காளம் / 120 நிமிடங்கள் / வண்ணம் / 1992.

1

காலை

ஒரு பெண்ணின் கையில், திரு. சுதிந்திரநாத் போஸ், 24 ரோலண்ட் ரோடு, கல்கத்தா-20 என்று முகவரி எழுதப்பட்ட இன்லாண்ட் கடிதம் ஒன்று இருக்கிறது. ஓர் ஆண் குரல் பின்னணியில் இருந்து கேட்கிறது.

சுதீந்திரா:

யாரோட லெட்டர்?

இப்பொழுது சுதீந்திராவின் மனைவி அனிலா வருகிறாள். அவள் அந்தக் கடிதத்தைத் திருப்பிப் பார்க்கிறாள்.

அனிலா:

எம். மித்ரா.. இந்தக் கையெழுத்து எனக்குத் தெரியலையே.

இந்தக் காட்சி ஒரு அழகிய வீட்டின் கீழ்த்தளத்தின் விராந்தையில் நடக்கிறது. அதன் ஒரு புறத்தில் பைஜாமா-குர்தா அணிந்த சுதீந்திரா மூங்கில் நாற்காலியில் உட்கார்ந்து காலைத் தினசரிகளைப் பார்த்துக் கொண்டிருக்கிறார்.

சுதீந்திரா:

கண்டிப்பா... உன்னோட அம்மா வழியில சொந்தக்காரங்க... யாராவது இருக்கும்.

அனிலா விராந்தையின் மையத்தில் நின்றிருக்கிறாள். அந்தக் கடிதத்தைப் பிரித்துப் பார்க்கிறாள்.

அனிலா:

எம். மித்ரான்னு யாரும் இல்லையே.

அனிலா அந்தக் கடிதத்தை மௌனமாகப் படிக்கிறாள். வீட்டு உதவிக்கு இருக்கும் மது, சுதீந்திராவிற்கு அருகில் தேநீர்க்

கோப்பைகளை வைத்து விட்டுச் செல்கிறாள். செய்தித் தாள்களில் ஆழ்ந்திருக்கிறார் சுதீந்திரா.

சுதீந்திரா:
நவராத்திரிக் காலத்துல வேற எதுவும் சுமையா வராம இருக்கணும். *(அனிலாவைப் பார்க்கிறான்)* அது? யாரோட லெட்டர்?

அனிலா அந்தக் கடிதத்தைப் படிக்கிறாள். வியப்பால் அவளது கண்கள் விரிகின்றன. விராந்தைக்கு முன்னால் தோட்டம் இருக்கிறது. பத்து வயதுள்ள பையன் மரத்தடியில் அமர்ந்து காமிக் புத்தகம் படிக்கிறான்.

அவன் சுதீந்திரா அனிலாவின் ஒரே மகன் சத்யகி. வீட்டில் அவனை பப்லு என்று அழைப்பார்கள். அவன் புத்தகத்தை மூடிவிட்டு வீட்டை நோக்கி நடக்கிறான்.

விராந்தை

பப்லு காட்சிக்குள் வருகிறான். அனிலா கடிதத்தைப் படித்துக் கொண்டிருக்கிறாள். சுதீந்திரா தனது மனைவியையே கூர்ந்து பார்த்திருக்கிறார்.

பப்லு:
யாரோட லெட்டர்ம்மா?

அனிலா:
(இன்னும் படித்துக் கொண்டிருக்கிறாள்) கொஞ்சம் பொறு கண்ணு.

சுதீந்திரா:
நல்லது. மிகப் பெரிய லெட்டரா இருக்கும்போல... யாரு எழுதுனது?

அனிலா கடிதத்தைப் படித்துவிட்டு அருகிலிருக்கும் நாற்காலியில் உட்கார்கிறாள்.

சுதீந்திரா:
என்னதான் எழுதியிருக்கு? கெட்ட செய்தி ஏதும் இல்லைன்னு நம்புறேன்.

அனிலா:
தெரியல...

சுதீந்திரா:
உனக்கும் தெரியலயா!

பப்லு:
யாரும்மா லெட்டர் அனுப்பிச்சிருக்காங்க?

அனிலா:
உன்னோட கடைசி தாத்தா.

சுதீந்திரா:
(ஆச்சரியத்தில் கண்கள் விரிய) என்னது?

பப்லு:
வீட்ல இருந்து ஓடிப் போயிட்டாரே... அவரா?

சுதீந்திரா:
சின்ன வயசிலேயே காணாமப் போயிட்டார்ல...

அனிலா:
முப்பத்தைஞ்சு வருஷம் ஆச்சு. 1955இல் போனவரு அப்ப எனக்கு ரெண்டு வயசு.

சுதீந்திரா:

உன் மாமாவுக்கு அப்ப எத்தனை வயசு?

அனிலா:

பேச்சிலர் டிகிரி முடிச்சவுடனே... போயிட்டாரு. எனக்கு அவ்வளவா ஞாபகம் இல்ல. அம்மா சொல்லித்தான் எல்லாமே எனக்குத் தெரியும்.

அவரைப் பத்திக் கடைசியாச் செய்தி வந்தது 1968ல. அவர் அம்மாவுக்கோ, என்னோட மத்த மாமாக்களுக்கோ... யாருக்கும் அவர் கடிதம் எழுதலை.

ஷீத்தலா பாபுதான் ஆறு அல்லது ஏழு வருஷத்துக்கு ஒருமுறை மேலைநாட்டில இருந்து அவர் எழுதுன கடித்தைக் கொண்டு வருவாரு. ஆனாலும் அவர் கூட நாங்க தொடர்பு வச்சுக்க முடியல ஏன்னா அதுல அவரோட அட்ரஸ் இருக்காது.

சுதீந்திரா:

ஷீத்தலா பாபு அந்தக் குடும்பத்துக்கு நெருக்கமா இருந்தாருல்ல?

அனிலா:

ஆமா. அவரு எங்க தாத்தாவோட பக்கத்து வீட்டுக்காரர். அவர் எப்பவாவது எங்களைப் பார்க்க வருவாரு.

சுதீந்திரா:

ஓ... யெஸ்... அவர் ஏ.ஜி. பெங்கால்ல வேலை பாத்தார் பிறகு ரிடையர்டு ஆகி சாந்திநிகேதன்ல செட்டில் ஆயிட்டாருல்ல?

அனிலா:

எங்களப்பத்தி இவர் மூலமாத்தான் அவரு தெரிஞ்சுகிட்டாரு.

சுதீந்திரா:

எங்கெயிருந்து எழுதியிருக்கார்?

அனிலா:

டெல்லி, குதுாப் ஹோட்டல்.

சுதீந்திரா கவலையுடன் தலைகுனிகிறார்.

சுதீந்திரா:
குதூப் ஹோட்டலா? நான் கேள்விப்பட்டதே இல்லை. சரி எப்படியோ... என்னதான் சொல்றாரு? எழுதியிருக்கிறதைப் படி. கேக்கலாம்.

அனிலா:
அவரோட வங்காளம் மிகச் சிறப்பா இருக்குங்கிறதை நான் கட்டாயம் சொல்லணும் (அவள் சத்தமாக வாசிக்கத் துவங்குகிறாள்) மை டியர் குக்கி..¹

சுதீந்திரா:
குக்கி? யாரு குக்கி?

அனிலா:
கொஞ்சம் என்னைப் படிக்க விடுறீங்களா?

சுதீந்திரா:
ஸாரி... நீ படி...

அனிலா:
(வாசிக்கத் துவங்குகிறாள்) மை டியர் குக்கி... உன்னுடைய வழக்கமான பெயர் எனக்குத் தெரியவில்லை. எனவே, இவ்வாறு அழைப்பதற்காக என்னைப் பொறுத்துக் கொள்.

சுதீந்திரா:
(குறுக்கிட்டு) ஓ...டியர்... இது வழக்கமான பெங்காலி தான்.

அனிலா எரிச்சலுடன் அவரைக் கடைக்கண்ணால் பார்த்துவிட்டு திரும்பவும் வாசிக்கத் துவங்குகிறாள்.

அனிலா:
நான் வீட்டை விட்டு வெளியேறும்போது உண்மையில் நீ குக்கியாகத்தான் இருந்தாய். வேறொன்றுமில்லை.

---

1. குக்கி என்று சிறிய பெண்குழந்தைகளை வீட்டில் அழைக்கிற வழக்கம் வங்காளிகளிடம் இருக்கிறது.

நான் மேற்கில் தற்காலிகமாகத் தங்கியிருந்த இடத்திலிருந்து அனைத்தையும் முடித்துக்கொண்டு இங்கு வந்திருக்கிறேன்.

எனது மாமா ஷீத்தலா கந்தாவிடம் விசாரித்ததில் நான் விட்டுச் சென்ற நெருங்கிய உறவினர் நீ ஒருத்திதான் என்றும் கல்யாணம் முடித்து ஒரு மகனுடன் இருக்கிறாய் என்றும் சொன்னார். விரைவாக அல்லது தாமதமாக வேனும் அலைந்து திரியும் எனது வாழ்க்கைக்குத் திரும்பி விடுவேன்.

இதற்கிடையில் உன்னுடைய விருந்தாளியாக என்னுடைய பிறந்த ஊரான கல்கத்தாவில் ஒரு வாரம் தங்க வேண்டும் என்பது எனது மிகப்பெரிய ஆசையாக இருக்கிறது. என்னுடைய தோற்றத்தைப் பார்த்து உனது மாமாவை உனக்கு அடையாளம் தெரியாவிட்டாலும் கூட, நான் உன்னை அடையாளம் கண்டுகொள்வேன்.

இவ்விதமான சூழலில், அறிமுகப்படுத்திக் கொள்வதற்காக நான் வேண்டும் விதமே புதுமையானது என்பதை அறிகிறேன். ஒரு காலத்தில் முற்றிலும் தெரியாத அந்நியரைக்கூட மறுக்காமல் விருந்தோம்புகிற சமூக வழக்கம் நம் நாட்டில் இருந்தது.

இவ்வாறான சிறந்த வழக்கங்களை நினைவுகூர்வதன் மூலம் ஒருவிதமான தைரியத்தை வரவழைத்துக்கொண்டு நான் எனது வேண்டுகோளை முன்வைக்கிறேன்.

நான் பதினாறாம் தேதி ராஜஸ்தான் எக்ஸ்பிரஸ்ஸில் கிளம்புவதாக முடிவெடுத்திருக்கிறேன். பதினேழாம் தேதி காலை கல்கத்தா வந்ததும் ஒரு டாக்ஸியில் ஏறி அதன் உதவியால் உனது வீட்டுக்கு வந்துவிடுவேன்.

என்னை விருந்தாளியாக ஏற்றுக் கொண்டாலும் சரி இல்லையென்றாலும் சரி உன் முடிவுக்கு நான் தலை வணங்குகிறேன். இனிப்பான கசப்பான அனுபவங்கள் அனைத்தையும் நான் ஒன்றிற்கொன்று இணையாக அனுமதித்திருக்கிறேன் என்பதை நினைத்துக் கொள்கிறேன்.

ஆசீர்வாதங்களுடன் உண்மையுடன் உன்னுடைய கடைசி மாமா ஸ்ரீ மன்மோகன் மித்ரா.

கடிதத்தை வாசித்து முடித்ததும் சுதீந்திராவும் பப்லுவும் அவளையே தீர்க்கமாகப் பார்க்கிறார்கள்.

சுதீந்திரா:

அவரைப்பத்தி ஒண்ணுமே தெரியாதுன்னு சொன்ன. அவர் உயரமா? குள்ளமா? கறுப்பா, சிவப்பா ஏதாவது ஞாபகம் இருக்கா... ஒண்ணும் தெரியாதா?

அனிலா:

தெரியாது.

சுதீந்திரா கவலையுடன் அனிலாவை நோக்கி வருகிறார்.

சுதீந்திரா:

இதுக்கு ஒரே ஒரு வழிதான் இருக்கு. உடனடியா பதில் கொடுத்திடலாம். லெட்டர்கூட வேண்டாம். ஒரு தந்தி. 'வருந்துகிறோம்' அல்லது ஆழ்ந்த வருத்தங்கள் பதினைந்து நாள் விடுமுறையில் கல்கத்தாவிலிருந்து 16ஆம் தேதி கிளம்புகிறோம் அனுப்புவோர் முகவரியில் திருமதி. சுதீந்திரா போஸ்.

அனிலா:

பதினஞ்சு நாள் லீவா? இப்படி வெளிப்படையா பொய் சொல்லலாமா?

சுதீந்திரா:

என்ன பொய்? லீவில யாருமே போகமாட்டாங்களா அவருக்கு நான் ஒரு நிறுவனத்தில வேலை பாக்குறது தெரியாது. ஒருவேளை நான் ஒரு காலேஜ் ப்ரொபசாரா இருந்தா? எனக்கு பூஜா ஹாலிடேய்ஸ் இருக்காதா?

அனிலா:

ஆனா நீங்கதான் ப்ரொபசர் இல்லையே...

சுதீந்திரா:

அந்த மனுஷன் மட்டும் பொய் சொல்லலைன்னு உனக்கு எப்படித் தெரியும்? இந்தக் காலத்து இதெல்லாம்

ஒரு வகையான ஏமாற்று வேலைங்கிறது உனக்குத் தெரிஞ்சிருக்கும்.

அப்பாவோட சேகரிப்பில் விலை மதிப்பில்லாத ஓவியங்களும், கலைப்பொருட்களும் இந்த அறைல இருக்கு. அதோட மதிப்பு அஞ்சில இருந்து ஏழு லட்சம் ரூபாய் வரைக்கும் இருக்கும்.

புத்தக அலமாரிக்கு மேல இருக்க இரண்டு வெண்கலச் சிலையை எடுத்து ஒரு வெளிநாட்டு டூரிஸ்ட்கிட்ட விற்றாலே போதும். அதுவே பெரிய அதிர்ஷ்டம்தானே.

அனிலா:

அவரு நம்மள ஏமாத்துறதுக்குத் திட்டம் போடறாருன்னு சொல்றீங்களா?

சுதீந்திரா:

யாருக்குத் தெரியும்?

அனிலா:

என் அம்மா குறிப்பா இந்தக் கடைசித் தம்பிமேல பிரியமா இருப்பாங்க. என்னோட தாத்தாவும் இந்தக் குட்டி மாமாமேல ரொம்ப அன்பா இருப்பாரு. அதுக்கு இந்த மாமா திறமைசாலியா இருந்தது மட்டும் காரணமில்ல. எப்பவுமே பரீட்சையில அவர் இரண்டாவதா வந்ததேயில்லை.

சுதீந்திரா:

மனசாலயும் உடலாலயும் மாறுவதற்கு முப்பந்தைஞ்சு வருஷம்கிறது ஒரு நீண்டகாலம் இல்லையா?

அனிலா:

இந்தக் கடிதம் அப்படில்லாம் இருக்காது.

அனிலா தனது கணவன் சொல்றதை ஒத்துக்கொள்ள முடியாதவளாக இருக்கிறாள். தீவிர யோசனையில் ஆழ்ந்திருக்கிறாள்.

சுதீந்திரா:

All right. ரொம்ப நேர்மையானவர், நாகரீகமானவர். அவரு உன் கடைசி மாமான்னே வச்சுக்குவோம்.

ஆனாலும் உன் கணவருக்காக, உன்னோட எண்ணத்தை மாத்திக்க மாட்டியா?

அனிலா கேள்வி தொனிக்க, கணவனைப் பார்க்கிறாள்.

அனிலா:
நீங்க என்ன சொல்ல வர்றீங்க?

சுதீந்திரா:
இங்க பாரு. அந்தப் பெரியமனுஷன் வெள்ளிக்கிழமை இங்க வர்ராரு. ஏழுநாள் தங்குறாரு. அதனால வாரத்தோட கடைசி நாட்களும் முழுசா வீணாயிடும். 21ந் தேதி சப்தமி. நாம எல்லோரும் கொஞ்சம் ரிலாக்ஸா இருக்கலாம்னு பூஜா விடுமுறையத்தான் நம்பிக்கிட்டிருந்தேன்.

ஆனா மத்தவங்களப் பத்திக் கவலைப்படாத இந்த வயசான மனுஷன் உன் மாமான்னு வேற சொல்லிக்கிட்டு ஒரு பெரிய திட்டத்தோட தன்னை நிலைநிறுத்திக்கணும்னு இங்க வர்ராரு.

எதுக்கு எதிர்பார்க்கணும், எதுக்கு இந்த ஏமாத்து வேலை, "வாங்க சார்... உங்காருங்க... இதுதான் உங்கப் படுக்கை... இதுதான் உங்க உணவு...எல்லாம். வசதியா இருக்கா சார்?"னு கலாசாரமான இந்தியரின் விருந்தோம்பலை எதிர்பார்க்கிறாரு.

அனிலா:
இது ஒண்ணும் விளையாட்டு இல்ல.

சுதீந்திரா:
என்னது?

அனிலா:
என்ன மாதிரியான எண்ணம் உங்களுக்கிருக்கு? இந்தக் கடிதத்துக்குப் பதிலா நீங்க தந்தியெல்லாம் அனுப்பக் கூடாது. இது ரொம்ப அருமையான கடிதம்.

சுதீந்திரா:
இப்ப நமக்கிடையில தான் ஒண்ணும் இதைப் பிரச்சினையாக்கல. எப்படி வேணுன்னாலும் இருக்கலாம். இது ஒரு தந்திரம். நாட்டவிட்டு வெகுகாலம் வெளியில இருக்க ஒருத்தர் எப்படி இதுபோல தடையில்லாமல் பெங்காலில எழுத முடியும்?

அனிலா:
வேறு யாருகிட்டயாவது சொல்லி அவருக்காக இதை எழுதியிருக்கலாம். எழுதுனது இன்னொருத்தரா இருந்தாலும் எண்ணங்கள் இவரோடதா இருக்கலாம்.

சுதீந்திரா:
இல்லை... இல்லை... இங்க நடக்கிறது என்னைச் சந்தேகப் பட வைக்குது.

அனிலா:
நீங்க சொல்றது எல்லாமே சரி... அப்புறம் என்ன?

அனிலா கோபத்துடன் முணுமுணுத்துக்கொண்டே செல்கிறாள். பப்லு அவள் பின்னால் செல்கிறான்.

உணவு அறை

பப்லு கதவருகில் நிற்கிறான். அனிலா ரொட்டிகள் தயாரிப்பதில் மும்முரமாக இருக்கிறாள்.

பப்லு:
அம்மா... தாத்தா வரலையா?

அனிலா:
(எரிச்சலுடன்) உங்க அப்பாகிட்ட கேளு.

பப்லு அப்பாவைப் பார்க்கிறான். சுதீந்திரா தொலைவில் பிரம்பு நாற்காலியில் உட்கார்ந்திருக்கிறார். அனிலாவைப் பார்த்துக் குரலை உயர்த்தி, சுதீந்திரா பேசுகிறார்.

சுதீந்திரா:
இப்ப என்ன? உனக்கொண்ணும் கோபம் இல்லையே...

அவளிடம் கேட்டதற்குப் பதில் வராததால் எழுந்து வந்து உணவு அறையின் கதவருகில் நிற்கும் பப்லு அருகில் வந்து நிற்கிறார். அனிலா தனது வேலையிலேயே மும்முரமாக இருக்கிறாள்.

சுதீந்திரா:

மாமாவே இல்லாம இருக்கிறதுக்கு அவரைமாதிரி ஒரு போலி இருந்தா பரவாயில்லை. அதுதானே உன் விருப்பம்.

அனிலா:

என்னோட விருப்பம் ரொம்ப எளிமையானது. ஒரு கடிதத்தையோ தந்தியையோ அனுப்பவேண்டிய தேவை உண்மையிலேயே நமக்கு இருக்கா? அவர் 17ஆம் தேதி வர்ரேன்னு சொல்லியிருக்கார். அவர் வரட்டும்.

அவர் பொய்யானவர்னு தெரிய வந்தாலோ அல்லது அவர் செயல் எதுவும் தவறா இருந்தாலோ நானே அவரை துரத்தி விட்டுறேன். முறத்தாலே (குலு[2]) அடிச்சு விரட்டிர்றேன். நீங்க அதைப்பத்திக் கவலைப்படவேண்டாம். அப்படிச் செஞ்சிடலாமா?

சுதீந்திரா:

சபாஷ்.

சுதீந்திரா தனது நாற்காலியில் திரும்ப வந்து உட்கார்கிறார். பப்லுவின் கண்கள் ஆச்சரியத்தில் ஒளிர்கின்றன.

பப்லு:

அது பொய்த் தாத்தாவா அச்சச்சோ...

பகல்

ராஜஸ்தானி எக்ஸ்பிரஸ் வேகமாக வருகிறது.

ரயிலின் உள்ளே அதிகம் பயன்படுத்தப்பட்டதுபோன்ற சூட்கேஸ் மேல் வில்லைகள் ஒட்டப்பட்டிருக்கின்றன. அது கயிறால் கட்டி இருக்கைக்குக் கீழே இருக்கிறது.

---

2. குலு என்பது முறம் போன்ற பொருள். தேவையற்றவர்களைத் துரத்தியடிக்க இதைப் பயன்படுத்தலாம் என்பது வங்காளப் பெண்களின் நம்பிக்கை.

ஒரு பெரிய மனிதர். வெளிநாட்டுக் காலணிகள் அணிந்து உட்கார்ந்திருக்கிறார். அவரது முகம் விரித்த செய்தித்தாளில் மறைந்திருக்கிறது. அவர்தான் மன்மோகன் மித்ரா.

திரையில் எழுத்துகள் வரத் துவங்குகின்றன. எழுத்துகளுக்கு இடையில் பின்வருவனவற்றை நாம் காணமுடிகிறது.

இரவு

ராஜஸ்தானி எக்ஸ்பிரஸ் விரைவாக ஓடுகிறது.

ரயிலின் உள்ளே அந்த அறையின் கதவுகளைத் திறந்துகொண்டு ரயில்வே பணியாள் இரவு உணவுக்கான தட்டுகளுடன் வருகிறார். மன்மோகன் முன்னால் வைக்கிறார்.

மன்மோகனின் முகம் இன்னும் மறைந்திருக்கிறது. அவர் தனது வலது கையால் அந்தத் தட்டுகளை மூடியிருந்த உறையை எடுக்கிறார்.

காலை

கௌரா ரயில் நிலையத்தின் ஒரு பிளாட்பாரத்தில் ராஜஸ்தானி எக்ஸ்பிரஸ் நுழைந்து நிற்கிறது. ஒட்டப்பட்ட நிறைய வில்லைகளுடன் பயணக் கறைகளுடன் இருக்கும் சூட்கேஸ் போர்ட்டரின் தலையிலிருந்து ஸ்டேஷனைக் கடந்து செல்கிறது.

மன்மோகனின் காலணிகள் பிளாட்பாரத்தில் நடந்து செல்கின்றன. இரண்டு சூட்கேஸ்கள் டாக்ஸியின் பின்னால் வைத்து டிக்கியை டிரைவர் மூடுகிறார். டாக்ஸியின் மீட்டரைத் திருப்பி வைக்கிறார்.

டைட்டிலின் கடைசி எழுத்துகள் தோன்றுகின்றன.

2

காலை

சுதீந்திராவின் வீடு. முதல்தளம்.

வருகிற மாமாவுக்காகத் தயார் செய்யப்பட்ட அறை. வேலையாட்களில் ஒருவர் தரையைச் சுத்தம் செய்கிறார். ஒருவர் படுக்கையைச் சரி செய்கிறார். அனிலா அலமாரியைப் பார்த்துவிட்டு அதன் பூட்டினைச் சரிபார்க்கிறாள்.

அனிலா:
(உதவியைக் கோரியபடி) இந்த அலமாரியோட பூட்டை நல்லா சுத்தமாக வைச்சிருங்க ஒரே தூசியா இருக்கு. அப்படியே மது... அதைச் செஞ்சு முடிச்சதும் ஒரு கிளாஸும் ஒரு குவளைல குளிர்ந்த தண்ணீரும் கொண்டு வந்து இங்க வச்சிடுங்க.

அனிலா அலமாரியின் சாவியை மேசையின்மேல் வைத்துவிட்டு வராண்டாவைத் தாண்டி படிகளில் இறங்குகிறாள். முன் கதவைத் திறக்கிறாள். பப்லு வெளியில் நின்றுகொண்டு காமிக் புத்தகம் படிக்கிறான்.

அனிலா:
நீ இங்கேயே இரு. சரியா...! அவர் வந்ததும் என்னைக் கூப்பிடு.

பப்லு தலையசைக்கிறான்.

நடு அறை

அந்த அறையின் தோற்றமே உயர்குடியினருக்குரிய செழிப்புடனும் நல்ல ரசனையுடனும் தோற்றமளிக்கிறது. பெரிய கலம்கரி ஓவியம் ஒன்று ஒரு சுவரிலும் இன்னொரு சுவரில் சிறிய ராஜஸ்தானி

ஓவியங்களும் தொங்குகின்றன. இரண்டு கற்சிற்பங்கள் தரையில் நின்றிருக்கின்றன.

அனிலாவின் கண்கள் புத்தக அடுக்கை நோக்கிப் போகிறது அங்கு இரண்டு வெண்கலச் சிற்பங்கள் இருக்கின்றன. அவள் அவற்றை எடுத்துக் கொண்டு

அந்த அறையில் இருந்து வெளியேறுகிறாள். படிகளில் ஏறி வராண்டாவைக் கடந்து தனது படுக்கையறை நோக்கிச் செல்கிறாள்.

அவள் தனது படுக்கையறையில் இருக்கும் அலமாரியைத் திறந்து அதில் இரண்டு வெண்கலச் சிலைகளையும் வைத்துப் பூட்டுகிறாள்.

அப்போது பப்லுவின் குரல் கேட்கிறது.

பப்லு:
அம்மா... அவர் வந்துட்டாரு.

அனிலா அறையிலிருந்து வெளியே வந்து வேலைக்காரர்களை அழைக்கிறாள்.

அனிலா:
கொஞ்சம் கவனிங்க. எல்லோரும் கீழ வாங்க. பை எல்லாம் மேல எடுத்துக்கிட்டுப் போகணும்.

வீட்டுக்கு முன்னிருக்கும் தெருவில் டாக்ஸி வந்து நிற்கிறது. மன்மோகன் டிரைவருக்குப் பணத்தைக் கொடுக்கிறார். இதற்கிடையில் இரண்டு வேலையாட்கள் சென்று அவரது இரண்டு சூட்கேஸ்களையும் எடுத்துக் கொண்டு வீட்டுக்குள் எடுத்து வருகிறார்கள்.

பப்லு வாசலில் நிற்கிறான். அனிலா அவனுக்குச் சற்று பின்னால் நிற்கிறாள். மன்மோகன் அவர்களை நோக்கி ஒரு ஸ்நேகப் புன்னகையுடன் நடந்து வருகிறார்.

மன்மோகன்:
(பப்லுவிடம்) உன் பெயர் என்ன?

பப்லு அவரது பாதங்களைக் குனிந்து வணங்கிக் கொண்டே சொல்கிறான்.

பப்லு:
சத்யகி

மன்மோகன்:
சத்யகி? கிருஷ்ணரின் சீடரா... இல்லை சுதீந்திர போஸின் மகனா?

அனிலாவும் வந்து அவரது பாதத்தைத் தொடுகிறாள்.

மன்மோகன்:
இருக்கட்டுமா... உன் பேரு...

அனிலா:
அனிலா...

மன்மோகன்:
அனிலா...

அனிலா:
வாங்க...

மூவரும் வராண்டாவை நோக்கி நடந்து வருகிறார்கள்.

மன்மோகன்:
என் கடிதம் கிடைச்சிருக்கும் இல்லையாம்மா...

அனிலா:
ஆமா... கிடைச்சது.

மன்மோகன்:
ஆனா எனக்குப் பதில் வரலையே... நீங்க வர வேணாம்னு எனக்கு நீ எழுதியிருக்கமாட்டேன்னு நம்புறேன்.

அனிலா:
ஓ... இல்ல...

வராண்டா

அனிலா பிரம்பு நாற்காலியைக் காட்டுகிறாள்.

அனிலா:
உட்காருங்க ப்ளீஸ்.

மன்மோகன்:
இது மேலயா...

அனிலா:
ஆமா...

மன்மோகன் உட்கார்கிறார்.

மன்மோகன்:
உங்களுக்கு நான் ஏற்படுத்துன குழப்பத்தைப்பத்தி எனக்கு எதுவும் தெரிஞ்சிருக்காதுன்னு நீ நெனைக்கலாம். இதுவரைக்கும் பார்த்தே இருக்காத ஒரு நபரை, அவர் சொல்றதை வச்சு உன்னோட மாமான்னு ஒத்துக்கிடணும்னா...

அனிலா:
நீங்க என்ன சொல்றீங்க? எப்பவுமே இழந்ததைத் திரும்பப் பெறுறது சந்தோஷம்தானே...

அனிலா அவர் அருகில் இன்னொரு பிரம்பு நாற்காலியில் உட்கார்கிறாள். பப்லு அருகில் இருக்கும் வட்ட வடிவ மோடாவில் உட்கார்கிறான்.

மன்மோகன்:
உன்னோட கணவர்...

அனிலா:
வேலைக்குப் போயிருக்காரு. நாளைக்கும் அதுக்கு மறு நாளும் அவருக்கு வாரக்கடைசி நாள் அதுக்குப் பிறகு 21ஆம் தேதியிலிருந்து பூஜா துவங்கிடும்.

மன்மோகன்:
அப்படியா...

அனிலா:
குடிக்கிறதுக்குக் குளிர்ச்சியா ஏதாவது தரட்டுமா? குளிக்கிறதுக்கு முன்னால கொஞ்சம் ரிலாக்ஸா இருக்கும்.

மன்மோகன்:
சரிம்மா... ஆனா ஐஸ் வேணாம். ப்ளீஸ்.

அனிலா:
சரி.

அனிலா எழுந்து வராண்டாவின் மூலையில் இருக்கும் குளிர்சாதனப் பெட்டியை நோக்கிப் போகிறாள். பப்லு ஓடிப்போய் உணவு மேசையில் இருக்கும் கண்ணாடித் தம்ளரைத் தட்டுடன் எடுத்து வருகிறான்.

அனிலா தம்ஸ்அப் பாட்டிலை எடுத்துத் திறந்து கண்ணாடித் தம்ளரில் ஊற்றுகிறாள். இதற்கிடையில் மன்மோகன் பேசிக் கொண்டே இருக்கிறார்.

மன்மோகன்:
வர்ர வழியில உங்களுக்கு ஒரு ஸ்வீட் பாக்ஸ் வாங்கிட்டு வரலாம்னு நெனைச்சேன். என்ன வாங்குறது அதை எங்க வாங்குறதுன்னு தெரியல. ஒருவேளை தோணுச்சு தரமா இல்லாத இனிப்பு வகைகளோட நான் இங்க வந்திருந்தால்...

அனிலா கண்ணாடித் தம்ளரில் கோலாவுடன் அந்தப் பாட்டிலையும் எடுத்து வந்து மன்மோகனுக்கு அருகில் இருக்கும் மேசையில் வைக்கிறாள்.

மன்மோகன்:
தேங்க் யூ... பீம்நாக், சுங்குராம் மாதிரி ஸ்வீட் கடைகள் இன்னும் இருக்கா?

அனிலா:
இருக்கு. நெறையா புதுக் கடைகளும் வந்துருச்சு.

மன்மோகன் ஒரு மிடறு அருந்துகிறார்.

மன்மோகன்:
இது கோகோ கோலாவோட தயாரிப்புதானே. இங்கேயே தயாரிக்கிறாங்க இல்ல.

அனிலா:

ஆமா...

மன்மோகன் அந்தப் பாட்டிலை எடுத்து அதன் நிறுவனப் பெயரான *Thums up* என்பதைச் சரி பார்க்கிறார்.

மன்மோகன்:

Disaster (பப்லுவிடம்) சத்யகி பாபு... Thumbகிறதை இப்படிதான் உச்சரிக்கணும்னு நீயும் கத்துக்கிட்டியா?

பப்லு:

(சிரிப்புடன் தலையாட்டிக்கொண்டே) T-H-U-M-B.

மன்மோகன்:

வெல். தட்ஸ் பெட்டர். நீ ஸ்கூலுக்குப் போற... இல்ல...

பப்லு:

இப்ப பூஜா ஹாலிடேய்ஸ். ஒரு மாசத்துக்கு.

மன்மோகன்:

வர்ர வழியில சில மண்டபங்களைப்[3] பாத்தேன். அதுல இருந்து பூஜா நடக்கிற நேரத்துலதான நான் வந்திருக்கேன்னு தெரிஞ்சுக்கிட்டேன்.

அனிலா:

நம்ம நாட்டை விட்டு போற வரைக்கும் நீங்க பூஜா எல்லாம் பாத்திருக்கீங்களா?

மன்மோகன்:

நான் பூஜா எல்லாம் பாத்ததில்லம்மா. ஆனா நான் ரத யாத்திரை[4] பாத்திருக்கேன். எங்கே தெரியுமா? நியூயார்க் மாடிசன் அவென்யூ...

அனிலா:

நிஜமாவா... இங்கயும் வெள்ளைத்தோல் இருக்கிற வைஷ்ணவர்களும் வைஷ்ணவிகளும் அதை எடுத்துக்கிட்டாங்க. ரத யாத்திரைங்கிறது இனிமே

---

3. பூஜைக் காலங்களில் துணிகளைக் கொண்டு பந்தல் போட்டு தற்காலிக கோயில்களை ஏற்படுத்தும் வழக்கம் கல்கத்தாவில் இருக்கிறது.

4. கிருஷ்ணர் அல்லது ஜெகந்நாதரின் சிலைகளை ரதங்களில் வைத்து உற்சவமாக எடுத்து வருவது.

நமக்கில்லை முழுக்க அவங்களுக்கே சொந்தமாக் கிட்டாங்க. தெரியுமா?

மன்மோகன்:
கிருஷ்ண பகவானுக்கு இருக்கிற 108 பெயர் உனக்குத் தெரியுமா சத்யகி பாபு?

பப்லு:
தெரியாது.

மன்மோகன்:
(உச்சாடனம் செய்யத் துவங்குகிறார்) ஹரி ஹராயே நமோ கிருஷ்ணா யாதவாய நமோ யாதவாய மாதவாய கேசவாய நமஹ!

அனிலா ஆச்சரியத்துடன் அவர் சொல்வதைக் கவனிக்கிறாள். அவர் அதை ராகமாக நன்றாகச் சொல்கிறார்.

மன்மோகன்:
கோபால கோவிந்த ராம ஸ்ரீ மதுசூதன் கிரிதர கோபிநாத் மதனமோகன்

என்னோட பாட்டி எப்பவும் இதைப் பாடுவாங்க. நான் இதை உனக்குக் கத்துத் தாரேன். OK...?

பப்லு:
சரி

அனிலா:
நீங்க குளிக்கிறீங்களா... இல்ல...

மன்மோகன்:
இல்லைன்னாலும் ஒண்ணும் பிரச்னை இல்ல...

அனிலா:
அதுக்கு இல்ல... உங்க ரூம் மாடியில இருக்கு. பப்லு கூட்டிட்டுப் போவான்.

மன்மோகன் கிளாஸில் இருந்த தம்ஸ் அப் முழுவதையும் குடித்துவிட்டு எழுகிறார்.

மன்மோகன்:
உன்னோடது ரொம்ப அழகான வீடு.

அனிலா:
இதை என் மாமனார் கட்டுனது.

மன்மோகன்:
அதனால உன் கணவனுக்கு இது கிடைச்சிருச்சோ?

அனிலா:
ஆமா...

மன்மோகன்:
வா... சத்யகி-பாபு.

பப்லு அவருடன் மாடிக்குப் போகிறான். அனிலா உணவு உண்ணும் அறையை நோக்கி நடந்தவள் திடீரென்று மாடிப்படியை நோக்கி நடக்கிறாள். மன்மோகனும் பப்லுவும் படிகளில் ஏறிக் கொண்டிருக்கிறார்கள். அனிலா படிகளின் கீழே நின்றிருக்கிறாள்.

அனிலா:
நீங்க என்னென்ன சாப்பிட மாட்டீங்கன்னு எனக்குத் தெரியாது அதனால...

மன்மோகன் படிகளில் நின்று அனிலாவைப் பார்த்துப் புன்னகைக்கிறார்.

மன்மோகன்:
நான் எல்லாமே சாப்பிடுவேன். கொஞ்சம்தான் சாப்பிடுவேன். அதனால நீ கவலைப்பட வேண்டாம்.

இரண்டு பேரும் மேலே போகிறார்கள். இதற்கிடையில் தொலைபேசி மணி ஒலித்துக் கொண்டிருக்க அனிலா வேகமாக நடு அறைக்குப் போய் எடுக்கிறாள்.

அனிலா தொலைபேசியில் பதில் சொல்கிறாள்.

அனிலா:
ஹலோ...

எதிர்முனையிலிருந்து சுதீந்திரா தனது அலுவலகத்திலிருந்து இருந்து பேசுகிறார்.

சுதீந்திரா:
அவர் வந்துட்டாரா?

அனிலா:
ஆமா... பதினைஞ்சு நிமிஷத்துக்கு முன்னால...

சுதீந்திரா:
யார் மாதிரி இருக்காரு?

அனிலா:
நான் என்ன சொல்றது? நாகரீகமானவர் போல இருக்கார் என்னை வாம்மா போம்மான்னு 'மா' போட்டுக் கூப்பிடறாரு. அப்படிக் கூப்பிடறது எனக்கும் கொஞ்சம் பிடிச்சிருக்கு.

சுதீந்திரா:
அவரு மா... மா... ன்னு உன்னைக் கூப்பிடறதால அவரை நீ மாமான்னு கூப்பிட ஆரம்பிச்சிட்ட...

அனிலா:
பெண்கள் சாமானியமா எதையும் உண்மைன்னு நம்ப மாட்டோம்.

சுதீந்திரா:
கேட்கவே நல்லாயிருக்கு. அவர் உன் அம்மா மாதிரி இருக்காரா?

அனிலா:
உண்மையில அப்படி இல்ல. ஆனா ஒரே ஒரு ஒற்றுமை இருக்கு.

சுதீந்திரா:
என்னது?

அனிலா:
அவர் நல்லாப் பாடுறாரு.

சுதீந்திரா:
ஓ... அவர் உனக்காகப் பாட வேற ஆரம்பிச்சிட்டாரா?

அனிலா:

அப்படியெல்லாம் இல்ல... சும்மா ரெண்டு வரிதான். நீங்க வந்ததும் என்னன்னு சொல்றேன்.

சுதீந்திரா:

அவரோட பெங்காலி எப்படியிருக்கு?

அனிலா:

என்னைவிட உங்களவிட நல்லா இருக்கு.

சுதீந்திரா:

என்ன சொல்ற? இது என்னோட சந்தேகத்தை அதிகமாக்குது. கவனமா இரு.

அனிலா:

இப்ப என்ன?

சுதீந்திரா:

அவரோட பாஸ்போர்ட்டைப் பாக்கணும்னு கேளு. அவரு உண்மையான ஆளா போலியான்னு கண்டுபிடிக்க சிறந்த வழி வேற இல்ல.

அனிலா:

உங்களுக்கென்ன பைத்தியமா? இதெல்லாம் பொம்பளைங்க செய்ய முடியுமா? உங்களுக்குத் தேவைன்னா வந்து நீங்க பாருங்க. நான் போறேன் எனக்கு நிறைய வேலை இருக்கு.

அவள் திடீரென உரையாடலை முடித்துக்கொண்டதை நினைத்து சுதீந்திரா மௌனமாக நிற்கிறான்.

3

உணவு அறை

அனிலா மேசையின்மீது காலியான கண்ணாடி டம்ளர்களை வைத்துக் கொண்டிருக்கிறாள். வேலையாள் அவளுக்கு உதவுகிறான். மன்மோகனும், பப்லுவும் நுழைகிறார்கள். மன்மோகன் புது குர்தாவும் பைஜாமாவும் அணிந்திருக்கிறார்.

மன்மோகன்:
நாங்க இங்க இருக்கிறோம்மா...

அனிலா:
ப்ளீஸ் உள்ள வாங்க.

மன்மோகன்:
பைஜாமாவும் குர்தாவும் பரவாயில்லையா?

அனிலா:
நல்லாயிருக்கு!

மன்மோகன்:
உடுத்தறதுக்கு இங்க வேற எதுவும் இல்ல. அதனால டில்லியில இதை வாங்குனேன்.

அனிலா:
வாங்க.

மன்மோகன் மேசையை நோக்கிப் போய் அங்கிருக்கும் பாத்திரங்களின் மூடிகளைத் திறந்து பார்க்கிறார்.

அனிலா:
அது மீன். ப்ளீஸ் உட்காருங்க. நீங்க எது வேணுன்னாலும் சாப்பிடுவேன்னு சொன்னதுனால் இதைக் கண்டிப்பா சாப்பிடணும். சரியா?

மன்மோகன்:

அதை ஞாபகத்துல வச்சிருக்க. ஆனால் நான் கொஞ்சமா சாப்பிடுவேன்னு சொன்னதை மறந்துட்ட.

மன்மோகன் அவரது இடத்தில் உட்கார்கிறார். பப்லுவும் அருகில் உட்கார்கிறான். அனிலா இருவருக்கும் சோறு பரிமாறுகிறாள்.

மன்மோகன்:

கறியெல்லாம் இரவு உணவுக்கு வச்சுக்கிட்டா என்ன? இப்ப மீன் மட்டும் போதுமே...

அனிலா:

(காய்கறிக் கூட்டை கிளறிக்கொண்டே அவரைப் பார்க்கிறாள்) இது என்னன்னு நெனைச்சீங்க?

மன்மோகன்:

பெங்காலி சாப்பாட்டைப் பார்த்து எவ்வளவு காலமாச்சுன்னு சொன்னா நீ நம்பமாட்ட.

அனிலா:

இது பாலன்சாக்கர் காண்டோ.

மன்மோகன்:

... *Spinach. Popeye the sailor* உனக்குத் தெரியுமா பப்லு பாபு?

பப்லு:

ஆமா... ஸ்பினாக் தன்னோட சக்தி அனைத்தையும் *popeye* க்குக் கொடுத்திடும்.

வேலையாள் ஒரு தட்டு நிறைய பருப்பில் வறுத்துச் செய்யப்பட்ட விதவிதமான வடிவங்களை உடைய பதார்த்தத்தை எடுத்து வருகிறான்.

அனிலா:

புதுசா சில உணவு வகைகளை உங்களுக்காகச் செஞ்சிருக்கேன்.

அனிலா தட்டிலிருந்து எடுத்து மன்மோகனுக்கு வைக்கிறாள்.

மன்மோகன்:

My Goodness, என்ன நடக்குதுன்னே புரியல.

அனிலா:
கொய்னா போடி⁵, ஒரு அம்மாமிட்னாப்பூர்ல இருக்காங்க. அவங்க வீட்டில் செஞ்சது.

மன்மோகன்:
அற்புதம், இவ்வளவு ரசனையோட விதவிதமான உணவுப் பொருட்களைத் தயாரிக்கிறது பெங்கால்ல மட்டும்தான் சாத்தியம்.

பப்லு:
அம்மா... எனக்கு ஒண்ணு.

அனிலா வறுத்த போடி ஒன்றை எடுத்துத் தருகிறாள்.

மன்மோகன்:
நீ சாப்பிடலயாம்மா?

அனிலா:
நீங்கள்லாம் சாப்பிட்ட பிறகு...

மன்மோகன்:
அதோட அர்த்தம் எப்பவுமே நீ memsahib ஆகமாட்டேன்னு சொல்ற?

அனிலா புன்னகைத்துக் கொண்டே மன்மோகன் அருகில் உட்கார்கிறாள்.

அனிலா:
வங்காள உணவு சாப்பிட்டே ரொம்ப காலமாச்சுன்னு நீங்க சொன்னீங்க. வெளிநாட்டுலதான் நிறைய வங்காளிகள் இருக்காங்களே... தெரிஞ்ச பல வங்காளிகள் இருக்காங்க. அவங்கள்ல ஒருத்தரைக்கூட உங்களுக்குத் தெரியாதா?

மன்மோகன்:
ஒரு தடவை உன்னோட வேரை அறுத்துகிட்டு, கை விலங்கையெல்லாம் உடைச்சிட்டு வெளியேறின பிறகு எதுக்கு ஒரு வங்காளியோட துணையைத் தேடணும்.

அனிலா எழுந்து மன்மோகனுக்குப் பரிமாறுகிறாள்.

---
5. ஒரு வங்காள உணவு வகை.

மன்மோகன்:

முதல்ல டால்[6] அப்புறம் மீன்.

அனிலா:

இப்படிச் சொன்னா எப்படித் தெரியும்?

மன்மோகன்:

உனக்கு என்ன தெரியணும்? நீ உன்னோட தாய்மொழியை மறக்கக்கூடாதுன்னு நெனைச்சா மறக்கமுடியாது. ஆனா மறக்கணும்னு நெனைக்கிறவங்க மூணு மாசத்துல சுத்தமா மறந்துடுறாங்க.

அதுக்காக நீ வெளிநாடு போனா அப்படிச் செஞ்சிடாதே. டெல்லியில இருக்கிற குழந்தைங்க தன்னோட அப்பாவை டாடின்னும் அம்மாவை 'மம்மி'ன்னும் கூப்பிடறாங்கன்னு நான் கேள்விப்பட்டேன். பப்லு பாபு நீகூட அப்படித்தான் கூப்பிடுறியா.

பப்லு:

(வெட்கத்துடன் முணுமுணுக்கிறான்) ...

அனிலா:

போடி, டால்கூட சேத்துச் சாப்பிடணும். இன்னொன்னு வைக்கவா?

மன்மோகன்:

ஓகே... அலங்காரமான பருப்பு உணவு.

அனிலா அவருக்குக் கொய்னா போடியை வைக்கிறாள். மன்மோகன் அதை எடுத்துச் சாப்பிடுகிறார். பப்லுவும் ஒன்றை எடுத்துச் சாப்பிடுகிறான். இருவரும் ஒருவரையொருவர் பார்த்துப் புன்னகைத்துக் கொள்கிறார்கள்.

அனிலா:

ஏன் வீட்டைவிட்டுப் போனீங்க.

ஆர்வமாய்ச் சாப்பிட்டுக் கொண்டிருந்த மன்மோகன் திடீரென்று சாப்பிடுவதை நிறுத்துகிறார்.

---

6 பருப்புக்கூட்டு

மன்மோகன்:
ம்...

அனிலா:
நான் உங்களப்பத்தி அம்மா நிறையச் சொல்லிக் கேட்டிருக்கேன். எல்லோரும் உங்கமேல அன்பா இருந்திருக்காங்க. நீங்க நல்ல மாணவரா இருந்திருக்கீங்க. உங்களுக்குப் பிரகாசமான எதிர்காலம் இருந்திருக்கு.

மன்மோகன்:
பிறகெதுக்கு வீட்டைவிட்டுப் போகணும்?

அனிலா:
ஆமா...

மன்மோகன்:
ஜெர்மன்ல ஒரு அழகான வார்த்தை இருக்கு. Wanderlust. ஊர்சுத்திப் பார்க்கிறதுலேயே... வெறித்தனமா மனம் லயிக்கிறது.

அனிலா:
அதுக்காக மட்டும்தான் வீட்டைவிட்டு போனீங்களா?

மன்மோகன்:
எனக்குள்ள அந்த வெறி எங்கேயோ இருந்திருக்கணும். அதைத்தவிர வேற காரணங்களும் இருந்துச்சு.

அனிலா:
மீன் வைக்கட்டுமா?

மன்மோகன்:
மீன் இருக்கட்டும். அதுக்குப் பதிலா கறி சாப்டறேன். மீன் முள்ளை எடுக்க ஆரம்பிச்சிட்டேன்னா... உன்கூட நான் பேச முடியாமப் போயிடும்.

அனிலா இறைச்சியைப் பரிமாறுகிறாள்.

மன்மோகன்:
(தடுத்துக் கொண்டே) ரொம்ப வேணாம்... ரொம்ப வேணாம்... இதுவே போதும்.

அனிலா பப்லுவுக்கும் இறைச்சியைப் பரிமாறிவிட்டு மன்மோகனின் அருகில் உட்கார்கிறாள்.

மன்மோகன்:

oh dear. பப்லு பாபு... கவனமா இதையே கேட்டுட்டு இருக்கியா? நல்லது. இதைக் கவனமாக் கேளு. இது உனக்கு ரொம்ப ஆச்சரியமா இருக்கும். நான் சின்னப் பையனா இருக்கும்போது நல்லாப் படம் வரைவேன்.

அனிலா:

ஆமா... அம்மா சொல்லக் கேட்டிருக்கேன்.

மன்மோகன்:

அதனால காலேஜ் டிகிரி முடிச்சதும் ஆர்ட் ஸ்கூல்ல சேரணும்னு முடிவெடுத்திருந்தேன். ஆர்ட் ஸ்கூல்ல முதல் வருஷம் படிச்சிட்டு இருக்கும்போது ஒருநாள் ஒரு வெளிநாட்டுப் பத்திரிகையைப் பாத்தேன்.

அதுல முழுப் பக்கத்துக்கு ஒரு காளை மாட்டோட படம் இருந்துச்சு. அது போட்டோ இல்ல. கையால வரைஞ்ச படம். என் பேராண்டி... அது எப்படிக் காளை தெரியுமா?

பப்லு:

தெரியும். அது தலையில கொம்பு இருக்கும்.

மன்மோகன்:

ஆமா... அதோட கொம்பு கூர்மையா நேரா முன்னாடி நீட்டிக்கிட்டிருக்கும். உனக்குத் தெரியுமாம்மா. அற்புதமான படம்! (வியப்புடன்) அப்படியொரு வேகம். அப்படியொரு அசைவு...

டாவின்ஸியைக்கூட ஒப்பிடமுடியாது. யாரு வரைஞ்சிருக்க முடியும்? யாரு அந்த மிகப்பெரிய ஓவியன்? அந்தப் படத்துக்குக் கீழே இருந்த வரியில், கற்காலத்துல 20000 வருஷத்துக்கு முன்னாடி ஸ்பெயினின் அல்டாமிரா பகுதியில் சரித்திர காலத்துக்கெல்லாம் முந்திய குகை மனிதன்தான் அதை வரைஞ்சிருக்கான்.

என்னால நம்பவே முடியல. உன்னோட ஒவ்வொரு பாதத்தையும் நான் முத்தமிடுகிறேன் சகோதரனே. ஒருபோதும் நான் வாழ்க்கையில ஓவியனாகமாட்டேன்கிற உறுதியோட, இந்த உலகத்தில இருக்க எந்த ஆர்ட் ஸ்கூலும் இதுமாதிரி காளையை வரைய எனக்குக் கத்துத்தர முடியாதுன்னு எனக்குள்ளே சொல்லிக்கிட்டேன்.

நாகரீகம் அடைந்த, நாகரீகம் அடையாத என்கிற வார்த்தைகளின் அற்புதம் பற்றி உணரத்துவங்கினேன். இத்தோட எனக்குள்ளிருந்த ஊர் சுற்றும் ஆசை *(wanterlust)* இரண்டும் சேர்ந்து என்னோட சொந்த ஊரைவிட்டு வெளியேறும் உந்துதலை எனக்குக் கொடுத்திடுச்சு.

அனிலா:

உங்கக் கடிதத்துல திரும்பவும் போகணும்னு எழுதியிருந்தீங்க...

மன்மோகன்:

ஆமா... நான் இந்த நேரத்தில ஆஸ்திரேலியா போகணும். அதோட பகுதிகளை இன்னும் பாக்கல.

மதியவேளை.

மன்மோகனின் அறை

மன்மோகன் படுக்கையில் உட்கார்ந்திருக்கிறார். பப்லு அவரருகில் மோடாவில் உட்கார்ந்திருக்கிறான். மன்மோகன் தன் கையில் சில வெளிநாட்டு நாணயங்களை வைத்திருக்கிறார். அதைப் பப்லுக்குக் காட்டுகிறார்.

மன்மோகன்:

இது கீரீஸிலிருந்து கொண்டு வந்த நாணயம் - ட்ராச்மா. இது போலந்திலிருந்து கிடைத்தது ஸ்லோட்டி *Z-L-O-T-Y* இது மெக்ஸிகோவிலிருந்து பெஸட்டா...

கடைசி நாணயத்தைக் கையில் பிடித்து பப்லுவுக்குக் காட்டுகிறார்.

மன்மோகன்:

இது பெரு நாட்டில் இருந்து - கோல்...

பப்லு:

அனிஸோட மாமாவும் நெறைய காய்ன் சேத்து வச்சிருக்காரு. அவரை எப்படிக் கூப்பிடறதுன்னு எனக்குத் தெரியும்.

மன்மோகன்:

எப்படிக் கூப்பிடணும்?

பப்லூ:

A Numismatist.

மன்மோகன்:

(சிரித்துக்கொண்டே) வெரிகுட். வெரிகுட். எப்படியிருந்தாலும் நாணயங்களை நான் சேர்க்கப் போறதில்லை. நாணயங்களோட பெயர்களும் எனக்கு அவ்வளவா தெரியாது.

மன்மோகன் எழுந்து படுக்கைக்கு அருகிலிருந்த மேசையில் பையை வைக்கிறார். பிறகு படுக்கையில் படுத்துக்கொள்கிறார்.

மன்மோகன்:

இவையெல்லாம் போற இடங்கள்ல இருந்து கொண்டு வந்தவை. அதனால சிலதை உனக்குத் தாரேன்.

பப்லு:

ஐயோ... எனக்கா...

மன்மோகன்:

உன் ப்ரெண்ட்ஸ்கிட்ட காட்டு.

பப்லு:

நான் என் ப்ரெண்ட்ஸ்கிட்ட சொல்லிட்டேன். எல்லோர் கிட்டேயும் சொல்லல... சில பேர்கிட்ட மட்டும்.

மன்மோகன்:

என்ன சொன்ன?

பப்லு:

ஒருத்தர் எங்க வீட்டுக்கு வந்திருக்கார். அவர் என் தாத்தாவா இருக்கலாம். தாத்தா இல்லாமலும் இருக்கலாம்.

மன்மோகன் பலமாகச் சிரிக்கிறார்.

பப்லு:
அவங்க எல்லாம் உங்களைப் பாக்க வருவாங்க. இருந்தாலும்...

அனிலா வந்து கதவருகில் நிற்கிறாள்.

அனிலா:
பப்லு... இப்ப வெளிய வா. அவரை ஓய்வெடுக்கவே விடமாட்டியா?

பப்லு:
(மன்மோகனிடம்) நான் போகணும்.

மன்மோகன்:
ஆஃவ் விடர்ஷீகள் (Auf wieder sehen)

பப்லு நின்று அவரைப் பயத்துடன் திரும்பிப் பார்க்கிறான்.

பப்லு:
என்ன சொன்னீங்க?

மன்மோகன்:
Auf wieder sehen இது ஜெர்மன். இதோட அர்த்தம் திரும்பவும் நாம் சந்திக்கலாம்.

பப்லு:
(புன்னகையுடன்) அப்படியா...

மாலை.

கல்கத்தா மெய்டன்.

வண்ண வண்ணமான பாராசூட்டுடன் ஜவான் பயிற்சி வானத்தில் நடக்கிறது. நகரத்தின் அடிவானத்தைப் பின்புலமாகக் கொண்டு பாராசூட் இறங்க மன்மோகன் உட்கார்ந்திருக்கிறார். அவர் பேசத் துவங்குகிறார்.

மன்மோகன்:
கற்பனை பண்ணிப்பாரு. தெற்கு அமெரிக்காவின் உயரமான மலைத்தொடர் ஆண்டீஸ். அதோட உயரம் 8000 அடி. அதுக்குமேல கற்களாலான ஒரு நகரம் இருந்துச்சு.

இப்போது பப்லுவும் அவனது நண்பர்களும் மரத்தினடியில் உட்கார்ந்து மன்மோகன் சொல்லும் கதைகளைக் கேட்கிறார்கள்.

மன்மோகன்:

நானூறு வருஷமா... அங்க ஒரு நகரம் இருக்குங்கிறது யாருக்குமே தெரியாது. 1911ல மோகன் பகான் அந்த வருஷந்தான் பிரிட்டிஷ் அணியை ஜெயிச்சு IFA பதக்கம் வாங்கிச்சு. அந்த வருஷத்துல ஹரிராம் பிங்க்ஹாம் அந்த நகரத்தை திடீர்ன்னு கண்டுபிடிச்சிட்டாரு. அந்த நகரத்தோட பேரு என்னன்னு சொன்னேன்?

பையன்கள்:

மச்சு பிச்சு!

மன்மோகன்:

மச்சு பிச்சு.

மன்மோகன் மச்சு பிச்சுவின் நிழற்படங்களைத் தனது பையிலிருந்து எடுத்து அதை இரண்டு கைகளாலும் பிடித்துக்கொண்டு அவர்கள் முன்னால் காட்டுகிறார்.

மன்மோகன்:

இதைப் பாருங்க.

பையன்கள்:

அய்யோ... நீங்க அந்த நகரத்துக்குப் போயிருக்கீங்களா? உண்மையிலேவா?

மன்மோகன்:

of course நான் போயிருக்கேன். நான்தான் இந்தப் போட்டோ எல்லாம் எடுத்தேன். இருபத்தஞ்சு வருஷத்துக்கு முன்னால கோவேறு கழுடதை மேல உக்காந்து நான் அங்கப் போனேன். The City of Magic.

பக்கத்துல எங்கேயும் பாறைகளே இல்ல ஆனாலும் அங்க இருக்க எல்லாமே கற்களாலதான் செய்யப் பட்டிருக்கு. அந்தப் பாறைகளை எல்லாம் எங்கெயிருந்து கொண்டு வந்தாங்க இவ்வளவு பெரிய மலைமேல எப்படித் தூக்கிட்டு வந்தாங்கன்னு யாருக்கும் தெரியாது. இன்காஸ் அது என்ன விநோதமான நாகரீகம்.

பையன்கள்:

இன்னொரு கதை சொல்லுங்க. இன்னொரு கதை சொல்லுங்க...

மன்மோகன்:

போதும் போதும் கதை வேணாம். இப்ப சில மேஜிக் செய்யலாம்.

மன்மோகன் தனது பையிலிருந்து விதவிதமான வெளிநாட்டு நாணயங்களை எடுத்து ஒரு வெள்ளை உறையின்மேல் அவர்களின் முன்னால் வைக்கிறார்.

பையன்கள்:

இதெல்லாம் என்ன?

மன்மோகன்:

நான் உங்ககிட்ட சில கேள்விகள் கேட்கப் போகிறேன். உங்களால சரியான விடையைச் சொல்ல முடியுதான்னு பாக்கலாம்... ரெடி?

பையன்கள்:

ரெடி.

மன்மோகன்:

ஓ.கே. சூரியன்... நிலா ரெண்டுல எது பெரிசு?

பையன்கள்:

சூரியன்.

மன்மோகன்:

எப்படி இது உங்களுக்குத் தெரியும்? (மன்மோகன் ஒரே அளவுள்ள இரண்டு நாணயங்களை அருகருகே வைக்கிறார்) இது சூரியன். இது நிலா... வானத்தில இருக்கும்போது இரண்டும் ஒரே அளவாத்தானே தெரியுது.

பையன்கள்:

ஏன்னா சூரியன் ரொம்பத் தூரத்தில இருக்கே...

மன்மோகன்:

எவ்வளவு தூரத்தில. நான் சொல்றேன். சூரியன் ஒன்பதரைக் கோடி மைல் தூரத்தில இருக்கு. நிலா வெறும் ஐந்து லட்சம் மைல் தொலைவில்தான் இருக்கு.

பையன்கள்:
அதனாலதான் அவை இரண்டும் பாக்கும்போது ஒரே அளவாத் தெரியுது.

மன்மோகன்:
ஒருவேளை நிலா ஐந்து லட்சம் மைல் தூரத்தில இருக்கிறதுக்குப் பதிலா இரண்டு லட்சம் மைல் தூரத்தில் இருந்தால் எப்படியிருக்கும்?

பையன்கள்:
நிலா பெரிசாத் தெரியும்.

மன்மோகன் இப்போது முன்னால் காட்டிய நிலவுக்குப் பதிலாகப் பெரிய நாணயத்தை வைக்கிறார்.

மன்மோகன்:
இதுபோல இருக்கும் சரியா.

பையன்கள்:
சரி.

மன்மோகன்:
இப்ப நிலா எட்டு லட்சம் மைல்களுக்கு அப்பால் இருந்தால் எப்படியிருக்கும்?

பையன்கள்:
அது ரொம்ப சிறுசா தெரியும். ரொம்ப சிறுசா தெரியும்.

மன்மோகன் இப்போது பெரிய நாணயத்தை எடுத்துவிட்டு மிகச்சிறிய நாணயத்தை வைக்கிறார்.

மன்மோகன்:
இது மாதிரி சின்னதா இருக்குமா...

பையன்கள்:
ஆமா...

மன்மோகன்:

அப்படி இல்லைன்னா என்னாகும்? நிலா இது மாதிரி தூரத்தில இருந்தா இந்த விஷயங்களெல்லாம் எப்படி நடக்கும்?

மன்மோகன் நடுத்தரமான அளவுள்ள நாணயத்தை நிலா இருந்த இடத்தில் மறுபடியும் வைக்கிறார். பிறகு நிலாவாக இருக்கும் நாணயத்தை நகர்த்தி சூரியனாக இருக்கும் நாணயத்தின் மேல் வைத்து மறைக்கிறார்.

மன்மோகன்:

ஏன்னா... நிலா, சூரியனோட பாதையில வரும்போது அதை முழுசா மறைக்குது. அதுதான் சரியான பொருத்தமானது. ஒரு வட்டத்துக்கு மேல இன்னொரு வட்டம்.

பையன்கள்:

சூரிய கிரகணம்.

மன்மோகன்:

முழு சூரிய கிரகணம். பூமியோட நிழல் நிலாவை மறைச்சா அதுவும் ஒரு வட்டத்துக்கு மேல இன்னொரு வட்டம் சரியாப் பொருந்துது.

பையன்கள்:

சந்திர கிரகணம்... சந்திர கிரகணம்.

மன்மோகன்:

முழு கிரகணம். முழு சந்திர கிரகணம், எப்படி அது நடக்குதுன்னு சொல்லுங்க.

எல்லாப் பையன்களும் அமைதியாக இருக்கின்றனர்.

மன்மோகன்:

உங்ககிட்ட பதில் இல்லையா. உலகத்திலேயே பெரிய அறிவாளிகிட்ட கேட்டாலும் அவரால ஏன்னு உங்களுக்குச் சொல்லமுடியாது. யாருக்குமே தெரியாது. குழப்பமாத் தான் இருக்கும். இதைத்தான் நான் உலகத்தின் அற்புதங்களில் ஒன்றுன்னு சொல்லுவேன். சூரியன், நிலா- பகலின் அரசனும், இரவின் இளவரசியும்- இதோட நிலா மேல படற பூமியோட நிழல் எல்லாம் ஒரே அளவு. எல்லா வட்டங்களும் ஒரே அளவு. மேஜிக்!

4

மாலை

சுதீந்திராவின் வீடு. அழைப்பு மணி ஒலிக்கிறது. வேலைக்காரர் கதவைத் திறக்க சுதீந்திரா பெட்டியுடன் உள்ளே நுழைகிறார். அனிலா மாடிப்படிகளின் கீழே நின்றிருப்பதைப் பார்க்கிறார்.

அனிலா:
இங்க பாருங்க...

சுதீந்திரா:
மேல என்ன?

அனிலா:
இங்க வாங்களேன்.

வீட்டின் நடுவில் உள்ள அறை. சுதீந்திரா அனிலாவைத் தொடர்ந்து செல்கிறார்.

அனிலா:
எனக்கு உறுதியாத் தெரிஞ்சிடுச்சு.

சுதீந்திரா:
அவர் உன்னோட மாமாதான். உண்மையிலேயே அற்புதமான மனிதர். பெண்கள் ஒரு விஷயம் உண்மையான்னு அழகா, ஈஸியாக் கண்டுபிடிக்கிறதைத்தான் நானும் பாக்குறேனே. நீ ஒருத்தரோட முழு பெர்சனாலிட்டியையும் கொஞ்ச நேரத்திலேயே கண்டுபிடிச்சிடுவியே!

அனிலா சோபாவில் உட்கார்கிறாள்.

அனிலா:

பெண்களால முடியும். ஆண்கள் இயற்கையிலே சந்தேகம் உள்ளவங்க. பெண்களுக்கு அந்தப் பிரச்னை இல்லை. இதை விடுங்க... உங்களால ஒரு மனிதரோட செயல்கள்ல இருந்து சில அசைவுகள்ல, அவர் பேசற விதத்தில இருந்து... அவரோட கண்களைப் பாத்து அவர் எப்படின்னு சொல்ல முடியுமா?

அவரு பல வெளிநாடுகளுக்குப் போயிருக்காருங்கிறதுல ஒரு சந்தேகமும் இல்ல. அவருக்கு ஜெர்மன் நல்லாத் தெரியுது. அதோட பப்லுக்கு வேற அவரு சில வெளிநாட்டு நாணயங்கள் கொடுத்திருக்காரு...

சுதீந்திரா:

வெளிநாட்டு நாயணம்தானே? வெளிநாட்டு ஸ்டாம்ப் எல்லாம் இங்கேயே வாங்க முடியும்கிறது உனக்குத் தெரியாதுல்ல? அதுமாதிரி வெளிநாட்டுக் காசுங்கள் விக்கிறதுக்கும் இங்க டீலர் இருக்காங்க. *(சோபாவில் உட்கார்கிறார்)*

ஒரு நாட்டோட பெயரை மட்டும் சொல்லு. அந்த நாட்டோட காசுகளை நாளைக்கே உனக்கு வாங்கிட்டு வர்றேன்.

அனிலா:

என்னவோ... நான் நினைச்சதை உங்ககிட்ட சொன்னேன்.

சுதீந்திரா:

வீட்டைவிட்டு ஏன் போனேன்னு அவர் சொன்னாரா?

அனிலா:

அதுக்குத்தான் அவர் ஒரு ஜெர்மன் வார்த்தையைச் சொன்னார். அதோட அர்த்தம் ஊர்சுத்திப் பாக்கிற வெறி.

(சுதீந்திரா கோபத்துடன்)

சுதீந்திரா:

Wanderlust...?

அனிலா:
அதுதான். ஆனா நீங்க சொன்னமாதிரி அவரு உச்சரிக்கலையே...

சுதீந்திரா:
(ஜெர்மன் உச்சரிப்புடன்) Vaander Loost. சரியா...?

அனிலா:
சரி.

சுதீந்திரா:
இந்த வார்த்தையை இங்கிலீஷ்லயே அடிக்கடி பயன்படுத்தறாங்க. அதனால இங்கிலீஷ் மாதிரி உச்சரிக்கப்படுது. நான் மாக்ஸ் முல்லர் பவன்ல இரண்டு இரண்டரை மாசம் ஜெர்மன் கத்துக்கிட்டேன். அதுக்குமேல கத்துக்கப் பொறுமை இல்ல. இன்னும் எனக்கு ஐம்பது ஜெர்மன் வார்த்தை ஞாபகத்தில இருக்கு. வேற என்ன சொன்னாரு?

அனிலா:
எதைப் பத்தி?

சுதீந்திரா:
வீட்டை விட்டுப் போனதைப் பத்திதான்... வேறென்ன?

அனிலா:
அது பெரிய கதை. சொல்றதுக்குக் கொஞ்சம் நேரமாகும். புரியுதா காளை மாடு?

சுதீந்திரா:
(ஆச்சரியத்துடன்) காளைமாடா?

அனிலா எழுந்து சுதீந்திரா அருகில் போகிறாள்.

அனிலா:
வீட்டுக்கு விருந்தாளி வந்திருக்காரு. நீங்கதானே வீட்டுக்காரர். போங்க போய் அவரைப் பாத்து என்னன்னு பேசுங்க...

சுதீந்திரா:
எங்க அந்த ஜென்டில்மேன்?

அனிலா:

ரூம்லதான் இருப்பாரு. அவரு மெய்டனுக்குப் பப்லு ப்ரெண்ட்ஸ்கூட போய்ட்டு வந்தார். கொஞ்ச நேரத்துக்கு முன்னாடிதான் அவங்க எல்லாரும் வந்தாங்க. எழுந்திரிங்க... போங்க.. எழுந்திரிங்க...

சுதீந்திரா எழுகிறார்.

சுதீந்திரா:

அந்த முறத்தை (குலு) எடுத்துட்டு வா... வீட்ல ஒண்ணுகூட உங்கிட்ட இல்லையா...

அனிலா:

இங்க பாருங்க...

போனார் சுதீந்திரா திரும்பிப் பார்க்கிறார்.

சுதீந்திரா:

என்ன இப்ப?

அனிலா:

சொல்றதைக் கொஞ்சம் கேளுங்க... ப்ளீஸ்.

சுதீந்திரா:

என்ன?

அனிலா:

அட்லீஸ்ட்... ஆசீர்வாதமாவது வாங்கிக்கங்க.

மன்மோகன் அறை

மன்மோகன் கண்ணாடி முன்னால் நின்று தனது குர்தாவின் பொத்தான்களை மாட்டிக் கொண்டிருக்கிறார். கதவு தட்டப்படும் சத்தம் கேட்டு அதற்குப் பதிலளிக்கிறார்.

மன்மோகன்:

கம் இன்...

சுதீந்திரா தயக்கத்துடன் நுழைகிறார்.

சுதீந்திரா:

குட் ஈவினிங்.

மன்மோகன் திரும்பி அவரைப் பார்க்கிறார்.

மன்மோகன்:

சுதீந்திரா போஸ்?

சுதீந்திரா முன்னால் வந்து குனிந்து மன்மோகனின் கால்களைத் தொட முயற்சிக்க, மன்மோகன் அவரது கைகளைப் பிடித்துக் குனியாமல் தடுக்கிறார்.

மன்மோகன்:

நோ... நோ... நோ... நெவர்...

(இதை எதிர்பார்க்காத சுதீந்திரா. உடனே நேராக நிமிர்கிறார்)

மன்மோகன்:

இப்பன்னு இல்ல. எப்பவுமே உங்க மனசில இருந்து எல்லா சந்தேகமும் போற வரைக்கும்... இதெல்லாம் வேணாமே... நான் லெட்டர்லயும் உங்களுக்கு எழுதியிருந்தேன்.

உங்ககிட்ட நேர்லயும் சொல்றேன் அசந்தர்ப்பமான முறையில் நான் உங்களுக்கு அறிமுகமாயிருக்கேன்கிறது எனக்குத் தெரியும். எனக்கு நீங்க யாருன்னு தெரியும். ஆனா உங்களுக்கு நான் யாருன்னு தெரியாது.

துரதிர்ஷ்டவசமா... நான் போலியா... நிஜமா... உண்மையான மாமாவா இல்ல பொய்யான ஆளான்னு கண்டுபிடிக்க கொஞ்சம் நாள் ஆகலாம். எதுன்னாலும் கொஞ்சம் டயம் எடுத்து இதைப்பத்தி யோசித்துப் பாருங்க.

சுதீந்திரா:

இந்தச் சந்தேகம்லாம் தீர்வதற்கு ஈஸியான வழியை நீங்களே ஏன் சொல்லமாட்டேங்கிறீங்கன்னு எனக்குப் புரியல...

இந்த வார்த்தைகளைச் சொல்லி முடிப்பதற்குள் மன்மோகன் தனது தோள் பையிலிருந்து பாஸ்போர்ட்டை எடுத்து சுதீந்திராவை நோக்கிப் போடுகிறார். சுதீந்திரா பிடித்துக் கொள்கிறார்.

சுதீந்திரா:

தேங்க்ஸ். இது சரியான வழி. உங்க பேரு மன்மோகன் மித்ரா. இது உங்களோட போட்டோதான். அடையாளம். வலது கன்னத்து மச்சம்.

சுதீந்திரா மன்மோகனைப் பார்க்கிறார். மன்மோகன் தனது சுட்டு விரலால் தனது கன்னத்திலுள்ள மச்சத்தைச் சுட்டிக் காட்டுகிறார்.

சுதீந்திரா:

எல்லாம் சரியா இருக்கு. ஏன் நீங்க...

மன்மோகன்:

இந்த நிரூபணம் என்ன சுதீந்தரா போஸ்? இதைத்தான் நீங்க identifyன்னு சொல்லீங்க... நாள் இதெல்லாம் ஒண்ணுமில்லை சொல்வேன். உலகம் முழுக்கக் கெட்டுப் போன இந்தக் காலத்துல ஒரு போலியா பாஸ்போர்ட் வாங்குறதுக்கு எத்தனை வழியெல்லாம் இருக்குன்னு உங்களுக்குத் தெரியுமா?

மன்மோகன் சுதீந்திராவின் கையிலிருந்து பாஸ்போர்ட்டைப் பிடுங்குகிறார்.

மன்மோகன்:

இந்தப் பாஸ்போர்ட்னால எதையும் நிரூபிக்க முடியாது. அதனால என்னைச் சந்தேகப்படுறதுக்கு உங்களுக்கு எல்லா உரிமையும் இருக்கு. உங்க மனைவிக்கு இதையெல்லாம் ஒருத்தர் சொன்னாலும் அவங்களுக்கு இது ஒரு விஷயமே இல்லை.

அவங்க கடமையை எந்தக் குறையும் இல்லாம தெளிவாச் செய்றாங்க. எனக்கு ரத்த சம்பந்தமான உறவுன்னு இருந்தால் அதெல்லாம் உங்க மனைவியோட மட்டுந்தான். எந்த விதத்திலேயும் உங்களோட இல்ல.

அதனால நீங்க என்னைய மிதிச்சு வெளிய துரத்துறதுக்கு எல்லா உரிமையும் உங்களுக்கு இருக்கு. Look... (படுக்கைக்குக் கீழே இருக்கும் பெட்டியைச் சுட்டிக் காட்டுகிறார்). நான் இன்னும் அதைத் திறக்கல. நீங்க விரும்பினால் அடுத்த அஞ்சாவது நிமிஷத்தில நான் வெளில போயிடுவேன்.

சுதீந்திரா:

ஏன் இப்படிச் சொல்றீங்க? என்னோட மனைவி உங்களை அழைச்சிட்டு வந்திருக்கா. அதனால நான்... நான் சொல்றதுக்கு எதுவுமில்லை.

மன்மோகன்:

உங்க கட்டுப்பாட்டுலதான் நான் இருக்கேன்.

சுதீந்திரா:

தயவுசெய்து அதை மறந்துடுங்க. ஒரே ஒரு கேள்வி எனக்கிருக்கு.

மன்மோகன்:

கேளுங்க...

சுதீந்திரா:

இத்தனை வருஷங்களுக்குப் பிறகு உங்க நாட்டுக்குத் திரும்பணும்னு திடீர்னு விருப்பம் வந்ததுக்கு என்ன காரணம்?

மன்மோகன்:

நான் சொல்ற பதிலைப்பத்தி நீங்க என்ன நினைச்சாலும் சரி. என்னோட நாட்டுக்குத் திரும்பணும்னு எனக்கு ஆசையெல்லாம் இல்ல. மேற்கு நாடுகள்ல தற்காலிகமாகத் தங்கியிருந்த பிறகு கிழக்குப் பக்கம் போகலாம்னு முடிவெடுத்தேன்.

இதுக்கு முன்னால... டில்லியைக் கடந்து போகும் போதெல்லாம் ரத்த சம்பந்தமான உறவுகள் என்னை எப்போதுமே ஈர்த்தது இல்ல. ஆனால் இப்ப, ஒருவேளை என் வயசு காரணமா...

மன்மோகனின் குரல், ஆழ்ந்த உணர்ச்சிவசப்பட்டிருக்கிறது.

சுதீந்திரா:

(அவரை நிறுத்தி) ப்ளீஸ் கொஞ்சம் அமைதியா இருங்க. நான் சீக்கிரம் குளிச்சிட்டு, உடனே வர்றேன்.

சுதீந்திரா போகிறார். மன்மோகன் களைப்பாகத் தோன்றுகிறார்.

படுக்கை அறை

அனிலா படுக்கையில் அமர்ந்து பதற்றத்துடன் தனது கணவனை எதிர்நோக்கி இருக்கிறாள். அவள் நிமிர்ந்து பார்க்கும்போது சுதீந்திரா வருகிறார்.

சுதீந்திரா:
இப்போதைக்கு நீ ஜெயிச்சிருக்க.

அனிலா:
பாஸ்போர்ட்?

சுதீந்திரா:
தெளிவா இருக்கு.

அனிலா:
அதை உங்ககிட்ட காண்பிச்சாரா?

சுதீந்திரா:
ஆமா... அது அவரோடதுதான்.

சுதீந்திரா அவரது சூட்கேஸை படுக்கையில் போட்டுவிட்டு தனது சட்டையைக் கழற்றி சுவரில் மாட்டிவிட்டு படுக்கையில் அமர்ந்து தனது காலணி மற்றும் கால் உறைகளைக் கழற்றுகிறார். இது நடக்கும்போதே இருவரும் பேசிக் கொள்கிறார்கள்.

அனிலா:
பிறகு ஏன் இப்போதைக்குன்னு சொன்னீங்க? அவர் உண்மையான மாமாதானே!

சுதீந்திரா:
நீ சொன்ன மாதிரி ஆட்களை, நெருடலாப் பேசி தன்வசப் படுத்த அவரால முடியுது. அவர் என்ன சொன்னாரு தெரியுமா?

அனிலா:
என்ன?

சுதீந்திரா:
பாஸ்போர்ட்டை வச்சு எதையும் நிரூபிக்க முடியாது. இந்தக் காலத்தில நினைச்ச உடனே போலி பாஸ்போர்ட் வாங்க முடியும்ன்னு சொன்னார்.

அனிலா:

(கேலியாகச் சிரித்துக்கொண்டே) அவர் பாஸ்போர்ட்டைப் பாரு, பாஸ்போர்ட்டைப் பாருன்னு சொன்னீங்க. இப்போ சந்தோஷமா?

சுதீந்திரா இன்னொரு சட்டையை ஹேங்கரில் இருந்து எடுத்துக் கொண்டு குளியலறையை நோக்கி நடக்கிறார்.

சுதீந்திரா:

ஆழத்துல இருக்க மீனைப்போல இருந்தா, எப்படி நீ சொல்ற உன் மாமாவைப் பத்தித் தெரிஞ்சுக்கிறது?

அனிலா:

அதோட அர்த்தம்?

சுதீந்திரா:

நான் பிரித்விஷ்ஷை நாளைக்கு வரச் சொல்லியிருக்கேன்.

அனிலா:

ஏன்? ஏன் அவனை?

சுதீந்திரா:

இதுக்காகத்தான். நீதான் நேரடியாப் பேசுற ஒருத்தர் வேணும்னு சொன்னீல. உனக்குத் தெரியும் உன்னோட புருஷன் அதுமாதிரியான ஆள் இல்லைன்னு. இதுமாதிரி தீராத பிரச்னைகள் என்னைக் கஷ்டபடுத்துதுன்னா... அதற்கு அடிப்படையிலேயே நான் ஒருத்தர்மேல ரொம்ப மரியாதையா நடந்துக்கிறதுதான் காரணம்.

பிரித்திவிஷ்க்கு இந்தப் பிரச்னைலாம் கிடையாது. இந்தச் சூழ்நிலையை அவன்கிட்ட சொன்னா... ரொம்ப ஆர்வமா இருப்பான். இதுமாதிரிப் பிரச்னைகளை நிறைய அவன் சமாளிச்சிருக்கான்.

அனிலா:

அதனால அவரு வந்து அவரை விசாரணை செய்யப் போறாரு. உங்க நண்பர் உங்கள மாதிரிதானே பேசுவாரு.

சுதீந்திரா அனிலாவின் அருகில் அமர்ந்து விவரிக்க முயல்கிறார்.

சுதீந்திரா:

என்ன விசாரணை? அந்த மனுஷன் உன் மாமான்னு சொல்றாரு. இதைச் சொல்லிட்டு நம்ம பாக்கெட்டைக் காலி பண்றாரு. நாலுவேளை நல்ல சாப்பாடு. நாம் ஒரு நாளைக்கு ஐம்பது ரூபா அவருக்காகச் செலவழிக்கிறோம்.

இன்னும் அவரைப் பத்தி ஒண்ணுமே தெரியல. அதனால சில தேவையான கேள்விகளைக் கண்டிப்பா நாம கேக்கணும், பிரித்விஷ் அதைத்தான் எவ்வளவு முடியுமோ அவ்வளவு நாகரீகமா கேக்கப்போறான்.

சுதீந்திரா எழுகிறார்.

அனிலா:

எனக்குத் தெரியாது. கடைசியா இரண்டரை வயசுக் குழந்தையாப் பாத்த தன் மருமகளை திரும்பவும் பாக்கிறதுக்காக ஒரு மனுஷர் ஆசையோடு முப்பத்தைஞ்சு வருஷம் கழிச்சு தன் நாட்டுக்கு வந்திருக்கிறாரு.

அந்த விருப்பத்தோட பார்க்க வந்த மருமகளை வித்தியாசமா பாக்க வச்சுடாதீங்க. எனக்காக... குறைந்தபட்சம்...

சுதீந்திரா:

சரி. அந்த மனுஷர் உணர்வுபூர்வமான காரணங்களால இங்க வந்திருக்காரு. அது பத்தி நான் எதுவும் சொல்லல, அவர் உன்னோட மாமாவா இருந்தாலும் கூட.

அனிலா:

அவர் என்னோட மாமா இல்லைன்னா என்ன செய்றது.

சுதீந்திரா:

ஒண்ணும் பிரச்னையில்ல. அதுக்கப்புறம் நீதான் (குலு) முறம்... (பற்கள் தெரிய சப்தமாகச் சிரிக்கிறார் அடிச்சு விரட்டு..!

சுதீந்திரா குளியலறைக்குள் சென்று கதவைச் சாத்துகிறார். தொலைபேசி அழைக்கிறது. சிறிது நேரம் ஒலிக்கவிட்டு அனிலா தொலைபேசியை எடுக்கிறாள்.

அனிலா:
ஹலோ

எதிர்முனையில்

அனிலாவின் தோழி சாந்தா தனது படுக்கையறையிலிருந்து பேசுகிறாள். அவளுக்குப் பின்னால் சாந்தாவின் கணவன் ரஞ்சன் இருக்கிறான். அவன் குளியலறையின் அருகில் தோளில் துண்டுடன் நிற்கிறான். தனது மனைவியின் உரையாடலைக் கவனிக்கிறான்.

சாந்தா:
சாந்தா பேசுறேன்... சாந்தா... யாருன்னு தெரியுதா?

அனிலா:
ஓ... உன்னோட குரல் வித்தியாசமா இருக்கு.

சாந்தா:
ரொம்ப ஆர்வமா இருக்கு. அவர் வந்துட்டாரா?

அனிலா:
ஆமா... அவரு வந்துட்டாரு. அது உண்மைதான்.

சாந்தா:
சொல்லு நீ என்ன நினைக்குற?

அனிலா:
நான் என்ன சொல்றது? ஒரு நாள்தான் அவரைப் பாத்திருக்கேன்.

சாந்தா:
உனக்குத் தெரியுமா... நானும் என் வீட்டுக்காரரும் அவ்வளவு ஆர்வமா இருக்கோம். ஆமா... நீ சொன்னதில இருந்து வேற எதையுமே நினைக்க முடியல.

அனிலா:
ஆனா... யாருக்கும் இதைச் சொல்ல வேணாம்... சொல்ல மாட்டியே...?

சாந்தா:
என்னை நம்பு. ஒரு வார்த்தை சொல்லமாட்டேன்.

அனிலா:

இப்ப உனக்குச் செய்தி தெரிஞ்சிடுச்சு. வைச்சிடவா..

சாந்தா:

ஏய்... வேணாம்... அவர் உங்கூடப் பேசணுமாம். இரு அவர்கிட்ட கொடுக்கிறேன்.

ரஞ்சன் வந்து சாந்தாவிடம் ரிசீவரைப் பெற்றுக்கொள்கிறான்.

ரஞ்சன்:

ஹலோ

அனிலா:

சொல்லுங்க...

ரஞ்சன்:

என்னோட ஒரு வேண்டுகோளை நீங்க நிறைவேத்தணும்.

அனிலா:

என்ன வேண்டுகோள்?

ரஞ்சன்:

இன்னும் அரைமணி நேரத்தில நாங்க ரெண்டு பேரும் அங்க வர நீங்க அனுமதிக்கணும்.

அனிலா:

சரி... ஆனா அவருக்கு எப்படியும் தெரிஞ்சிட்டா...

ரஞ்சன்:

அவருக்குத் தெரியாத அளவுக்கு இருப்போம் நான் ப்ராமிஸ் பண்றேன், வழக்கமா எப்பவும் அந்த வழியா வந்தா தற்செயலா நாங்க வீட்டுக்கு வருவோம்ல. அது மாதிரி. அரை மணிநேரம் சும்மா பேசிக்கிட்டிருந்திட்டு அப்டியே வந்திடறோம்.

என்னை நடிகர்னு அறிமுகப்படுத்த வேணாம்னு சுதின்கிட்டச் சொல்லுங்க. என்னோட தொழிலை ரகசியமாக வச்சுக்கிறது முதல்ல நல்லது.

அனிலா:

இன்னிக்கு நீங்க வர்ரீங்க. அப்டித்தானே?

ரஞ்சன்:

நாளைக்கும் நாளை மறுநாளும் வாரக் கடைசிங்கிறதால இரண்டு நாள் சாயங்காலமும் எனக்கு Performance இருக்கு.

அனிலா:

ஓகே... வாங்க.

ரஞ்சன்:

நன்றி. பிறகென்ன அதைச் சரி பண்ணிடலாம். ஓகே.

அனிலா தொலைபேசியை வைத்துவிட்டு குளியலறையின் கதவு நோக்கி நடக்கிறாள். உள்ளே சுதீந்திரா பாடிக் கொண்டிருக்கிறார்.

சுதீந்திரா:

(தாகூரின் பாடல்) ஓ அல்லி... மாலையின் மலரே...
ஓ மல்லி காலையின் மலரே

அனிலா:

இங்க பாருங்க...

சுதீந்திரா:

(பாடல்)

சுதீந்திரா கதவை கொஞ்சம் திறந்து ஈரமான முகத்தை வெளியே நீட்டுகிறார்.

சுதீந்திரா:

என்ன?

அனிலா:

சாந்தா, ரஞ்சன் இரண்டு பேரும் வர்ராங்க. அவரை Check பண்ணத்தான் வர்ராங்கன்னு அவருக்குத் தெரிய வேணாம்னு சொல்லச் சொன்னாங்க.

சுதீந்திரா:

நல்லது. ஏன் ஷாமலி, ஷிபாலி, ஜூதிகா, மல்லிகா... எல்லோருக்கும் சொல்லல.

அனிலா:

அய்யே...

சுதீந்திரா:

ஏன் சொல்லல? அந்த வயசான மனுஷரை சந்தோஷமா வச்சிருக்க வேண்டிய முழுப் பொறுப்பும் நமக்கு மட்டும் இல்லாம இருந்திருக்கும்ல?

அனிலா:

ஏங்க நான் சொல்றதைக் கவனிங்க. அவரை என்னோட மாமான்னு அறிமுகப்படுத்தி வைங்க.

சுதீந்திரா:

ஓகே... ஓகே

சுதீந்திரா கதவைச் சாத்துகிறார்.

5

இருட்டத் துவங்கும் சாயங்காலம்.

சுதீந்திராவின் வசிப்பறை.

ரஞ்சன், இருக்கையில் அமர்ந்து சிகரெட்டைப் பற்ற வைக்கிறார். சாந்தாவும் சுதீந்திராவும் இன்னொரு சோபாவில் உட்கார்ந்திருக்கிறார்கள். அனிலாவும் உட்கார்ந்திருக்கிறாள். மன்மோகன் குரல் கேட்கிறது.

>மன்மோகன்:
>நான் வரலாமா?

ரஞ்சன் அவரது சிகரெட்டை உடனடியாக அணைக்கிறார். மன்மோகன் உள்ளே வந்ததும் எல்லோரும் எழுந்து நிற்கிறார்கள்.

>மன்மோகன்:
>உங்கள நான் தொந்தரவு செய்யலையே?

>சுதீந்திரா:
>இல்லை... இல்லை. என்னோட நண்பர்களை அறிமுகம் செய்து வைக்கலாமா... மிஸ்டர் & மிஸஸ் ரக்ஷித் மன்மோகன் மித்ரா.

வாழ்த்துக்கள் வணக்கங்களுக்குப் பிறகு மன்மோகன் ரஞ்சனுக்கு எதிரில் உள்ள சோபாவில் அமர்கிறார். மன்மோகனின் வியப்பை ரஞ்சன் கவனிக்கிறான்.

>ரஞ்சன்:
>I am sorry... எனக்குத் தெரியல...

>சுதீந்திரா:
>அவர் நிலியோட மாமா... கடைசி மாமா...

ரஞ்சன்:
அவனோட கடைசி மாமா... கடைசி...

ரஞ்சன் அனிலாவையும், பிறகு சுதீந்திராவையும் ஆச்சரியத்துடன் பார்க்கிறான். கடைசியில் அவர் கண்களில் இருந்த அதிர்ச்சியான உணர்வு குறைகிறது. ரஞ்சன் தனது தலையை ஆட்டிக் கொள்கிறார்.

ரஞ்சன்:
ஓ... நோ... நோ... நான் தப்பு பண்ணிட்டேன். இன்னொரு நண்பரோட மனைவி. அவ பேரு என்ன... ம... (சாந்தாவைப் பார்க்கிறார்) மஞ்சு அவளோட கடைசி மாமா...

சாந்தா:
மஞ்சுவுக்கு மாமாவே இல்லையே...

ரஞ்சன்:
Sorry. மஞ்சுவுக்கு (அனிலாவைப் பார்த்து) உங்களுக்கு மாமா மூணு பேர்தானே! சரியா... இல்லை இரண்டு பேரா?

அனிலா:
இரண்டு, மூத்தவர் இறந்துட்டாரு. இளையவர் முப்பத்தஞ்சு வருஷத்துக்கு முன்பே வீட்டை விட்டுப் போயிட்டாரு.

ரஞ்சன் திரும்பவும் மன்மோகனை ஆச்சரியத்துடன் பார்க்கிறார். மன்மோகன் புன்னகையுடன் அப்படியே அமர்ந்திருக்கிறார். ரஞ்சன். அவர்தான் இவரா என்பதுபோல அனிலாவைப் பார்க்கிறார். அனிலா புன்னகையுடன் ஆம் என்பதுபோல தலையை அசைக்கிறாள்.

ரஞ்சன்:
என் தலை இப்பக் கொஞ்சம் குழம்பியிருக்கு.

சுதீந்திரா:
உங்க தலை எப்பவுமே சரியா இருந்ததில்லை. முழு விஷயமும் ரொம்ப தெளிவா இருக்கு. நிலியோட கடைசி மாமா முப்பத்தஞ்சு வருஷத்துக்கு முன்னாடி வீட்டை விட்டுப் போயிட்டாரு. அவரு இன்னிக்குக் காலையிலதான் திரும்பி வந்திருக்காரு.

ரஞ்சன்:

எங்கேயிருந்து.

சுதீந்திரா:

மேற்கிலிருந்து... ஐரோப்பாவிலிருந்து...

ரஞ்சன்:

ரொம்ப ஆச்சரியமா இருக்கு. ஒரு பவல் சந்நியாசிபோல... உங்களுக்குப் பவல் சன்னியாசி பற்றித் தெரியுமா?

மன்மோகன்:

(புன்னகையுடன்) எனக்குத் தெரியும்.

ரஞ்சன்:

உலக அளவில தெரிஞ்ச கேஸ். சொல்லுங்க எத்தனை வருஷம் அது நடந்துச்சு? பத்து வருஷம்...

மன்மோகன்:

கோர்ட் கேஸ்ங்கிற பேச்சுக்கே இங்கே இடமில்லை.

ரஞ்சன்:

(தளர்வாக) அப்படி எதுவும் இல்லைன்னு உங்களுக்குத் தெரியுமா?

மன்மோகன்:

ஆமா.

ரஞ்சன்:

(சுதீந்திராவிடம்) நான் என்ன சொல்றேன்னா... அவர் அவங்களோட மாமா...அதனால...

சுதீந்திரா:

ஒரு பிரச்னையும் இல்ல...

ரஞ்சன்:

நல்லது (மன்மோகனிடம்) எவ்வளவு பிரச்னைகளைச் சமாளிச்சுக்கிட்டு நீங்க இருக்கீங்கங்கிறது உங்களுக்குத் தெரியாம இருக்கலாம். நீங்க ஒரு வக்கீல்கிட்ட மாட்டினால் முழுக்க உறிஞ்சிட்டு உங்கள ஏழையா மாத்திடுவார். அதுக்குப் பிறகு நீங்க வீட்டைவிட்டுப் போகும்போது பிச்சைப் பாத்திரத்தோட போகணும்.!

வேலையாள் தேநீருடன் வந்து மேசையில் வைத்துவிட்டுச் செல்கிறாள். அனிலா அந்தத் தேநீரைக் கொடுப்பதில் மும்முரமாக இருக்கிறாள். ரஞ்சன் தட்டில் இருக்கும் ரொட்டிகளை எடுக்கிறார்.

ரஞ்சன்:

(அனிலாவிடம்) வாவ்... இதுதான் நீங்க தயாரிக்கிற *Famous Biscuit?*

அனிலா:

ஓ... *Famous.*

ரஞ்சன்:

(பிஸ்கெட் சாப்பிட்டுக் கொண்டு) *Great.* சுதீந்திராவிடம் சொல்லுங்க இவரு வந்ததும் பேப்பர்ல செய்தி எதுவும் போடல?

சுதீந்திரா:

இல்லை. அப்படியெல்லாம் செய்யமாட்டேன். ஆனா எந்த ரிப்போர்ட்டருக்காவது இது பத்தின க்ளு எதுவும் லேசாத் தெரிஞ்சாக்கூட அதை வெளியிட்டது நீங்கதான்னு எனக்குத் தெரிஞ்சிடும்.

ரஞ்சன்:

அய்யோ... என் வயித்தில பாம் வச்சாலும் ஒரு வார்த்தை வெளியேறாது. ஆனா இப்பவே சரியான தலைப்புச் செய்தியை என்னால பாக்கமுடியுது. *'Return of the Prodigal Uncle*

மன்மோகன்:

இந்த *Prodigal*ங்கிற வார்த்தைக்கு ரெண்டு அர்த்தம் இருக்கு. உங்களுக்குத் தெரியுமா மிஸ்டர் ரக்ஷித்

ரஞ்சன்:

இரண்டு *Prodigals?*

மன்மோகன்:

வீணாப்போனவர்ங்கிறது ஒரு அர்த்தம். செஞ்ச தப்புக்காக வருந்துபவர்ங்கிறது இன்னொரு அர்த்தம். ஆனால் நான் ரெண்டுமே இல்ல.

ரஞ்சன்:
நல்லது. கேக்கிறதுக்கே நல்லா இருக்கு.

இப்போது சாந்தா பேசத் துவங்குகிறாள். அவளது கண்கள் மன்மோகனை நோக்கியிருக்கின்றன.

சாந்தா:
நல்லது. நான் சிலது உங்ககிட்ட கேக்கலாமா?

மன்மோகன்:
தாராளமா...

சாந்தா:
நல்லது, இதைப்பத்தி எதுவுமே எங்களுக்குத் தெரியாது. இங்க வந்தபின்னாலதான் கேள்விப்பட்டோம். இவ்வளவு காலத்துக்குப் பிறகு நீங்க வந்திருக்கீங்க. தனியாவா வந்தீங்க?

மன்மோகன்:
என்கூட யாருமில்ல.

சாந்தா:
நீங்க எப்பவுமே ஒரு வீட்டுக்காரரா இருந்ததில்லையா?

மன்மோகன்:
வெல், வீட்டுக்காரர்ங்கிறதோட அர்த்தம் ஒரு வீடு வச்சிருக்கிறவர்ங்கிறதுதானே... வீட்டைவிட்டு நான் வெளியேறிவிட்டால் வீடு வச்சிருக்கவர்ங்கிற கேள்வி எப்படி எழும்?

சாந்தா:
(அதிர்ச்சியடைந்து) ஓ... எனக்குப் புரியுது.

ரஞ்சன்:
கல்கத்தாவை விட்டுப் போயிருக்கீங்க. பல வருஷங்களுக்குப் பிறகு கல்கத்தாவுக்கு வந்திருக்கீங்க. இல்லையா?

மன்மோகன்:
ஆமா...

ரஞ்சன்:

பல வருஷங்களுக்குப் பிறகு இன்னிக்கு இந்த நகரம் எப்படி இருக்குன்னு உங்களுக்குத் தோணுது? நான் ஒரு பக்கா கல்கத்தாக்காரன் கல்கத்தாவிலேயே பிறந்து வளர்ந்தவன். ஆனால், எனது நகரத்தைப் பத்தி தவறான விஷயங்களை அடிக்கடி கேள்விப்படுறேன்.

மன்மோகன்:

ஏன் தவறான விஷயங்கள்? இது ரொம்ப நாகரீகமடைஞ்ச நகரம். இதுல சந்தேகமேயில்ல.

ரஞ்சன்:

(ஆச்சரியத்துடன்) அப்படியா நெனைக்குறீங்க.

மன்மோகன்:

வேறென்ன? ரோடெல்லாம் ஒரே போக்குவரத்து நெரிசலும் மக்கள் கூட்டமும் இருக்கு. ஒருத்தரைவிட ஒருத்தர் உயர்ந்தவர்ங்கிறதைக் காட்டுவது மாதிரி உயரமான கட்டடங்கள் இருக்கு.

முப்பத்தஞ்சு வருஷத்துக்கு அப்புறம் திரும்பி வரும்போதும் இன்னும் மனிதர்களே ரிக்ஷா இழுக்கிறதைப் பாக்க முடியுது. நாகரீகம்கிறது என்ன? இந்த மாதிரி முரண்பாடுகள் இல்லாம...

எல்லோரும் சிரிக்கிறார்கள்.

ரஞ்சன்:

உங்களைப் பாத்தா நாகரிக உணர்ச்சி பற்றி கசப்புணர்வு உள்ளவர்போல தெரியுது.

மன்மோகன்:

நியூயார்க்கைப் பத்தி என்ன சொல்லுவீங்க?

ரஞ்சன்:

இல்லை... அது நல்ல நகரம். நான் அதைப் படங்களில்தான் பாத்திருக்கேன். அது...

மன்மோகன்:

குடும்பம் குடும்பமா... மெயின்ரோடுகளின் ஓரத்தில் நாங்கள் வீடில்லாதவர்கள்னு பெரிய அட்டைகள்ல எழுதி சோகத்தோட உட்கார்ந்திருக்கிறாங்க.

ரஞ்சன்:

அப்படியா... நீங்க நியூயார்க்கில இருந்தா வர்றீங்க?

மன்மோகன்:

தென் அமெரிக்கா - பிரேசில்.

ரஞ்சன்:

(மிகவும் ஈடுபாட்டுடன்) அப்படியா... பிரேசில்! ரியலி?

மன்மோகன்:

(ஆச்சரியத்துடன்) என்ன விஷயம்?

சுதீந்திரா:

ஒருவேளை அவர் பீலேய நினைச்சிருக்கலாம்.

மன்மோகன்:

பீலே!

ரஞ்சன்:

பீலே... பிரேசில்ல இருந்திருக்கீங்க. பிலேவைத் தெரியல்?

மன்மோகன்:

ஓ யெஸ். *foot ball* சரியா?

ரஞ்சன்:

ஆமா... *all time great*. அவர் பின்னால உதைச்சு கோல் போடுவாரு.

மன்மோகன்:

Listen. மிஸ்டர் ரக்ஷித். புட்பால் பத்தின என் அறிவு மோசமானது. மோகன் பகான், ஈஸ்ட் பெங்கால் அவ்வளவுதான் எனக்குத் தெரியும்.

எல்லோரும் சிரிக்கிறார்கள்.

ரஞ்சன்:

கால்பந்துங்கிறது வங்காளிகளோட ரத்தத்துல ஊறுனதுங் கிறதை நீங்க கண்டிப்பாகப் புரிஞ்சுக்கணும். புட்பால், தவிர வெளிநாட்டுல நீங்க கண்டிப்பா இன்னொன்றையும் மிஸ் பண்ணீட்டிங்க.

மன்மோகன்:

என்னது அது?

ரஞ்சன்:

அதை பெங்காலிகளுக்கு மட்டுமே உள்ளது. நீங்க பெங்காலிகளின் கண்டுபிடிப்புன்னுகூடச் சொல்லலாம்.

மன்மோகன்:

(கொஞ்சம் நேரம் யோசித்து) ரசகுல்லா...

ரஞ்சன்:

அடா[7]. பூங்காவில, ஏரிக்கரையில, காபி ஷாப்பில்... எல்லாத்திலயும் அடா இருக்கும். ஒரு விஷயம் இல்லாம வங்காளிகளால சோற்றைச் செரிக்க முடியாது. அடா *Made in Bengal*.

மன்மோகன்:

வேற பேசுறதுக்கு என்னை அனுமதிங்க Mr. ரஷித் இரண்டாயிரத்து ஐநூறு ஆண்டுகளுக்கு முன்னால மக்கள் சந்திக்கிறதுக்குன்னே கிரீஸ்ல இடங்கள் இருந்துச்சு. உங்களுக்குத் தெரியுமா? ஜிம்னாசியம்?

ரஞ்சன்:

உடற்பயிற்சிக்காக இருக்குமே அதுதானே...!

மன்மோகன்:

வெறும் உடம்புக்காக மட்டும் இல்ல. ஜீவனெல்லின் பொன்மொழி. உங்களுக்குத் தெரியுமா? அதைப் படித்திருந்தபொழுது நாம் இன்னும் பள்ளியில் இருந்தோம். *Mens sana in corpore sano*...

சுதீந்திரா:

A sound mind in a sound body.

---

7 அடா வங்காளிகளின் அரட்டை.

மன்மோகன்:

அவர்கள் மனதாலும் உடலாலும் கச்சிதமாக இருந்தார்கள். அந்தக் காலத்தில் எல்லாம் ஜிம்னாசியத்தில்தான் நடந்தது. ஏதேனில் பெரிய மேதைகளாக இருந்த சாக்ரடீஸ், ப்ளேட்டோ, அல்சிபியாடஸ் எல்லோரும் ஒன்றுகூடி விவாதித்தார்கள்.

அவர்கள் தத்துவம், அரசியல், கணிதம் பற்றிப் பேசினார்கள். இப்பொழுதும் நீங்கள் அதைப் படிக்க முடியும். இதை என்ன சொல்வீங்க?

ரஞ்சன்:

அது ஒரு வகையான அடா.

மன்மோகன்:

ஆனா அது உயர்ந்த தளத்தில இருந்தது. ஒருத்தரைப் பற்றி ஒருத்தர் விமர்சிக்கிறதோ, விவாதிக்கிறதோ, சோம்பலான வார்த்தைகளால உலகத்தோட சண்டை போடறதோ இல்ல. (சோபாவில் உட்கார்கிறார்) நான் எப்பவும் பெங்காலி அடாவைப் புறக்கணித்ததில்லை. இங்கயும் உருப்படியான அடா நடந்ததுக்கு உதாரணங்கள் இருக்கு. ஆனா பெரும்பாலான நேரத்தில் அது மட்டமானதாகவும் வெறும் முட்டாள்தனமாகவும்தான் இருந்திருக்கு. பெங்காலிகளோட அடா அந்தத் தளத்தில இருந்திருந்தா தாகூர்கூட அதில வந்து கலந்திருப்பாரு.

ரஞ்சன்:

ரொம்ப சரி. தாகூர் அடாவில கலந்துகொண்டது இல்ல. (சுதீந்திராவைப் பார்க்கிறார்) சுதின், ரவீந்திரநாத் தாகூர் அடாக்கள்ல கலந்திருக்கிறாரா?

சுதீந்திரா அவரது கேள்வியைப் புறக்கணித்துவிட்டு மன்மோகனைப் பார்க்கிறார்.

சுதீந்திரா:

நீங்க இன்னும் முழுமையா அறிமுகம் செய்து வைக்கப் படல. ரஞ்சன் ரஷித் எல்லோருக்கும் நன்கு தெரிந்த நடிகர்.

அனிலா:

ஸ்டேஜ், டெலிவிஷன், சினிமா என எல்லாத்திலயும் நடிச்சிருக்காரு.

சுதீந்திரா:

ஆமா... காமெடியன்.

மன்மோகன்:

காமெடியன்?

ரஞ்சன்:

நீங்க என்ன சொல்றீங்க. நாகரீகமடைஞ்சவர்னா? நாகரீகம் அடையாதவர்னா?

மன்மோகன்:

இப்பெல்லாம் இங்கப் போதுமான அளவு சிரிக்க முடியுதா? இப்ப வர்ர பேப்பர்ல கெட்ட செய்தியைத் தவிர வேற எதுவுமே இல்ல.

ரஞ்சன்:

வெல். சிரிப்புங்கிற அர்த்தமே... அடுத்தவரைக் கிண்டல் செய்றதுதான் ஆயிடுச்சு... நம்ம அரசியல்லயும் அதுதான் நடக்குது. கிண்டல்னு சொன்னதும் அரிஸை நினைக்காதீங்க...

சுதீந்திரா:

அரிஸ்டாட்டில்?

ரஞ்சன்:

இல்ல... டாட்டில் இல்ல.

மன்மோகன்:

டோபேன்ஸ்?

ரஞ்சன்:

பார்டன்?

மன்மோகன்:

அரிஸ்டோடேன்ஸ்.

ரஞ்சன்:

ஆமா... ஆமா...ஆமா இதைப் பத்தியெல்லாம் நினைக்கவேண்டாம். ஓகே! இங்கேயே நிறையக் குட்டிக் குட்டி ஜோக்ஸ் இருக்கு.

மன்மோகன்:

ஸ்கிட்ஸ்?

ரஞ்சன்:

ஆமா... ஆமா...நான் என்ன சொல்றேன்னா அங்கயும் இந்த மனுஷங்க இருக்காங்க உதாரணத்துக்கு ஒண்ணு சொல்றேன். பெங்காலி பத்ரலோக்[8] நீங்க பெங்காலில இருக்கிற 'i'ங்கிற எழுத்தை நீக்கிடலாம்.

மன்மோகன்:

உங்களை நான் எச்சரித்துச் சொல்லணும். என்னோட 'i' விலக்கப்பட்டுத்தான் இருக்கு.

ரஞ்சன்:

ஓ. ரியலி! இதுல என்னையே எடுத்துக்கோங்களே. பிளன் பரித்பூர்ல இருந்து வந்திருக்கேன். (சாந்தாவைக் காட்டி) அவ நேத்ரேகோனாவிலிருந்து (அனிலாவை நோன்கி) நீங்க?

அனிலா:

ஜெஸ்ஸோர்!

ரஞ்சன்:

(சுதீந்திராவை நோக்கி) நீங்க சுதின்?

சுதீந்திரா:

பந்தமான்.

ரஞ்சன்:

இந்த மனிதர் உண்மையிலேயே ஒரு கோட்டி[9] Gohti

---

8. பங்காளி பத்ரலோக் என்றால் பெங்காலி ஜென்டில்மேன் என்று அர்த்தம். வழக்கமான வேட்டி, குர்தாவோட கையில் குடை, கால்ல பெரிய ஷு வுடன் தோற்றமளிக்கும் அசல் வங்காளியின் தோற்றம். Bengali என்பதிலிருந்து எடுத்துவிட்டால் Bengal என்று West Bengal என்கிற பங்களாதேஷைக் குறிக்கும்.

9. Gohti – பங்களாதேஷைச் சேர்ந்தவர்கள் கோட்டி என்று அழைக்கப்படுகிறார்கள்.

மன்மோகன்:
எந்திரிங்க. எந்திரிச்சு கதையைச் சொல்லுங்க.

ரஞ்சன் எழுந்து நிற்கிறார்.

ரஞ்சன்:
ஓகே... இந்த ஜென்டில்மேன் ரைட்டர்ஸ் பில்டிங்கிற்குச் (கல்கத்தாவின் தலைமைச் செயலகத்துக்கு) சீப் மினிஸ்டரைச் சந்திக்கப் போறாரு. இந்த ஜென்டில்மேன், குறிப்பிட்ட சூழ்நிலையில எழுபத்தஞ்சு சதவீதம் ஆங்கிலத்தில பேசுறதுதான் ரொம்ப நல்லதுன்னு நம்புறாரு.

அலுவலகத்துள்ள நுழைந்ததும் அங்க ஒரு லிப்ட் இருக்கு. ஒரு போலீஸ்காரரும் இருக்காரு. அவர் கேக்குறாரு, எங்கப் போறீங்க?

I have come to see C.M

CMM? you meand CPM?

No... Nom How can I see PM? அவர் டில்லியில இருக்காரு.

I want to see CM[10].

அப்பாயிண்ட்மெண்ட் இருக்கா?

இருக்கு. சரியா 4.00 .. ஸாரி 4.00 P.M.

ஸாரி the CM is Left.

ஸாரி? ஏன் ஸாரி? நானும் leftதான். இதுக்கு எதுக்கு ஸாரி கேக்குறீங்க.

The CM has Left for home.

Left already?

Right.

மன்மோகன் இதை ரசித்துப் பலமாகச் சிரிக்கிறார்.

---

10. மேற்கு வங்கத்தில் CPM தான் பலவருஷங்களாக ஆட்சியில் இருக்கிறது.

மன்மோகன்:

வெரி குட். வெரி வெரி குட்.

மன்மோகன் தனது தேநீர்க் கோப்பையை மேசைக்குக் கீழே வைக்கிறார்.

மன்மோகன்:

வெல் மிஸ்டர் ரக்ஷித்... உங்கள ஒரு கேள்வி கேக்கலாமா?

ரஞ்சன்:

Yes... of course.

மன்மோகன்:

எப்படி? என்னைக் கண்டுபிடிச்சிட்டீங்களா?

அங்கே அதிர்ச்சி கலந்த அமைதி நிலவுகிறது.

ரஞ்சன் ஒன்றும் பேசமுடியாமல் நிற்கிறார். அனிலா தலையைக் கவிழ்ந்துக்கொள்கிறாள்.

மன்மோகன்:

அதற்காகத்தானே இங்க வந்தீங்க... சரியா? என்னைப் பாக்கத்தானே? நியூஸ்பேப்பர் யாருக்குத் தேவை... உங்ககிட்ட டெலிபோன் இருக்கும்போது (அனிலாவிடம்) இதுமாதிரி விஷயங்களை மூடிமறைச்சு வைக்கிறது கஷ்டம்தான் இல்லையாம்மா?

மாமாவா இருப்பாரா இல்லையான்னு ஒரு சஸ்பென்ஸ், சந்தேகம், குழப்பம் - டிராமா மாதிரி இருக்கில்ல. (ரஞ்சனிடம்) இதைப்பத்தி நீங்க ஒண்ணும் நினைக்கவேணாம் மிஸ்டர் ரஷித்.

ரஞ்சன்:

இல்லையில்லை... உண்மையிலேயே... நான் இந்த நாடக நடிப்புக்காக ரொம்ப வருந்துறேன். இப்ப... இனிமே... அதுக்கு அவசியமில்லைன்னு...

(சுதீந்திரா ரஞ்சனைப் பார்க்கிறார்)

சுதீந்திரா:

ரொம்ப வருந்துறீங்களா... அப்படியா...

இரவு

பப்லுவின் படுக்கை அறை.

பப்லு தூங்குகிறான்.

மன்மோகன் அறை.

மன்மோகன் தூங்குகிறார்.

அனிலாவின் படுக்கை அறை.

சுதீந்திரா குளியலறையில் இருக்கிறார். திடீரென்று அவர் சிரிக்க ஆரம்பிக்கிறார். அனிலா அகதா கிறிஸ்டியின் நாவலைப் படித்துக் கொண்டிருக்கிறாள். சிரிப்புச் சத்தம் கேட்டதும் ஆச்சரியத்துடன் குளியலறையைப் பார்க்கிறாள்.

அனிலா:

என்னாச்சு?

சுதீந்திரா வெளிப்படையாகச் சிரித்துக்கொண்டே குளியலறையில் இருந்து வெளியே வருகிறார்.

சுதீந்திரா:

மறக்கவே முடியல.

அனிலா:

என்ன?

சுதீந்திரா:

ரஞ்சனோட முகம்தான். இதுமாதிரி அவன் முகம் சுருங்கிப் போனதை இதுவரைக்கும் நான் பாத்ததே இல்லை.

சுதீந்திரா படுக்கையின் ஓரத்தில் சாய்ந்து உட்கார்கிறார். படுக்கைக்கு அருகில் இருக்கும் மேசையிலிருந்து ஒரு பத்திரிகை எடுக்கிறார்.

சுதீந்திரா:

நானும் உன் மாமா மாதிரி ஆகத் துவங்கிட்டேன். ஒரு விஷயத்தைக் கற்றுக்கொள்வதிலும் அதைப்

புரிந்துகொள்வதிலும், இருந்து அவர் நல்ல மாணவரா இருந்திருப்பார்னு நாம புரிஞ்சுக்க முடியும். எனக்கு என்ன அவர்கிட்டப் பிடிச்சிருக்குன்னா கனவான்களுக்கே உரிய அவரோட நகைச்சுவை உணர்வு.

(தனக்குத்தானே சொல்லிக் கொள்கிறார்) இதைப் பத்தியெல்லாம் யோசிச்சாலும் இப்பக்கூட அவரைப்பத்தி எந்த விஷயமும் நமக்குத் தெரியல. முப்பத்தஞ்சு வருஷமா எங்கெயிருந்தாரு. என்ன செஞ்சாரு. ஏன்னு... ஒண்ணுமே தெரியல... பெரிய கேள்விக்குறியாத்தான் இருக்கு. விநோதமா இருக்கு.

(அனிலாவிடம்) இங்கப் பாரு... உன்னோட மாமா காலையில சீக்கிரம் எழுந்திரிக்கிறவரா இருக்கலாம். ஆனா என்னை காலையில ஒன்பது மணிக்கு முன்னால எழுப்பி விட்டுடாத... புரியுதா?

அனிலா பதில் சொல்லாமல் இருக்கிறாள். புத்தகத்தை மார்பில் சாய்த்துக் கொண்டு மேற்கூரையையே பார்த்திருக்கிறாள். கலக்கமாக இருக்கிறாள். சுதீந்திரா நிமிர்ந்து உட்கார்கிறார்.

சுதீந்திரா:
என்னாச்சு? எதைப்பத்திக் கவலைப்படுற? மிஸஸ்போஸ்?

சுதீந்திராவால் இன்னும் பதிலைப் பெறமுடியவில்லை. அவர் கையிலிருந்த பத்திரிகையைத் தலையணைக்கருகில் வைத்துவிட்டு எழுந்து அனிலா அருகில் உட்கார்கிறார்.

சுதீந்திரா:
சொல்லு... எதுக்காகக் கவலைப்படுற? எனக்குத் தெரியக் கூடாதா? இந்த நடுராத்திரியில புருஷனுக்குத் தெரியாம எந்த விஷயமும் இருக்கக்கூடாது.

சொல்லு. சுதீந்திரா போஸ்கிட்டக்கூட சொல்லக்கூடாதுன்னு ஏதாவது சட்டம் இருக்கா? சொல்லு... என்ன விஷயம் ... சொல்லு...

அனிலா நிமிர்ந்து பார்க்கிறாள். அவள் குரல் ஆழ்ந்த வருத்தம் தோய்ந்து இருக்கிறது.

அனிலா:

ஏன் நான் அதைப்பத்தியெல்லாம் யோசிக்கவே இல்லை? ஏன்? ஏன்?

சுதீந்திரா:

என்ன?

அனிலா நிமிர்ந்து உட்கார்கிறாள். குற்ற உணர்வுடன் அவள் தலையை இல்லை என்பதுபோல் அசைக்கிறாள். வருத்தப்படுகிறாள். சிறிய மௌனத்திற்குப் பிறகு அனிலா நிமிர்ந்துப் பார்க்கிறாள்.

அனிலா:

காணாமல் போன ஒருத்தர்கிட்ட இருந்து எந்த செய்தியும் வரலைன்னா காணாமல் போனதில் இருந்து எத்தனை வருஷம் கழிச்சு அவர் இறந்திருக்கலாம்னு நினைக்கத் தோணும்?

சுதீந்திரா:

ஏழு வருஷம்...

அனிலா:

என் மாமா 1955லேயே போயிட்டாரு. 1968 வரைக்கும் ஷீத்தலா பாபுவுக்குக் கடிதங்கள் எழுதியிருக்காரு.

சுதீந்திரா:

சொல்லு?

அனிலா:

என்னோட தாத்தா 1970ல இறந்துட்டாரு. அவரோட சாவுக்கு முன்னால உயில் எழுதி வச்சிருந்தாரு. அம்மாவுக்குக் கொஞ்சம் பணம் கெடச்சுச்சு. மூத்த மாமாவுக்கும் கொஞ்சம் பணம் கெடச்சுச்சு. தாத்தா கடைசி மாமாமேல் ரொம்பப் பாசமா இருப்பாரு...

சுதீந்திராவின் பாவனை மாறுகிறது. அவரது கண்களில் புதுவிதமான உணர்வுகள் தெரிய ஆச்சரியத்துடன் பார்க்கிறார்.

சுதீந்திரா:

குட்னெஸ். எவ்வளவு பெரிய ஆளு நீ (எழுகிறார்) உன்னோட தாத்தா உயில்ல தன்னோட கடைசி மகனுக்கு ஏதாவது எழுதியிருப்பார்னு நீ நினைக்கிற... சரியா?

அனிலா:

அது உண்மையா இருந்தாலும்கூட அவருக்கு எப்படி அதைப்பத்தி தெரியவரும்?

சுதீந்திரா:

உன்னோட மாமாவுக்குத் தெரிஞ்சாலும் சரி... தெரியலைன்னாலும் சரி... முல்ல அவருக்குப் பங்கு இருக்காங்கிறதை நாம தெரிஞ்சுக்குவோம்.

அனிலா:

அதை எப்படித் தெரிஞ்சுக்கிறது?

சுதீந்திரா:

அதுக்கு ஒரு வழி இல்லாமலா இருக்கும்?

அனிலா:

எனக்குத் தெரியல. வேறெதையும் என்னால யோசிக்க முடியல.

சுதீந்திரா:

உன்னோட தாத்தாவோட நண்பர் ஒருத்தர் நம்ம கல்யாணத்துக்கு வந்தார்? காது கேட்காம... பணக்கார வாசனையோட... நமக்குக்கூட சஞ்சைதாங்கிற (தாகூரின் கவிதைகள்) நூலைப் பரிசாக் கொடுத்தார்ல. ஞாபகம் இருக்கா? அதிகமா நாம அதைப்பத்தி ஜோக்கடிச்சுச் சிரிச்சிருக்கோம்.

அனிலா:

திரிதிப் முகர்ஜி.

சுதீந்திரா:

அவர்தானே?

அனிலா:

அதுமட்டுமில்ல... அவருக்குக் குறைஞ்சது எழுபது வயசாவது இருக்கும். இப்போ அவரு இல்லாமக்கூட இருக்கலாம்.

சுதீந்திரா:

அவரு இருந்தார்னா... அவர் இருந்தால் கண்டிப்பா அவருக்குத் தெரிஞ்சிருக்கும்.

அனிலா:

ஏன் இந்த யோசனை எனக்கு வந்துச்சு? ஏன்? ஏன்?

சுதீந்திரா:

அதுக்காக வருத்தப்படுறியா?

அனிலா:

ஆமா... நூறு தடவைக்கு மேல அதையே நெனைச்சிக்கிட்டிருக்கேன். அவரு என் அங்கிள் தான் அதுல எனக்கு எந்த சந்தேகமும் இல்ல. அவரு என்னைப் பாக்குறதுக்காகத்தான் வந்திருக்காரு. வேறெந்தக் காரணமும் இல்ல.

சுதீந்திரா:

எப்பவும் அவரை அங்க்கிள்ன்னு சொல்றியே... ஒரு தடவையாவது அவரை 'மாமா'ன்னு கூப்பிட்டிருக்கியா? நான்கூட கேட்டதில்லை.

அனிலா:

நான் ஏன் அப்படிக் கூப்பிடலைன்னு உங்களுக்குத் தெரியுமா? உங்களுக்காகத்தான். நீங்க என் மனசில அவ்வளவு சந்தேகத்தை விதைச்சிருக்கீங்க. அவரை மாமான்னு கூப்பிடணும்னு வாய் வரைக்கும் வந்தால்கூட சொல்றதுக்கு வரல.

சுதீந்திரா:

Thank God. அது வரவே வேணாம்.

சுதீந்திரா அனிலா அருகில் உட்கார்ந்து அவளது கரங்களைப் பற்றுகிறார்.

சுதீந்திரா:

நிலி... உன்னை நீயே தயார்ப்படுத்திக்க. கசப்பான மாத்திரையா இருந்தாலும் நீ அதை எடுத்துக்கத்தான் வேணும். அதுக்கு நீ தயாராய் ஆகியே தீரணும். அது ரத்த உறவோட ஈர்ப்புன்னு நீ சொல்லலாம்.

ஆனா இதை நான் பணம் சம்பந்தப்பட்ட ஈர்ப்புன்னு சொன்னால் என்ன? இந்தக் காலத்துல, நீண்ட கடற்பயணங்களைக் கடந்து வர்றதுங்கிறது ஜோக் இல்ல

... அவரோட பங்கை வாங்கிட்டுப் போகத்தான் அவர் வந்திருக்காரு. அதுதான் அவர் திரும்பி வந்ததற்கான உண்மையான காரணம்.

அனிலா:

ச்சீ... அப்படியா சொல்றீங்க என்ன குறுகிய மனப்பான்மை உங்களுக்கு?

அனிலா அகதா கிறிஸ்டியின் நாவலை தனது மடியில் வைத்துக்கொண்டு விரலால் வேகமாகப் புரட்டுகிறாள்.

அனிலா:

எல்லாமே *Crime Fiction!* (புத்தகத்தை வெளியே எறிகிறாள்) இதெல்லாம் அதுக்காக இல்லைன்னா...இந்த எண்ணம் என்னை எப்பவும் வதைச்சுக்கிட்டிருக்காது.

சுதீந்திரா:

(சிரித்துக் கொண்டே) நீ கவலைப்படுறது மாதிரி நான் எதையும் கேக்கலையே...

சுதீந்திரா டெலிபோன் அருகில் சென்று உட்கார்கிறார். டெலிபோன் டைரக்டரியை எடுக்கிறார்.

சுதீந்திரா:

உங்க மாமாவுக்குப் பங்கு இல்லைன்னு தெரிஞ்சாத்தான் நீ இயல்பான மனநிலைக்கு வருவ... இல்லையா? அதைச் சரிபார்க்க வேண்டியது நம்ம கடமை. கசப்பா இருந்தாலும் பரவாயில்லை உண்மையைக் கண்டுபிடிக்கணும்.

(டைரக்டரியைப் புரட்டிப் பார்க்கிறார்) அது T.C.தானே...? திரிதிப் சந்திரா?

அனிலா:

உங்களுக்கென்ன பைத்தியமா? நடுராத்திரியிலயா போன் பண்ணுவாங்க?

சுதீந்திரா:

TC ஆ *TR* ஆ என்கிட்ட சொல்லு.

அனிலா:

T.R

சுதீந்திரா:

அட்ரஸ்?

அனிலா:

பாலிகங்க் சர்க்குலர் ரோடு... வீட்டு நம்பர் தெரியல.

சுதீந்திரா:

(தேடுகிறார்) T.R... T.R...

சுதீந்திரா அந்த எண்ணைக் கண்டுபிடிக்கிறார். டைரக்டரியை வைத்துவிட்டு எண்களை அழுத்துகிறார். என்ன நடக்கிறது என்று நம்ப முடியாத நிலையில் அனிலா இருக்கிறாள்.

அனிலா:

அவர் பணத்துக்காக வரலை. அதில எனக்குச் சந்தேகமே இல்லை. அப்படியே பங்கு இருந்தாலும் அதைப்பத்தி அவருக்குத் தெரியாது. அவர் இங்க வந்ததுக்கு...

அனிலா பேசி முடிப்பதற்குள் சுதீந்திராவிற்கு இணைப்பு கிடைத்து விடுகிறது.

சுதீந்திரா:

(தொலைபேசியில்) ஹலோ... (ஹிந்தியில்) இது... (ஹிந்தியில்) இது முகர்ஜி ஷாகிப் வீடுதானே? முகர்ஜி சாகிப் ஒரு வக்கீலா? ஓகே... அவர் உயிரோடதான் இருக்காரா? இல்லையா? ஓகே... ஓகே... Fine. போனை வைக்கிறார்.

இன்னும் சாகல... உயிரோடதான் இருக்காரு.

6

காலை

திரிதிப் முகர்ஜியின் வீட்டுப் பால்கனி.

பேண்டேஜ் போடப்பட்ட கால் சிறிய நாற்காலியின்மேல் இருக்கிறது.

கேமரா Zoom back ஆகும்போது திரிதிப் முகர்ஜியும், சுதீந்திராவும் உட்கார்ந்திருக்கிறார்கள். வயதான அந்த வழக்கறிஞரின் மடியில் ஒரு நாய் படுத்திருக்கிறது. மிகப் பழைய காது கேட்கும் இயந்திரத்தை காதில் வைத்திருக்கிறார்.

அதனால் சுதீந்திரா கேள்விகளைக் கேட்கும்போது குரலை உயர்த்திக் கத்துகிறார்.

சுதீந்திரா:
மொகினி பாபுவோட வாரிசுகளின் பெயர்களை நான் தெரிஞ்சுக்கணும்.

திரிதிப்:
வாஷிங்டன்? யாரு அங்க போனது?

சுதீந்திரா:
... I mean heirs...

திரிதிப்:
ஓ... air?

சுதீந்திரா:
H-E-I-R-S.

திரிதிப்:
ஹியர்ஸ் - வாரிசா?

சுதீந்திரா:

ஆமா... மொஹின் பாபுவோட வாரிசு...

திரிதிப்:

மொகினியோட வாரிசு அவரோட மூன்று குழந்தைகள்.

சுதீந்திரா:

மூணு பேருக்கும் அவர் ஏதாவது Provide பண்ணியிருந்தாரா?

திரிதிப்:

ப்ரோமைட்?

சுதீந்திரா:

Provide... ப்ரொவிஷன் மொகினி பாவுவோட உயில்ல...

திரிதிப்:

ஆமா...ஆமா... ஷித்திமோகன் கொஞ்சம் வாங்குனாரு. நீலா கொஞ்சம் வாங்கிச்சு. வேற யாரும் வாங்கலையே... மொகினி மோகன்தான் அந்தக் காலத்துல ஒரே இ.என்.டி... ஸ்பெஷலிஸ்ட்.

அப்படித்தான் அவரை நான் அவரோ சேம்பர்ல சந்திச்சேன். நான் டெல்லிக்கு ப்ளேன்ல போனேனே. அப்போ ஜெட் இல்ல அப்ப பிளேன் லேண்டிங் ஆகும்போது என் காது அடைச்சிடுச்சு.

டெரிபிள்...அதுக்குப் பிறகு கேட்கவேயில்லை. கல்கத்தா வந்ததும் மொகின் பாபுவைச் சந்திக்க அவர் சேம்பருக்குப் போனேன். அவர்தான் அப்ப ரொம்ப பாப்புலர். அவர் என் மூக்கு வழியா ஒரு குழாயை விட்டு ஊதினார். ஓ...

சுதீந்திரா பொறுமையிழந்து பார்த்திருக்கிறார். இடையில் ஏற்பட்ட இடைவெளியில் தனது கேள்வியைக் கேட்கிறார்.

சுதீந்திரா:

மொகினி மோகனோடஇளைய மகன்...

திரிதிப்:

மோனு... ஆமா... மன்மோகன்... மன்மோகன்...

சுதீந்திரா:
அவருக்கும் பங்கு இருக்கா?

திரிதிப்:
ஆமா... இருக்கு.

சுதீந்திரா:
அவர்தான் காணாமல் போயிட்டாரே.

திரிதிப்:
உண்மையிலேயே அவர் எங்கப் போனார்னே தெரியல. ஆனா அவர் உயிரோட இருக்கார்னு மட்டும் எங்களுக்குத் தெரியும்.

சுதீந்திரா:
அவர் திரும்பி வந்திருக்காரு உங்களுக்குத் தெரியுமா?

திரிதிப்:
தெரியாதே...

சுதீந்திரா:
அவர் பங்கை அவர் வாங்கிக்கலாமா?

திரிதிப்:
என்னது?

சுதீந்திரா கத்துவதற்குப் பதிலாகத் தனது உதடுகளைச் சத்தம் வராமல் அசைத்துப் பேசுவது போல் முனகுகிறார்.

சுதீந்திரா:
அவரோட பணத்தை இப்ப வாங்கிக்கலாமா?

திரிதிப்:
எப்பண்ணாலும் என்ன? அவர் வாங்கிக்கலாம். பணம் ஒண்ணும் கற்பூரம் இல்ல. அது ஆவியாகாது. அவர் கேட்டா வாங்கிக்கலாம். ஆனா அவரு தன்னோட அடையாளங்களை முதல்ல நிரூபிக்கணும்.

சுதீந்திரா:
அவரோட பாஸ்போர்ட் போதுமா?

திரிதிப்:

உறுதியா... அது போதும்.

சுதீந்திரா:

அந்தப் பணம் எங்க இருக்கு? யாருகிட்ட இருக்கு?

திரிதிப்:

மொகினி அவரோட உயிலை செயல்படுத்துபவர்னு யாரைத் தேர்ந்தெடுத்தரோ... அவர்கிட்ட இருக்கும். அவரோட பாங்க் அக்கௌண்ட்ல இருக்கும்.

சுதீந்திரா:

மொகினி பாபுவோட ப்ரெண்ட்ஸ் யாருகிட்டயாவது இருக்குமோ?

திரிதிப்:

வெல்... இந்துஸ்தானியாத்தான் இருக்க முடியும். நான் சிங்கப்பூர்ல என் மகளோட இருக்கும்போது மொகினி பாபு இறந்தாரு.

மதியம்

மன்மோகன் படுக்கை அறை.

மன்மோகன் படுக்கைமேல் உட்கார்ந்திருக்கிறார். அவருக்கு முன்னாலிருக்கும் டேப் ரிக்கார்டரில் இருந்து விதவிதமான ஒலிகள் கேட்கின்றன. பப்லு அவர் எதிரில் அமர்ந்து அதைக் கேட்கிறான்.

பப்லு:

இது என்ன?

மன்மோகன்:

காட்டுவாசிகளின் இசை.

பப்லு:

எப்படி உங்களுக்குக் கெடச்சுச்சு?

மன்மோகன்:

மேஜிக்!

மன்மோகன் டேப் ரிக்கார்டரை நிறுத்துகிறார்.

பப்லு:

நான் கண்டுபிடிச்சிட்டேன். உங்களுக்குத் தெரியும்..

மன்மோகன்:

என்ன?

பப்லு:

நீங்க யாரு?

மன்மோகன்:

நீயே சொல்லு.

பப்லு:

தாத்தா.

மன்மோகன்:

நிஜமா... போலியா?

பப்லு:

நிஜம்.

மன்மோகன்:

யாருக்குமே தெரியாததை நீ எப்படிக் கண்டுபிடிச்ச?

பப்லு:

(கொஞ்ச நேரம் நிதானித்துவிட்டு) மேஜிக்!

மன்மோகன்:

(சிரித்துக்கொண்டே) வெரிகுட்...

பப்லு:

இப்பல இருந்து உங்கள நான் தாத்தான்னு கூப்பிடலாமா?

மன்மோகன்:

எது நல்லாயிருக்குன்னு உனக்குத் தெரியும்ல?

பப்லு:

என்ன?

மன்மோகன்:

Chhot - Dadu (இதன் அர்த்தம் சின்னத் தாத்தா என்றும் சொல்லலாம். ஓடிப்போன தாத்தா என்றும் மறைமுக அர்த்தம் தொனிக்கும்)

பப்லு:

Chhot Dadu?

மன்மோகன்:

ஆமா... நான் எப்பவும் ஓடுறதுக்குத் தயாரா இருக்கேன் உனக்குத் தெரியுமா? வாழ்க்கைங்கிறது ஓடிக்கிட்டே இருக்கிறதுதான் கொஞ்சம் நாள் இங்க ஒய்வெடுத்த துக்குப் பிறகு திரும்பவும் ஓட ஆரம்பிச்சிடுவேன்.

பப்லு:

ஏன்... இங்க இருக்கிறது உங்களுக்குப் பிடிக்கலையா?

மன்மோகன்:

ரொம்ப நாள் இருக்கணும்ணுதான் விரும்பினேன். இருந்தாலும்...

பப்லு:

(வருத்தத்துடன்) அப்படீன்னா - நீங்க போயிடுவீங்களா?

மன்மோகன்:

உனக்கு இன்னொரு வார்த்தையை நான் கற்றுத் தரவா? ரொம்ப வேடிக்கையான வார்த்தை... கிணற்றுத் தவளை... நான் என்ன சொன்னேன்?

பப்லு:

கிணற்றுத் தவளை.

மன்மோகன்:

யெஸ்.

பப்லு:

கிணற்றுக்குள்ள தவளை இருக்குமா?

மன்மோகன்:

யெஸ். கற்பனை பண்ணிப் பாரு. எவ்வளவு கொடுமையா இருக்கும். வெளிச்சம் இருக்காது. காற்று இருக்காது.

ரொம்பப் பாழடைஞ்சு போயி ஒரு மாதிரியான வாசனை அடிக்கும். அதுமாதிரி இடத்துல வாழ்க்கை முழுக்க உன்னால இருக்க முடியுமா?

மனுஷர்கள் நடுவிலேயும் கிணற்றுத் தவளைகள் இருக்கு. அதுமாதிரி நான் இருக்க விரும்பல. அதனால, நான் போக விரும்புறேன்.

பப்லு:

அந்தக் கிணற்றைக் கடந்து என்னாலயும் போக முடியுமா?

மன்மோகன்:

நீ விரும்பினா உன்னால முடியும். எப்டினாலும் அர்மி டில்லோவோட இறைச்சியை நீ சாப்பிட முடியும்?

பப்லு:

எதோட இறைச்சி?

மன்மோகன்:

அர்மி டில்லோ - எறும்புத் திண்ணி...

பப்லு:

அதை யாரு சாப்பிடுவா?

மன்மோகன்:

ஓ... ஒரு தடவையிலேயே எல்லாத்தையும் நான் சொல்லிட்டா... தாத்தாமேல இருக்கிற அபிப்ராயம் ஓடிப்போயிடும். பொறுமையா இரு. நல்ல விஷயங்கள் தானா கிடைக்கும்.

மதியம்

சுதீந்திராவின் படுக்கை அறை.

அனிலா படுக்கையின் மேல் அமர்ந்து சட்டையில் பொத்தான்களைத் தைத்துக்கொண்டிருக்கிறாள். சுதீந்திரா நுழைகிறார். அனிலா சுதீந்திராவைப் பார்க்கிறாள். சுதீந்திரா தளர்ந்து உட்கார்கிறார்.

சுதீந்திரா:

அப்பாடா... அந்தப் பழங்காலத்து ஹியரிங் எய்ட் சரியா வேலை செய்யாம என் தொண்டையே கட்டிப் போச்சு...

அனிலா:

பங்கு என்னாச்சு?

சுதீந்திரா:

அந்தப் பெரிய மனுஷர் உங்க மாமாவுக்குப் பங்கு இருக்குன்னுதான் சொல்றாரு. ஆனா உங்க தாத்தா இறக்கும்போது அவரு சிங்கப்பூர்ல இருந்தாராம்.

அதோட அர்த்தம் என்னன்னா உங்க தாத்தா தன்னோட மகன் வரமாட்டான்னு நெனைச்சு உயிலை மாத்திக்கூட எழுதியிருக்கலாம் எனக்குத் தெரியலைன்னு சொல்றாரு.

அனிலா:

அப்படிக்கூட இருக்கும். இது எனக்குத் தோணவே இல்ல. அங்கிளுக்குப் பங்கு இருந்திருந்தா. யாருக்காவது தெரிஞ்சிருக்கும். ஷீத்தலாபாபுக்காவது தெரிஞ்சிருக்கும். அவருக்குத் தெரிஞ்சிருந்தா மாமாவுக்குச் சொல்லியிருப்பாரு.

மாமா இதெல்லாம் நம்மகிட்டச் சொல்லாம மறைச்சிருப்பாரோ? அப்டியெல்லாம் இருக்காது.

சுதீந்திரா எழுந்து சிகரெட் பற்ற வைக்கிறார். நாற்காலியில் உட்கார்ந்து கால்களைப் படுக்கையின்மேல் போட்டுக்கொண்டு புகைக்கிறார்.

சுதீந்திரா:

எதுவுமே உறுதியாத் தெரியல நிலி...

அனிலா:

அப்படிக்கூட இருக்கலாம்ல?

சுதீந்திரா:

மூடின கையோட ஒருத்தர் வர்றார்னா... அவர் மனசும் அதுமாதிரி மூடித்தானே இருக்கும்.

அனிலா:
மூடின கையா... அப்படின்னா?

சுதீந்திரா:
தன்னோட மருமகளை முப்பத்தஞ்சு வருஷத்துக்கப்புறம் பார்க்க வெறுங்கையோட ஒருத்தர் வர்றார்னா... அவர் யாரா இருக்கட்டுமே... நிச்சயமா அவர் பெருந்தன்மையான மனுஷரா இருக்க முடியாது.

அனிலா அலமாரியை நோக்கிப் போகிறாள். அலமாரியைத் திறந்து அதிலிருந்த இரண்டு வெண்கலச் சிலைகளை எடுக்கிறாள்.

சுதீந்திரா:
என்னாச்சு?

அனிலா:
எப்படியிருந்தாலும்... அவர் திருடன் இல்ல...

அலமாரியைச் சாத்திவிட்டு அறையிலிருந்து சிலைகளுடன் நடந்து செல்கிறாள். சுதீந்திரா தலையை ஆட்டிக்கொண்டே புன்னகைக்கிறார்.

7

சாயங்காலம்

வசிப்பறை.

மன்மோகன் ஒரு வெண்கலச் சிலையைப் புத்தக அடுக்கிலிருந்து எடுத்து அதைக் கூர்ந்து பார்க்கிறார்.

மன்மோகன்:
வாவ்...!

இப்போது மன்மோகன் இரண்டாவது சிலையையும் எடுத்துப் பார்க்கிறார்.

மன்மோகன்:
நேற்றும் இது இங்கதான் இருந்துச்சா?

அனிலாவும் சுதீந்திராவும் ஒருவரையொருவர் பார்த்துக்கொள்கிறார்கள்.

அனிலா:
(சுதாரித்துக் கொண்டு) இல்லை. வேற இடத்தில... இருந்துச்சு...

மன்மோகன்:
Pala Bronze (அவரைச் சுற்றியிருக்கிற மற்ற பொருட்களைப் பார்க்கிறார்) Ivory... இதெல்லாம் உங்களோட கலெக்ஷனா சுதின்?

சுதீந்திரா:
இல்லை... அப்பாவோடது...

அங்கு ஓர் இசைக்கருவி சுவரில் சாத்தப்பட்டு துணி போர்த்தப்பட்டு இருக்கிறது. மன்மோகன் அதைப் பார்க்கிறார்.

மன்மோகன்:

அதைப் பாத்தேன். அது சித்தாரா?... தம்புராவா?

அனிலா:

தம்புரா...

மன்மோகன்:

உனக்குப் பாடத் தெரியுமா?

அனிலா:

ஓரளவுக்கு...

இப்போது சுதீந்திராவின் நண்பர் பிரித்விஷ் இன்னொரு சோபாவில் உட்கார்ந்திருக்கிறார்.

பிரித்விஷ்:

பாட மட்டும் இல்ல... அவங்களுக்கு நல்லா ஆடவும் தெரியும்.

மன்மோகன் சோபாவில் உட்கார்ந்திருக்கிறார். எல்லோரும் தேநீர் அருந்துகிறார்கள்.

மன்மோகன்:

ஆடுறதுங்கிறதுங்கிறது இப்போதைக்குச் சரியா இருக்காது. ஆனா பாடுறதுல்ல ஒண்ணும் தப்பில்ல... தயவுசெஞ்சு பாடமுடியுமாம்மா? நாட்டை விட்டுப் போனதில இருந்து வங்காளப் பாடலைக் கேக்கவே இல்லை.

அனிலா:

எல்லோரும் டீ சாப்ட்டு முடிச்சதும் பாடுறேன்.

பிரித்விஷ்:

எங்க பப்லுவைக் காணோம்.

சுதீந்திரா:

பூஜாங்கிறதால இப்பல்லாம் சாயங்காலம் பக்கத்துல இருக்க ப்ரெண்ட்ஸ் வீட்டுக்குப் போயிடுவான்.

மன்மோகன்:

நீங்க ஸ்மோக் பண்ணணும்னா தயங்காம பண்ணலாம். பெரியவர்ங்கிறதுக்காகத் தரப்படுற இது மாதிரியான

மரியாதையெல்லாம் நான் பொருட்படுத்தறதில்லை. அதனால என்னை மூத்தவர்னு நெனைக்காம இருந்தால் கூட, அது ஒண்ணும் தப்பில்ல.

சுதீந்திராவும் பிரித்விஷ்ஷும் ஒருவரையொருவர் பார்த்துக்கொண்டு புன்னகைக்கிறார்கள். இருவரும் சிகரெட்டை எடுக்கவில்லை.

பிரித்விஷ்:

(மன்மோகனிடம்) பூஜாங்கிறதால இந்த நேரத்தில் வந்தீங்களோ?

மன்மோகன்:

பூஜா வர்ரது எனக்குத் தெரியாது. (சுதீந்திராவிடம்) சொல்லுங்க... மகிஷாசுரனை துர்க்கை எத்தனை தடவை கொல்லுது?

சுதீந்திரா:

எத்தனை தடவை? ஒரு தடவைதான்னு நெனைக்குறேன்.

மன்மோகன் மூன்று விரல்களைக் காட்டுகிறார்.

மன்மோகன்:

மூன்று தடவை. ஓகே... கணேசருக்கு யானைத்தலை ஏன் இருக்குன்னு உங்களுக்குத் தெரியுமா?

சுதீந்திரா:

(சிரித்துக்கொண்டே) தெரியும். இப்ப மறந்துட்டேன்.

மன்மோகன்:

என்னோட பாட்டிக்குத்தான் நன்றி சொல்லணும். என்னோட குழந்தைப் பருவத்தில நிறைய சொல்லிக் கொடுத்தாங்க. இன்னும் அதெல்லாம் மறக்க முடியல.

பிரித்விஷ்:

நம்ம நாட்டோட நிலைமையைப் பத்தி என்ன நினைக்குறீங்க? நியூஸ் பேப்பர்லாம் படிப்பீங்களா?

மன்மோகன்:

ஜாதி, மதம் இரண்டையும் சமாளிக்கிறது ரொம்பக் கஷ்டம், அதைத்தான் நியூஸ் பேப்பர் எல்லாம் நிரூபிக்குது.

பிரித்விஷ்:

உங்களுக்குத் தர்மா-மதம் மேல நம்பிக்கை இல்லையா?

மன்மோகன்:

தர்மான்னா அதோட அர்த்தம் மதம். ஆனா இந்து வேத நூல்கள்ல தர்மாங்கிறதுக்கு வேற அர்த்தம் இருக்கு...

பிரித்விஷ்:

(சிறிது பொறுமையிழந்து) நான் சொல்ற மதம்கிறது...

மன்மோகன்:

டீ சாப்ட்டு முடிச்சிட்டீங்களா? இப்ப உள்ள நிலைமைக்கு ஏற்றமாதிரி உங்க கேள்விக்குப் பதில் சொல்கிறேன்.

பிரித்விஷ்:

Yes... Yes...

மன்மோகன்:

ரெடியாம்மா...

அனிலா:

ம்...

மன்மோகன்:

Silence...

அனிலா தம்புராவில் சுதி சேர்க்கிறாள். பாடத் துவங்குகிறாள். ரவீந்திரநாத் தாகூரின் பாடலைப் பாடுகிறாள். பாடல் முடிந்ததும் சிறிது மௌனம் நிலவுகிறது.

மன்மோகன்:

Superb! பாட்டியோட நினைவுகள் வந்திடுச்சு...

வேலையாள் வந்து மேசையிலிருக்கும் தேநீர்க் கோப்பைகளை எடுத்துச் செல்கிறான். மன்மோகன் தனது நினைவுக்கு வருகிறார். பிரித்விஷ் நோக்கிப் பார்க்கிறார்.

மன்மோகன்:

Yes உங்க கேள்வி என்ன?

பிரித்விஷ்:
மதம் மேல உங்களுக்கு நம்பிக்கையிருக்கா?

மன்மோகன்:
Oh. yes... religion... மதம் எனக்கும் கொஞ்சம் நம்பிக்கை இருந்துச்சு.

பிரித்விஷ்:
That's good...

மன்மோகன் :
மனிதர்களுக்கு மத்தியில பிரிவினை ஏற்படுத்துறதை என்னால ஒத்துக்க முடியல. மதம்தான் இதைச் செய்யுது. குறிப்பா திட்டமிட்டு மக்களை ஒருங்கிணைக்கிற மதம்தான் இதைச் செய்யுது. இதே காரணங்களுக்காக ஜாதிகள் மேலயும் எனக்கு நம்பிக்கை இல்ல.

பிரித்விஷ்:
கடவுள்?

மன்மோகன் பிரித்விஷ்ஷைப் பார்க்கிறார். தனது கையை நெற்றியில் வைத்துப் பாடுகிறார்.

மன்மோகன்:
கண்ணில்லாதவரை ஒளியால் ஆசிர்வதிக்கிறாய்...
மரணத்தை வாழ்க்கையால் ஆசிர்வதிக்கிறாய்...
எல்லோரும் மௌனமாய் இருக்கிறார்கள்.

மன்மோகன்:
வெளிச்சத்தை தருவது யார்? வாழ்க்கையைத் தருவது யார்? எங்க பிரச்னைன்னா... கருணையுள்ள கடவுள்மேல நம்பிக்கை வைக்கலாம்னா... தினசரி கஷ்டங்கள் வளர்ந்துகிட்டேதான் இருக்கு.

தினமும் நியூஸ் பேப்பர் பாருங்க - தினமும் அந்த நம்பிக்கை மேல அடி விழுந்துகிட்டே இருக்கு. நீங்க என்னதான் செய்ய முடியும்?

பிரித்விஷ்:

ம்... உண்மைதான். இதை நான் ஒத்துக்கிறேன். ஆனா விஞ்ஞானத்தைப் பத்தி என்ன நினைக்குறீங்க? நெப்ட்யூன் படங்களோட வாயேஜர் திரும்பியிருக்கு? இதைப் பத்தி என்ன சொல்வீங்க?

மன்மோகன்:

என்னோட பார்வை இருக்கட்டும். ஒரு மாறுதலுக்காக நீங்க என்ன சொல்றீங்கன்னு கேக்கலாம்.

பிரித்விஷ்:

புதுசா ஒண்ணுமில்லே... படிச்ச எல்லோரும் பேசுறது என்னன்னா?

மன்மோகன்:

என்ன?

பிரித்விஷ்:

தொழில்நுட்பத்தோட நம்ப முடியாத வளர்ச்சி, கனவுல கூட நாம கற்பனை செய்யமுடியாது. நாஸாவோட இன்னொரு சாதனை...

மன்மோகன்:

நாஸா...

பிரித்விஷ்:

Yes. Nasa

மன்மோகன்:

இதோட ஒரு பக்கத்துல Nesha - போதைப் பழக்கம் வளர்ந்துகிட்டு இருக்கா... உலகத்துல இருக்க கோடிக்கணக்கான பேர், குறிப்பா இளைஞர்கள் பயங்கரமான போதைப் பொருட்களை நரம்புல போடுற ஊசிகள் மூலமா தமக்குள்ள ஏத்திக்கிறதால சாவை வரவேற்கிறாங்க. எந்த தொழில்நுட்பம் இதையெல்லாம் தடுக்கப் போகுது?

பிரித்விஷ்:

So... இத்தனை வருஷமா... மேற்கு நாடுகள்லதான் இருந்திருக்கீங்க... அப்படித்தானே?

மன்மோகன்:

ஆமா.

பிரித்விஷ்:

ஏன்? டெக்னாலஜி அங்கதானே தன்னோட முழு அதிகாரத்துல இருக்கு. நீங்க அதைப்பத்தி ரொம்பக் கவலைப்பட்டா ஏன் நீங்க காட்டுக்குப் போயி காட்டுவாசிகளோட வாழ்ந்திருக்கக்கூடாது.

மன்மோகன் எழுந்து நின்று கை தட்டுகிறார். அவர் சொன்னதை ஆமோதிக்கிறார்.

மன்மோகன்:

Beheld-clairvoyance. இது விஞ்ஞானத்தின் எல்லைகளுக்குள்ள வராது.

பிரித்விஷ்:

காட்டுவாசிங்களோ வாழ்ந்திருக்கேன்னு சொல்ல வர்றீங்களா?

மன்மோகன்:

உண்மையாத்தான் சொல்றேன். வீட்டை விட்டுப் போனதும் முதல் அஞ்சு வருஷம் காட்லதான் இருந்தேன். சாந்தல்ஸ்ல இருந்து ஆரம்பிச்சேன். பிறகு கோல்ஸ், பில்ஸ், நாகாஸ், முன்டாஸ், முரியாஸ், மரியாஸ், சரனாஸ், தோடா... உங்களுக்குத் தெரியுமா?

பிரித்விஷ்:

இதுமாதிரியான ஆதிவாசிங்களோடதான் நீங்க இருந்தீங்களா?

மன்மோகன்:

எப்பவாவது நீங்க எலிக்கறி சாப்பிட்டிருக்கீங்களா?. வயல்ல திரியற எலி? பாம்புக் கறி? வௌவால்? (அனிலாவிடம்) அம்மா... எல்லாம் சாப்பிடுவேன்னு சொன்னேன்ல? அது சும்மா பேச்சுக்காகச் சொல்லல. அது சத்தியமான உண்மை.

பிரித்விஷ்:

வெல். அந்த அஞ்சு வருஷத்தில நீங்க சம்பாதிச்சிருக்கவே முடியாதே.

மன்மோகன்:

அதுமட்டுமில்ல. என் கையிலிருந்த கடைசிப் பைசாவையும் செலவழிச்சிட்டேன்.

பிரித்விஷ் மன்மோகனைத் தீர்க்கமாய்ப் பார்க்கிறார்.

மன்மோகன்:

இந்தப் பணம் எல்லாம் எங்கேயிருந்து வந்துச்சுன்னு தெரிஞ்சா நீங்க ஆச்சரியப்படுவீங்க.

பிரித்விஷ்:

வெல். நீங்க வீட்டைவிட்டுப் போனதால உங்க அப்பா கொடுத்திருக்கிற வாய்ப்பும் இருந்திருக்காது.

மன்மோகன்:

விநோதமான கருத்து. (சோபாவில் சாய்ந்து கொள்கிறார்) நான் உங்களுக்கு உண்மையான கதையைச் சொல்றேன். என்னோட பாட்டி இறந்துபோன கிரிபாலா தாசி - கொஞ்ச நேரத்துக்கு முன்னால சொன்னேன்ல அவங்களுக்கு என்மேல அளவு கடந்த பாசம்.

அவங்கதான் என்னைக் கெடுத்துட்டாங்கன்னு சொன்னாக்கூடத் தப்பில்லை. மெட்ரிகுலேஷன்ல நான்தான் முதல் மாணவன். இன்டர்மீடியட்டிலும் நான்தான். என்னோட டிகிரியிலயும் நான் ஃபர்ஸ்ட் வந்தபோது என்னோட பாட்டி 'கண்ணு... நம்ம வாரிசிலேயே நீதான் பெருமைக்குரியவன். கடவுள் உன்னை ஆசிர்வதிப்பார்'னு சொல்லி மூவாயிரம் ரூபாய் கொடுத்தாங்க.

அந்தக் காலத்தில அது சாதாரண விஷயம் இல்ல. என் சொந்த பணத்தை வச்சு வீட்டைவிட்டு வெளியேறிட்டேன். அதனால தவறான வழியில போகல.

பிரித்விஷ்:

அப்படியா... ஆனாலும் நீங்க சொன்னீங்க... கையில இருந்த பணம் எல்லாம் சீக்கிரமே காலியாயிடுச்சின்னு. பிறகு நீங்க வெளிநாடு போறதுக்கெல்லாம் யாரு பணம் கொடுத்தாங்க?

மன்மோகன்:

நானா சம்பாதிச்சேன். P & O கம்பெனிக்குச் சொந்தமான ஒலிம்பியாங்கிற கப்பல்ல கேபின் பையனா வேலை பாத்தேன்.

பிரித்விஷ்:

என்னது? என்ன வேலை பாத்திருக்கீங்க?

மன்மோகன்:

சாப்பாட்டுக்கும் தங்குறதுக்கும் அவ்வளவு போராடினே னேன். போராடினேன்கிறது பெங்காலிகளுக்குப் பிடிச்ச வார்த்தை. ஆனாலும் அதை நான் கஷ்டம்னு சொல்ல விரும்பல. அது என்னோட உடல் தசைகளுக்கும் மூளைக்குமான ஊட்டம். அதோட மனிதர்களை புரிந்து கொள்வதற்கான முதல் படின்னுதான் சொல்வேன்.

பிரித்விஷ்:

பிறகு எப்ப காட்டுக்குப் போனீங்க? இவையெல்லாம் நகரத்து அனுபவங்கள்தானே... நாகரீகமடைந்த நகரம்...

மன்மோகன் வேடிக்கையாகச் சிரிக்கிறார். பிறகு தனது விரல்களைச் சுண்டிக்கொண்டே சரியான குரலுடன் தொழில்முறைப் பாடகர்போல பாடத் துவங்குகிறார்.

மன்மோகன்:

பொறுமையாய் இருங்கள் ராய்...

பொறுமையாய் இருங்கள்-

நான் மதுராவுக்குப் போகிறேன்.

பிரித்விஷ் பொறுமையிழந்து தனது அசுவாரஸ்யத்தை வெளிப்படுத்தும் விதமாகப் பையிலிருந்த சிகரெட் மற்றும் தீப்பெட்டியை எடுத்து மேசையின் மீது சத்தம் எழுமாறு வைக்கிறார்.

மன்மோகன் பிரித்விஷைப் பார்க்கிறார்.

மன்மோகன்:

என்னோட சுயசரிதை உண்மையா இல்லாதது போலத் தெரியுதா நண்பரே... வெங்காயத் தோலை உறிச்சுக்கிட்டே இருந்தீங்க... உண்மையான ஆளைக் கண்டுபிடிச்சிடலாம்னு. சரியா? அது அவ்வளவு எளிதானது இல்ல.

இதுக்கிடையில... நான் பத்திரிகைகள்ல எழுத ஆரம்பிச்சேன். அதுல கிடைச்ச கொஞ்சம் பேங்க் பேலன்ஸ் இருந்துச்சு. அதுதான் என் மாணவப் பருவத்தோட இரண்டாம் பகுதியை ஆரம்பிக்கிறதுக்குக் காரணமா இருந்துச்சு. ஆந்த்ரோபாலஜில ஒரு டிகிரி. பிறகு ஸ்டேட்ஸ் போயிட்டேன்.

பிரித்விஷ்:

ஸ்டேஸ்க்கா?

மன்மோகன்:

யுனைட்டட் ஸ்டேட்ஸ் ஆப் அமெரிக்கா.

பிரித்விஷ்:

காரணம்?

மன்மோகன்:

இந்தியர்கள்.

பிரித்விஷ்:

என்னது? ஓ... அமெரிக்கா இந்தியர்கள். அதனால திரும்பவும் கேபின் பாய்!

மன்மோகன் சிரிக்கிறார்.

மன்மோகன்:

இல்லை சார்... இதைச் சொல்றதுக்காகக் கொஞ்சம் பொறுத்துக்கணும். இது கொஞ்சம் தற்புகழ்ச்சியாத் தெரிஞ்சாலும் பரவாயில்லை. அதை இங்க சொல்லித்தான் ஆகணும்... நான் அதிலயும் முதல் மாணவனா வந்தேன்.

அதனால அதுக்குமேல கஷ்டப்பட வேண்டிய தேவையில்லாமப் போயிடுச்சு. ஒரு முக்கியமான

ஆந்த்ரோபாலஜி இன்ஸ்ட்டிடியூட் என்னோட யுஎஸ் பயணத்துக்குப் பணவுதவி செஞ்சது. அதோட ஒப்பந்தம் என்னன்னா... தொடர்ச்சியா செய்திகளும் படங்களும் அவங்களுக்கு நான் அனுப்பணும்.

நான் கொடுத்த வாக்கைக் காப்பாத்திட்டேன். அங்கே சில பழங்குடியினரோட -வடக்கு, தெற்கு அமெரிக்காவின் நாற்பத்து மூணு இனங்களோட- சில வருஷங்கள் இருந்தேன். அந்த அனுபவம்தான் என் அறிவுக் கண்ணைத் திறந்தது.

பிரித்விஷ் திரும்பவும் பொறுமையிழக்கிறார்.

பிரித்விஷ்:

ஓகே. இப்ப நான் பேசுறேன். நீங்க உட்காருங்க... உங்க தொண்டையெல்லாம் வறண்டு போயிருக்கு... உட்காருங்க...

மன்மோகன்:

(உட்கார்ந்துகொண்டே) உங்க விருப்பம்போல மாஸ்டர்...

பிரித்விஷ்:

நான் பேசுறேன் நீங்க கேளுங்க. நான் தப்பா பேசுனா நீங்க திருத்துங்க.

மன்மோகன்:

நீங்க சொன்னபடியே ஆகட்டும்.

பிரித்விஷ்:

ஏறக்குறைய நீங்க அடைஞ்ச அனுபவங்களை வைச்சுப் பார்த்தா நகரத்தோட நாகரீகத்தைப்பத்தி ஒரு தீர்மானத்துக்கு வர்ரதுங்கிறது, நம்மள நாமே ஏமாத்திக்கிற மாதிரிதான்.

உண்மையான நாகரீகம் காட்டுலதான் இருக்கு. இந்த இடத்தில நான் ஒண்ணு சொல்லணும். நான் நகரவாசியா இருந்தபோதிலும் ஆதிவாசிகளோட வாழ்க்கைமுறைபத்தி நான் சிந்திச்சதே இல்லை. அதைப் பத்திக் கொஞ்சம் படிச்சிருக்கேன்.

அவங்களுக்கும் மதம் இருக்கு, கலை, கலாச்சாரம், இசை... எக்ஸ்ட்ரா... எல்லாம் இருக்கு... ஆனா...

மன்மோகன்:

(மன்மோகன் எழுந்து அவரை நோக்கி வருகிறார்) அது என்ன எக்ஸ்ட்ரா? சொல்லுங்க எக்ஸ்ட்ரான்னு சொல்லி எதைச் சொல்லாம விட்டீங்க? அவங்க எப்படி என்னைத் தெரிஞ்சுக்க விட்டாங்க? அல்லது அவங்க நாகரீகத்தைப் பத்தி நான் எப்படித் தெரிஞ்சுக்கிட்டேன்? அதானே!

பிரித்விஷ்:

விடுபட்டுப் போனதை நீங்களே ஏன் சொல்லக்கூடாது?

மன்மோகன்:

ஓ... மை குட்னெஸ். முக்கியமான விஷயத்தை விட்டுட்டேன். சைன்ஸ்... 'டெக்னாலஜி' நீங்க நெப்டியூனுக்குப் போன வாயேஜரைப்பத்தி மட்டும்தான் நினைக்கிறீங்க.

இதைப் பத்தியும் யோசிங்க - காட்டுமிராண்டியா - குரங்கு போல இருந்த மனிதன், வேட்டையாடுறது, மீன் பிடிக்கிறது, விவசாயம் செய்றது, நெசவு, மண்பாண்டம் செய்றது எல்லாத்தையும் எந்த வசதியும் இல்லாம எல்லாவற்றையும் தனக்காகப் பயன்படுத்திக்கிற வழிகளை எப்படிக் கத்துக்கிட்டான்?

இதைவிடவும் ஒண்ணு இருக்கு. கட்டடக்கலை (Architecture). சாதாரண குடிசைகூட கட்டடக்கலைக்குச் சாட்சியா இருக்கும். இக்லூவைப் பத்தி உங்களுக்குத் தெரியுமா? எக்ஸிமோக்களோட வீடு. இரண்டு விதமான ஐஸ் கட்டிகளைக் கொண்டு அதைக் கட்டறாங்க தெரியுமா?

ஒண்ணு வந்து வெளிச்சத்தை உள்ள விடாது. அவங்க வீட்டுக் கூரைக்கு அந்த ஐஸைப் பயன்படுத்தறாங்க. இன்னொன்று ஒளி ஊடுருவக்கூடியது. இதை வீட்டில சதுரமான சன்னல்களுக்குப் பயன்படுத்துறாங்க. இதை

என்ன சொல்வீங்க? இது சைன்ஸ் இல்லையா? இது டெக்னாலஜி இல்லையா?

பிரித்விஷ்:

நிறுத்துங்க... குறியீடுகள் மதக்கட்டுப்பாடுகள் பில்லி சூனியங்கள் மூடப்பழக்கங்கள் இதெல்லாம்...? உங்களுக்கு உடம்புக்கு முடியலைன்னா. மந்திரவாதியைக் கூப்பிடுவீங்களா?

மன்மோகன்:

நிச்சயமா மிஸ்டர் கெஸ்குப்தா... நான் செய்வேன். அதைத் தவிர வேற வழி இல்லை. அந்தக் காட்டுக்குள்ள எந்த டாக்டர் கிடைப்பாரு? (உட்கார்ந்துகொண்டே) அது மாதிரியான ஆட்கள் என்னமாதிரியான மருந்துகளைத் தெரிஞ்சு வச்சுருக்காங்கன்னு உங்களுக்குத் தெரியுமா?

அவங்களுக்கு ஐநூறு விதமான மூலிகைகளைப் பத்தின எல்லா விவரங்களும் தெளிவாத் தெரியும். அதை வச்சு அவங்க என்னைக் குணப்படுத்திடுவாங்க. நான் பொதுவா அவங்களைக் கூப்பிடறதில்லை.

அந்தக் காரணத்துக்காக இல்லை. நான் இப்ப உங்களோட உட்கார்ந்து டீயும் பிஸ்கெட்டும் சாப்பிட்டிட்டிருக்கேன். ஏன் நீங்க சின்ன விஷயத்தைச் (ஆர்வத்துடன்) சிக்கலானதா மாத்துறீங்க? நான் ஒரு காட்டுவாசியா இல்லைங்கிறதை நீங்க ஏன் புரிஞ்சுக்க மாட்டேங்குறீங்க?

ஒரு ஆதிவாசியா இல்லைங்கிறதுல நான் ஆழ்ந்த வருத்தம் அடையுறேன். ஏன்னா... அல்தாமித்ரா குகை மனிதன் போல காளையை என்னால வரைய முடியாது. நான் என்ன செய்ய முடியும். வீட்டை விட்டுப் போறதுக்கு ரொம்ப காலத்துக்கு முன்னால இருந்தே ஷேக்ஸ்பியர், பக்கிம், மைக்கேல், மதுசூதன், ஃப்ராய்டு, ரவீந்திரநாத் எல்லாம் என் ரத்தத்தில ஊறியிருக்கு.

எனக்கு என் Field notes (களக்குறிப்புகள்) தேவைப்பட்டுச்சுங்கிறதுல நான் தெளிவா இருந்தேன். அவங்க எனக்குத் தேவைன்னா... நானே ஒரு ஆதிவாசியா இருந்திருக்கலாம்ல? ஆனா நான் இல்ல.

(மன்மோகன் சோபாவில் திரும்பவும் உட்காா்கிறாா்)

பிரித்விஷ்:

நீங்க முரியாஸ் பத்திப் படிச்சிருக்கேன்னு சொன்னீங்க.. சரியா?

மன்மோகன்:

ஆமா... படிச்சிருக்கேன்.

பிரித்விஷ்:

ஆதிவாசிங்க மத்தியில இருக்கிற இன்னொரு பழக்க வழக்கம் பத்தி நீங்க என்ன நினைக்கிறீங்க. கட்டுப் பாடில்லாத பாலியல் உறவுகள் அந்த இளைஞர்கள் மத்தியில இருக்கு (அனிலாவைப் பார்த்து) ஸாரி அண்ணி.

(மன்மோகனிடம்) உங்களோட சுளக்குறிப்புகள் அதைப் பத்தி என்ன சொல்லுது? ஒரு வரைமுறையே இல்லைன்னு உங்களுக்குத் தெரியலையா? இதை நீங்க நாகரீகம்னு சொல்வீங்களா?

மன்மோகன்:

இல்லை. (இந்துத் திருமணங்களில் சொல்லப்படும் சமஸ்கிருத ஸ்லோகத்தைச் சொல்கிறார்)

எது உன்னுடைய இதயமாக இருக்கிறதோ

அதுவே என்னுடைய இதயமாக இருக்கிறது.

எது என்னுடைய இதயமாக இருக்கிறதோ

அது உன்னுடைய இதயமாக இருக்கிறது.

புனிதமான திருமண பந்தம். அது ஒண்ணு மட்டும்தான் நாகரிகமடைஞ்சதா இருக்கு.

பிரித்விஷ்:

கொஞ்ச நேரத்துக்கு முன்னால நீங்க எல்லாம் சாப்பிடுவேன்னு சொன்னீங்க. அதனால கேக்குறேன். மனித மாமிசம் சாப்பிட்டிருக்கீங்களா?

மன்மோகன்:

அந்த அதிர்ஷ்டம் இன்னும் எனக்கு வாய்க்கல.

பிரித்விஷ்:
அதிர்ஷ்டமா...

மன்மோகன்:
மனிதனோட மாமிசம் ரொம்பவும் சுவையா இருக்கும்னு கேள்விப்பட்டிருக்கேன். ஆனாலும் அதைநான் டேஸ்ட் பண்ணல. (அனிலாவிடம்) நான் எல்லாம் சாப்பிடுவேன்னு சொன்னது பொய்தாம்மா... மன்னிக்க...

பிரித்விஷ்:
இப்படி மனிதனை மனிதனே சாப்பிடறாங்க இதை நாகரீக வளர்ச்சியோட எந்த மட்டத்துல வச்சுப் பார்க்குறீங்க?

மன்மோகன்:
நாகரீகமா? இது காட்டுமிராண்டித்தனம். யாரு நாகரீகம் அடைஞ்சவர்னு உங்களுக்குத் தெரியுமா? ஒருத்தர் ஒரு பொத்தானை அழுத்தினால் போதும் ஏவுகணையைச் செலுத்தி ஒரு நகரத்தை அங்க இருக்க மக்களோட சேர்த்து முழுசா அழிக்க முடியும்...

யாரு... யாரு நாகரீகம் அடைஞ்சவங்கன்னு இப்ப உங்களுக்குத் தெரியுதா? எதைப்பத்தியும் கவலைப்படாம ஏவுகணை வீசலாம்னு முடிவெடுக்கிறாங்களே இவங்கதான்.

பிரித்விஷ்:
எப்படின்னாலும்... மிஸ்டர்... மிஸ்டர்...

மன்மோகன்:
என்ன மிஸ்டர் செங்குப்தா? என்னோட Sur Name தெரியாதா உங்களுக்கு. கவலைப்படாதீங்க... இது இயற்கைதான். என்னை நீங்க மித்ரான்னு எப்படிக் கூப்பிட முடியும்? அது உண்மையா... பொய்யான்னு இன்னும் நீங்க கண்டுபிடிக்கலையே.

அதுக்கு ஒரு எளிதான வழி இருக்கு. எனக்கு இன்னொரு பெயர் இருக்கு -புனைப் பெயர். பத்திரிகைகள்ல எழுதும்போது பயன்படுத்துறது சின்ன வயசுல இருந்தே

அந்தப் பேரு எனக்கு ரொம்பப் பிடிக்கும். நெமோ... அதை நீங்க பயன்படுத்தலாம்.

சுதீந்திரா:

ஜூல்ஸ் வெர்னே? கேப்டன் நெமோ?

மன்மோகன்:

யெஸ். அது லத்தீன் வார்த்தை - nemo அதோட அர்த்தம். 'யாருமில்லை' எனக்கு ரொம்பப் பொருத்தமான பேருன்னு உங்களுக்குத் தோணல?

பிரித்விஷ் அவரைத் தீர்க்கமாகப் பார்க்கிறார்.

பிரத்விஷ்:

இது ரொம்ப முக்கியமான கேள்வி... நீங்க யாருமில்லைன்னு... நீங்க யாரு? நீங்க என் ஃப்ரெண்டுக்கும் அவரோட மனைவிக்கும் குழப்பத்தை ஏற்படுத்திருக்கீங்கன்னு உங்களுக்குத் தெரியுமா? அவங்களை நீங்க தூங்கவிடாமப் பண்ணீட்டீங்க தெரியுமா?

அவங்க விருந்தினரை முழுமையா உபசரிப்பாங்க. ஏன்னா அவங்க ரொம்பத் தரமானவங்க. நீங்க வரவேற்கப்பட்ட அல்லது வரவேற்கப்படாத விருந்தாளியா இருந்தாலும் நீங்க யாருன்னு கண்டுபிடிக்க அவங்கள அனுமதிக்கல. உங்கப் பாஸ்போர்ட் எதையும் நிரூபிக்காதுன்னு நீங்க சொல்றீங்க.

ஆனா உங்களுக்குத் தெரியும்ல அது போலியா நிஜமான்னு? பிறகு ஏன் அவங்ககிட்ட தெளிவாச் சொல்லல? ஏன்? Look... ஒண்ணு தெளிவா வந்திருக்கணும் அல்லது தெளிவாப் போயிருக்கணும்.

பிரித்விஷ் தனது இருக்கையில் வந்து அமர்கிறார். சிகரெட், தீப்பெட்டியை, எடுக்கிறார். தீக்குச்சியைச் சத்தமாக உரசிப் பற்ற வைத்து ஆழமாக இழுத்து கனத்த புகையை ஊதுகிறார்.

மன்மோகன் அவருக்கு முன்பிருந்த சோபாவில் முகத்தைக் கைகளால் தாங்கி தரையைப் பார்த்தவாறு உட்கார்ந்திருக்கிறார். பிரித்விஷ் எழுகிறார்.

பிரித்விஷ்:
ஓகே. நான் கிளம்புறேன்.

பிரித்விஷ் கதவுகளை நோக்கி நடக்கிறார். சுதீந்திரா அவர் பின்னால் வேகமாகப் போகிறார். அனிலா ஆழ்ந்த கவலையுடன் பார்க்கிறாள்.

விராந்தை

பிரித்விஷ் வெளியேற சுதீந்திரா அவரைப் பின்தொடர்ந்து வருகிறார்.

சுதீந்திரா:
யேய்... யேய்... இங்க பாரு...

பிரித்விஷ் நிற்கிறார்.

சுதீந்திரா:
கடைசியா அவ்வளவு கடுமையாப் பேசியிருக்க வேணாமே!

பிரித்விஷ்:
நாகரீகமடைஞ்ச சமூகத்தில இருக்கிறதுக்கான உரிமை அவருக்கில்லை. உறுதியா உன் வீட்ல அவருக்கு இடம் இல்ல.

சுதீந்திரா:
என்ன இடம்? எப்படின்னாலும் இன்னும் சில நாட்கள்ல அவர் போயிடுவாரு. இந்த விஷயத்தை ரொம்பக் கவனமாக் கையாள்றேன்னு என்கிட்ட உறுதி கொடுத்திருந்தீல.

பிரித்விஷ்:
தான் எந்த இடத்தில இருக்கோம்னு அவருக்குத் தெரியணும், உன் மனைவியைப் பத்தி எனக்குத் தெரியும். இந்த மனுஷனை ஒரு நாளைக்கு ரெண்டு தடவை அவங்க எப்படிக் கவனிச்சிட்டிருக்காங்கன்னு எனக்குத் தெரியும். Certainly not feild rats.

நான் மட்டும் இப்ப warn பண்ணலைன்னா... அந்த ஆளு பசை மாதிரி ஒட்டிக்கிட்டு உன் குடும்பத்தோட உன்னையும் சாப்ட்டுருவான். இது மாதிரியான

அகாந்தக் | 227

அட்டைப்பூச்சிகளை உனக்குத் தெரியாது. எனக்குத் தெரியும். *Good night!*

பிரித்விஷ் வேகமாக வெளியேறுகிறார்.

வசிப்பறை

சுதீந்திரா தலை கவிழ்ந்தபடி நுழைகிறார். அனிலா யாரையும் எதிர்கொள்ள முடியாமல் நின்றிருக்கிறாள்.

மன்மோகன் மௌனமாய் இருக்கிறார். சுதீந்திரா அவரைப் பார்க்கிறார்.

சுதீந்திரா:
எப்படிச் சொல்றதுன்னு எனக்குத் தெரியல...

சுதீந்திரா மேலும் பேசுவதற்கு முன்னால் மன்மோகன் தனது இடது கையைப் போதும் என்பதுபோல மௌனமாக உயர்த்துகிறார்.

8

சுதீந்திராவின் படுக்கை அறை

பின்னிரவு

சுதீந்திராவும் அனிலாவும் படுக்கையில் உட்கார்ந்திருக்கிறார்கள். இப்படி நடந்ததை நினைத்து வருத்தத்தில் இருக்கிறார்கள்.

அனிலா:

இந்தப் பூமி என்னை விழுங்கிட்டாத் தேவல... ராத்திரி சாப்பிடும்போது அவர் ஒரு வார்த்தைக்கூடப் பேசல.

சுதீந்திரா:

என்னை மன்னிச்சுக்க நிலி... பிரித்விஷ் இது மாதிரி பிரச்னையை ஏற்படுத்திடுவான்னு தெரிஞ்சிருந்தா அவனை வரவேணாம்னே சொல்லியிருப்பேன்.

அனிலா:

விருந்தாளிகளை உபசரிக்கிற நம்ம பாரம்பர்யத்தைப் பத்தி அவர் லெட்டர்ல குறிப்பிட்டு எழுதியிருந்தார்ல. அதுக்கு இதுதான் உதாரணமா? இந்த அவமானத்தை நாம கண்டிப்பா சரிசெய்யணும்.

சுதீந்திரா:

நான் ஒண்ணு சொல்லலாமா?

அனிலா:

என்ன?

சுதீந்திரா:

அவரோட பாதி வாழ்கையை இப்படித்தான் கழிச்சிருக்கார்னு உன்னால கற்பனை பண்ண முடியுமா?

அனிலா:

முடியல... வித்தியாசமான வாழ்க்கை வித்தியாசமான அனுபவங்கள் நிறைய புது விஷயங்களை நான் கத்துக் கிட்டேன்...சரி...எப்படியோ அவரு அணுக முடியாத அளவுக்கு விலகிப் போயிட்டாரு.

ஒரு அங்கிள்னா நீங்க அன்பு செலுத்தக் கூடியவரா, அரவணைக்கக்கூடியவரா... உரிமையுள்ளவரா இருக்கணும், ஆனா இவரோட இருக்கும்போது ஒரு பெரிய மரியாதைதான் நமக்கு ஏற்படுது.

சுதீந்திரா:

என்ன பிரச்னைன்னா... அவரோட படிப்பு அவரோட அறிவைத் திறந்த அளவுக்கு இதயத்தைத் திறக்கல. ஓர் ஆதிவாசியா ஆன பிறகு வேலை செய்ய முடியாது. உன்னால செய்ய முடிஞ்சாலும் அவரு உன்னையும் தன்னோட வழிக்குக் கொண்டு வந்திடுவாரு.

அனிலா:

அது ஒண்ணும் நடக்கப் போறதில்ல... ஆனா அவரு நம்ம கூட இருக்கப்போற இந்தச் சில நாட்களுக்குள்ள அவருக்கு ஏற்பட்ட வருத்தத்தை நாம சரி செய்யணும், குறைந்தபட்சம் ஒரு விருந்தாளியாப் பாத்தாலும் அவரை வருத்தப்பட வைக்கிறது ரொம்பத் தப்பு.

சுதீந்திரா:

நீ அவரை மாமான்னு கூப்பிடலாம். தெரியுதா? நான் ஒண்ணும் அதைப் பொருட்படுத்தமாட்டேன்.

அனிலா:

இயல்பா அப்படித் தோணுன்னா செய்வேன். போலித்தனமா என்னை நானே கட்டாயப்படுத்திக்க மாட்டேன்.

மன்மோகன் அறை

காலை

அனிலா நுழைந்ததும் வாயடைத்துப் போகிறாள்.

அனிலா:

(தனக்குத்தானே...) என்னது?!

அறை காலியாக இருக்கிறது. அலமாரி காலியாக இருக்கிறது. சூட்கேஸ் படுக்கைக்குக் கீழே இல்லை. அனிலா மேசையிலிருந்த சாவியை எடுத்துக்கொண்டு அறையிலிருந்து வெளியே வருகிறாள்.

சுதீந்திராவின் படுக்கை அறை

சுதீந்திரா இன்னும் தூங்கிக் கொண்டிருக்கிறார். அனிலா அவரை உலுக்கி எழுப்புகிறாள்.

அனிலா:

ஏங்க... இங்க பாருங்க...

சுதீந்திரா விழிக்கிறார்.

சுதீந்திரா:

ம்... என்ன?

அனிலா:

அவரு அங்க இல்ல. ரூம் காலியா இருக்கு.

சுதீந்திரா திடுக்கிட்டு எழுந்து உட்கார்கிறார். அனிலா அவர் அருகில் உட்கார்கிறார்.

சுதீந்திரா:

என்ன சொல்ற?

அனிலா:

(மனமொடிந்து போய்) அவர் போயிட்டாரு. அவரோட பொருட்கள் ஒண்ணுமே இல்ல சாவி மட்டும்தான் இருந்துச்சு. நான் பயந்தமாதிரியே நடந்துருச்சு. நாம இப்ப என்ன செய்றது.

சுதீந்திரா:

பொறு... கொஞ்சம் யோசிக்க விடு.

அனிலா:

போலீஸைக் கூப்பிடலாமா?

சுதீந்திரா மேசைக்கருகில் இருந்த தனது கண்ணாடியை எடுத்து அணிந்து கொள்கிறார்.

சுதீந்திரா:

அந்த டைரக்டரியை எடு... டெலிபோன்... டெலிபோன்...

அனிலா:

யாருக்குப் போன் பண்ணப் போறீங்க?

சுதீந்திரா:

என்னோட உள்ளுணர்வு ஒருத்தரைச் சொல்லுது. வா... *Phone Book* ஐக் கொடு.

அனிலா தொலைபேசி அருகில் போய் டைரக்டரியை எடுத்துத் தன் கணவனை நோக்கித் தூக்கிப் போடுகிறாள். அந்த நேரத்தில் கதவு தட்டப்படுகிறது.

அனிலா:

யாரது?

மது - வீட்டு வேலைக்காரன் கதவருகில் நிற்கிறான்.

மது:

முன் கதவு திறந்திருக்கு பாபு...

சுதீந்திரா:

(டைரக்டரியைப் பார்த்துக் கொண்டே) எப்பப் பாத்த?

மது:

ஒரு மணி நேரத்துக்கு முன்னால. உங்க ரூம் கதவு சாத்தியிருந்ததால இதைச் சொல்ல முடியல.

சுதீந்திரா:

சரி... நீ போ...

மது போனவுடன் பப்லு உள்ளே வருகிறான்.

பப்லு:

அம்மா... தாத்தா ரூம் காலியாக் கெடக்குமா...

அனிலா:

தெரியும்ப்பா...

பப்லு:
தாத்தா எங்க போயிருக்காரு.

சுதீந்திரா தான் தேடிய எண்ணைக் கண்டுபிடிக்கிறார்.

சுதீந்திரா:
0-3-4-6-3

அனிலா:
இது என்ன நம்பர்?

சுதீந்திரா:
எஸ்.டி.டி... கோட் போல்பூர் அந்த நம்பர் உனக்குத் தெரியும்ல?

அனிலா:
ஆமா... 433

சுதீந்திரா:
நீ பேசு...

அனிலா:
நான் என்ன பேச?

சுதீந்திரா:
கவனமாக் கேளு. முதல்ல அவர்தான் உங்க தாத்தாவோட உயிலை செயல்படுத்துறவரார்னு கேளு. ஆமான்னு சொன்னா உங்க மாமாவுக்குப் பங்கிருக்கான்னு பிறகு கேளு. அந்தப் பணத்தை அவர் வச்சிருந்தார்னா... அதை உங்க மாமாவுக்குச் சொல்லிட்டாரான்னு கடைசியாக் கேளு.

ஆமான்னு சொன்னாருன்னா... அவரு இடத்துக்கு நாம மதியம் ஒன்றரை அல்லது இரண்டு மணிக்கு வந்துடு றோம். வர்ர வழியிலேயே சாப்பிட்டு வந்துடுறோம் அதனால அதைப்பத்தி ஒண்ணும் கவலைப்பட வேணாம்னு சொல்லு. இந்தா... பேசு 03463...

9

ஷீல்டா பாலம்

காலை

சுதீந்திராவின் கார் வேகமாக வடக்குப் பக்கம் செல்கிறது.

போல்பார் சாலை.

மதியம்

சுதீந்திராவின் கார் தொலைவிலிருந்து வந்து காட்சியைக் கடந்து செல்கிறது.

சாந்திநிகேதன்

ஷீத்தலத கந்தா விராந்தையின் பிரம்பு நாற்காலியில் அமர்ந்து செய்தித்தாள் படிக்கிறார். கார் சத்தம் கேட்பதைக் கவனிக்கிறார்.

சுதீந்திராவின் கார் வாசல் கதவருகில் நிற்கிறது. கதவைத் திறந்துகொண்டு சுதீந்திரா, அனிலா, பப்லு மூவரும் இறங்குகிறார்கள். ஷீத்தலா பாபு எழுந்து வாசலில் இருக்கும் தோட்டத்தைக் கடந்து அவர்களை நோக்கிச் செல்கிறார்.

      சுதீந்திரா:
வாம்மா... வா (அவருடைய பாதங்களைத் தொடு கிறார்கள்) கவலைப்படாத (பப்லுவிடம்) தாத்தா எப்படியிருக்காரு நல்லாயிருக்காரா?

      பப்லு:
ஆமா...

      சுதீந்திரா:
அவரு வந்துட்டாரா?

ஷீத்தல்:

வந்துட்டாரு, ட்ரெயின் வந்து ஒருமணி நேரம் ஆயிடுச்சு.

சுதீந்திரா:

நல்லது. நான் அவரை இங்க பாக்கமாட்டேன்.

ஷீத்தல்:

சரி... வாங்க... உன்கிட்ட சொல்றேன்மா (அனிலாவிடம்) நீ டெலிபோன்ல பேசும்போது அவரு கொஞ்சம் வித்தியாசமானவரா இருக்காருன்னு சொன்ன... ஆனா அதைவிடவும் வித்தியாசமா இருக்காருன்னு நான் நினைக்குறேன். வாங்க... வாங்க...

எல்லோரும் விராந்தைக்குச் சென்று நாற்காலியில் அமர்கிறார்கள்.

ஷீத்தல்:

1955லதான் அவனை நான் கடைசியாப் பாத்தேன். அவனை ஒரு மிருகக்காட்சி சாலைக்குக் கூட்டிட்டுப் போனேன். அவனைத் தூக்கிக்கிட்டே சுத்துனேன்.

சுதீந்திரா:

இப்ப எங்க போயிட்டாரு?

ஷீத்தல்:

உண்மையில அவன் காலையிலிருந்து சாப்பிடலை... மதியமாவது எங்கூட சாப்பிடுன்னு சொன்னேன். சாப்பிட மாட்டேன்னு சொன்னான். கொஞ்சம் டீயாவது சாப்பிடுன்னு சொன்னேன். வேணான்னு சொல்லிட்டான்.

பிறகெதுக்கு இங்க வந்த? இத்தனை வருஷத்துக்குப் பிறகு வெறுமனே அந்தப் பணத்தை வாங்கிட்டுப் போகத்தான் வந்தியா? இல்ல இப்பவும் அது உனக்குத் தேவைப்படலையா?ன்னு கேட்டேன்.

சுதீந்திரா:

அதுக்கு என்ன சொன்னாரு?

ஷீத்தல்:

சொன்னான்... இல்ல... அது தேவைப்படுது. சில நாட்கள் இங்கதான் இருக்கப்போறேன். கல்கத்தாவுக்குப்

போறதுக்கு ஒரு விமானம் பிடிக்கணும். அதுவரைக்கும் ஒண்ணும் அவசரமில்ல எப்படின்னாலும் இன்னிக்கு ஞாயிற்றுக்கிழமை. பேங்க் விடுமுறை. நாளைக்குக் காலைல வரைக்கும் ஒண்ணும் செய்ய முடியாது.

சுதீந்திரா:

அதுனால... இப்ப... அவரு...

ஷீத்தல்:

இதுக்கு முன்னால சாந்திநிகேதன் வந்திருக்கீங்களா?

அனிலா:

வந்திருக்கேன். கல்யாணத்துக்கு முன்னால மூணு தடவை வந்திருக்கேன்.

ஷீத்தல்:

பக்கத்துல பனீர்புக்குர்னு ஒரு கிராமம் இருக்கு. அங்கதான் போயிருப்பான். நாட்டைவிட்டுப் போறதுக்கு முன்னால அங்கக் கொஞ்சநாள் இருந்ததாச் சொன்னான். அங்க அப்படி என்ன அவனுக்குப் புடிச்சிருக்குன்னு எனக்குப் புரியல.

ரொம்ப நாளைக்குப் பிறகு வந்திருக்கான். நிறைய நாடுகள் பார்த்துட்டான். கொஞ்சநேரம் உட்கார்ந்து பேசிட்டிருந்தா எவ்வளவு நல்லாயிருக்கும். அப்படியில்லாம இப்படி யாராவது இருப்பாங்களா?

எப்பவும் இல்லாம அவன் பிரணாம் செஞ்சான் காலைத் தொட்டு வணங்கினான். பையிலிருந்த பாஸ்போர்ட்டை எடுத்து எங்கிட்டக் காண்பிச்சு நான்தான் மன்மோகன் மித்ரான்னு நிரூபணம் செஞ்சான்.

அவர் சத்தமாகச் சிரிக்கிறார்.

சுதீந்திரா:

வெல்... நாங்க அவரைப் பாக்கத்தான் வந்தோம். அவரைத் தேடிப் பாக்கலாம்.

நால்வரும் எழுகிறார்கள்.

ஷீத்தல்:

ஓகே... போய்ப் பாருங்க. அவனைப் பாத்தீங்கன்னா புடிச்சு இங்கக் கொண்டு வாங்க.

சுதீந்திரா:

அப்டியே செய்றோம்.

அவர்கள் திரும்பும்போது ஷீத்தல்பாபு சுதீந்திராவின் தோளில் கை வைக்கிறார்.

ஷீத்தல்:

இன்னொன்னு சொல்லணும். அவனுக்கு மனசளவில அல்லது வேற எந்தக் குறையும் இல்லையே...

சுதீந்திரா:

இல்ல... இல்ல...

ஷீத்தல்:

இருபத்தஞ்சு வருஷமா இந்தப் பணத்தைப் பூதம் மாதிரி பாதுகாத்துக்கிட்டிருக்கேன். ரூ.5,00,000 இத்தனை வருஷத்துல வட்டியோட அது எவ்வளவு பெருகியிருக்கும்னு கற்பனை பண்ணிப் பாருங்க... அதனால்...

சுதீந்திரா:

இல்ல... கவலைப்படாதீங்க... அவருக்கு ஒரு குறையும் இல்ல... (அனிலா பப்லுவிடம்) போகலாமா...

பனீர்புக்குர் கிராமம்

மதியம்

அமைதியான கிராமத்துச் சூழல். சிறுவர்கள் ஆல விழுதுகளில் ஊஞ்சல் ஆடி விளையாடுகிறார்கள்.

மன்மோகன் வைக்கோல் போரில் சாய்ந்து தானியங்களிலிருந்து காய்ச்சப்படும் நாட்டு மதுவை அருந்திக்கொண்டிருக்கிறார்.

தூரத்தில் கார் வருவதைப் பார்க்கிறார். எதிர் திசையில் பார்க்கிறார். ஒரு சாந்தாலி பெண் கிணற்றிலிருந்து தண்ணீர் எடுத்துக் கொண்டிருக்கிறாள். மன்மோகன் அவளை அழைக்கிறார்.

மன்மோகன்:
(சாந்தாலி மொழியில் ஒரு கட்டில் எடுத்து வரச் சொல்கிறார். அவள் எடுத்துவரப் போகிறாள்.

பப்லு, சுதீந்திரா, அனிலா மூவரும் வருகிறார்கள். பப்லு முதலில் பார்க்கிறான்.

பப்லு:
அந்தா... தாத்தா...

மூவரும் அவரை நோக்கி வருகிறார்கள். சாந்தாலி பெண் கட்டில் கொண்டு வந்து போடுகிறாள். சுதீந்திரா, அனிலா, பப்லு மூவரும் மன்மோகன் இருக்கும் இடம் வரைக்கும் வருகிறார்கள்.

மன்மோகன்:
வாங்க உட்காருங்க.

அனிலா:
ஏன் இப்படிச் செஞ்சீங்க? ஒரு வார்த்தை... ஒண்ணும் சொல்லாம்...

மன்மோகன்:
என் மனசுக்கு ரொம்ப சஞ்சலமா இருந்துச்சு.

சுதீந்திரா:
என்னை நீங்க மன்னிக்கணும். நேத்து ராத்திரி நடந்தது...

மன்மோகன்:
என்னன்னு உங்களுக்குத் தெரியாதா? நான் எப்பவும் எளிமையான, நேரடியாப் பேசுறவங்களோடதான் இருந்திருக்கேன். இதுமாதிரி தன்னை அறிவாளின்னு நினைக்கிறவங்களைச் சந்திக்க நேர்ந்தா, என்னை நானே கட்டுப்படுத்த முடியல.

அனிலா:
நீங்க காலையிலயிருந்து சாப்பிடல... நாங்க உங்களை எங்களோட அழைச்சிட்டுப் போகத்தான் வந்திருக்கோம். வாங்க போகலாம்.

மன்மோகன்:

இப்ப நான் வரல. ஒருவேளை சாப்பிடலைன்னா அது ஒண்ணும் செய்யாது. சாயங்காலம் இங்க ஒரு நடனம் இருக்கு. நான்தான் Organise பண்ணியிருக்கேன். அந்த நடனம் முடிஞ்சதும் வர்ரேன். நீங்ககூட அதைப் பாக்கலாம்.

கோல்ஸ் (Kols)தான் இந்தியாவின் ஆரம்ப காலப் பழங்குடிகள். சாந்தாலும் (Santals) அவங்க மாதிரித்தான். நூற்றி ஐம்பது வருஷத்துக்கு முன்னால பிரிட்டிஷ்க்கு எதிரா கலகம் செஞ்சிருக்காங்க.

அனிலா:

இங்கிருந்தே நீங்க கல்கத்தாவுக்கு வரவேண்டியதுதானே... திரும்ப நம்ம வீட்டுக்கு வரலாம் ஏன் வரமாட்டேன்றீங்க?

மன்மோகன்:

நீங்க வந்ததுனால உறுதியா நான் வருவேன். ஆனா இன்னிக்கு இல்ல... நாளைக்குச் சாயங்காலம் டிரெயின்ல வருவேன். நாளைக்குக் காலைல இங்க கொஞ்சம் வேலையிருக்கு.

சுதீந்திரா:

இன்னும் கற்றுக்கொள்வதற்காகத் தங்கியிருக்கீங்க... இல்லையா?

மன்மோகன்:

ஆமா...

அனிலா:

அந்த நல்ல செய்தியை எங்களோட பகிர்ந்துக்கணும்னு உங்களுக்குத் தோணலையா?

மன்மோகன்:

(வேறெங்கோ பார்த்தவாறு) அதுக்கு ஒரு காரணம் இருக்கு. ஒரு மகனா என்னுடைய கடமையைச் செய்யாதபோது எனது அப்பாவோட சொத்தில பங்கு வாங்கிக்கிற உரிமை எனக்கு இல்லைன்னு நான் நெனைக்கிறேன். இவ்வளவு பணம் எல்லாம் என் அப்பாவோட அன்புப் பரிசுன்னு பிறகு தோணுச்சு...

மன்மோகன் அவர்களைப் பார்க்கிறார். மூவரும் நிற்கிறார்கள்.

மன்மோகன்:
ஏன் நிற்கிறீங்க? வாங்க வந்து உட்காருங்க.

பப்லு, அனிலா, சுதீந்திரா மூவரும் கட்டிலில் உட்கார்கிறார்கள்.

மன்மோகன்:
that is it. மனம் போனபடி வாழ வேண்டியதுதான் வேறென்ன சொல்ல.

மாலை

மங்கிவரும் சூரிய வெளிச்சம். மடோல் என்கிற ஆதிவாசிகளின் மேளமும் ஒலிக்க சாந்தால் நடனம் நதிக்கரையில் துவங்குகிறது. பதினைந்து இருபது பெண்கள் கைகளைக் கோர்த்து அரைவட்டமாக நின்று முன்னும் பின்னும் அசைந்தாடிக் கொண்டே பாடுகிறார்கள்.

மன்மோகனும் பப்லுவும் ஒரு பாயில் அருகருகாக உட்கார்ந்திருக்கிறார்கள். சுதீந்திராவும், அனிலாவும் அவர்களின் பின்னால் நிற்கிறார்கள்.

நடனக்காரர்களும், மடோல் இசைப்பவர்களும் வெவ்வேறு கோணத்தில் காட்டப்படுகிறார்கள்.

அனிலா பார்க்கிறாள்.

பாடலின் லயமும், இசையும் அவளைக் கொஞ்சம் கொஞ்சமாக மீட்டுகிறது. அவள் கண்கள் ஒளி பெறுகின்றன. அவள் மெதுவாகப் புன்னகைக்கிறாள். மெதுவாக அந்த லயத்தில் மனம் ஒன்றி அவர்கள் கால் மற்றும் இடுப்பின் அசைவைப் பார்க்கையில் அவளுக்குள் ஒரு உத்வேகம் ஏற்படுகிறது.

மன்மோகன் கைகளை அசைத்து ரசிக்கிறார். பப்லுவைப் பார்க்கிறார். பப்லு ஆர்வத்துடன் பார்த்துக் கொண்டிருக்கிறான்.

மன்மோகன்:
உனக்குப் புடிச்சிருக்கா பப்லு...

பப்லு:
ம்...

இப்பொழுது அனிலா சாந்தால் பெண்களைப்போல தனது உடலை அசைக்கிறாள். மன்மோகன் திருப்தியுடன் புன்னகைக்கிறார்.

அனிலா லயத்துக்கு ஆட்பட்டதுபோல் அசையத் துவங்குகிறாள்.

சுதீந்திரா தனது மனைவியைப் பார்க்கிறார்.

சுதீந்திரா:
ஏன் பாத்துக்கிட்டு இருக்க... போய் அவங்களோட சேர்ந்துக்க...

அனிலா:
(வெட்கத்துடன்) நான் போகலாமா?

சுதீந்திரா:
போ... போ...

அனிலா இதற்குமேல் பொறுக்க முடியாதவளாய் ஓடிப்போய் கடைசியில் நிற்கும் பெண்ணுடன் கைகோர்த்துக்கொண்டு தன்னை மறந்து ஆடுகிறாள்.

பப்லு ஆச்சரியத்துடன் பார்க்கிறான்.

சுதீந்திரா மன்மோகனிடம் போகிறார். அவருக்கருகில் முழந்தாளிட்டு அமர்ந்து இசையை மீறி சத்தமாகக் குரல் கொடுக்கிறார்.

சுதீந்திரா:
பாருங்க... உங்க மருமகள் என்ன செய்றான்னு?

மன்மோகன் சுதீந்திராவை அருகில் வருமாறு அழைக்கிறார். சுதீந்திரா தனது முகத்தை மன்மோகனுக்கு அருகில் கொண்டு வருகிறார்.

மன்மோகன்:
உண்மையிலேயே எனக்கு அவ மருமகள்தானாங்கிற சந்தேகம் இருந்துச்சு... இனிமேல் இருக்காது.

இருவரும் பலமாகச் சிரிக்கிறார்கள்.

சாந்தால் பெண்கள் மற்றும் அனிலாவின் வேகமான நடன அசைவுகள்.

திரை மங்கித் தெளிகிறது. (Fadeout)

10

காலை

மன்மோகனின் அறை

மன்மோகனின் அதிக வில்லைகள் ஒட்டப்பட்ட சூட்கேஸ். திறந்து படுக்கைக்குக் கீழே கிடக்கிறது. புது VIP சூட்கேஸில் அனிலா எல்லா வற்றையும் எடுத்து வைத்தக்கொண்டிருக்கிறாள். மன்மோகன், சுதீந்திரா, பப்லு மூவரும் அவளுக்கு அருகில் நிற்கிறார்கள்.

மன்மோகன்:

அந்தச் சூட்கேஸை நினைவுப் பரிசா வச்சுக்கங்க. ரொம்ப காலமா அதைப் பிரியமா வச்சிருந்தேன். ஏன் அதை வாங்கனேன்னா…

அனிலா:

சில காரணம் இருக்கு. நாகரீகம் அடைஞ்சதுக்கு அது முக்கியமானதுதானே…

மன்மோகன்:

ஓகே… உன் வார்த்தையை மீற முடியாது.

அனிலா நோட்டுப் புத்தகங்களை வைத்திருக்கிறாள்.

அனிலா:

நிறைய நோட்டு இருக்கே எல்லாம் உங்களுக்குத் தேவையா?

மன்மோகன்:

இவையெல்லாம் எனது Field notes ம்மா ஏற்கெனவே எனக்குத் தேவையில்லாததெல்லாம் தூக்கி எறிஞ்சுட்டேன்.

அனிலா:

(நோட்டுக்களைச் சூட்கேஸில் வைக்கிறாள்) ஓகே. இப்ப நீங்க போகலாம். இதெல்லாம் கட்டித் தந்ததுக்காக நீங்க ஏதாவது கொடுக்கணும். இப்பத்தான் உங்ககிட்ட லட்சக் கணக்கா இருக்கே.

சுதீந்திரா:

உண்மையில நாங்க எல்லோரும் உங்ககூட ஏர்போர்ட்டுக்கு வர்ரதுக்காகத் தயாரா இருக்கோம்.

மன்மோகன்:

நீங்க தயாரா இருக்கலாம். ஆனால், ஏர்போர்ட் வந்ததும் தெரியும் பிளைட் எட்டு மணி நேரம் லேட்டா வரும்னு... அப்புறம் எனக்குக் கஷ்டமா இருக்கும். அதை என்னால அனுமதிக்க முடியாது.

சூரியனும் சந்திரனும்கூட சரியா நேரத்தைக் கடைப்பிடிக்கும். இந்த ஏர்லைன்ஸ் மட்டும் அதைச் செய்யாது.

எல்லோரும் சிரிக்கிறார்கள்.

அனிலா எல்லாவற்றையும் கட்டி முடிக்கிறாள். வெளியிலிருக்கும் வேலையாளை அழைக்கிறாள்.

அனிலா:

மது... சூட்கேஸ் எல்லாம் கீழ எடுத்திட்டுப் போ...

வேலையாட்கள் மதுவும் தசரத்தும் வந்து சூட்கேஸ்களை எடுத்துப் போகிறார்கள். அனிலா மன்மோகனிடம் சாவியைக் கொடுக்கிறாள்.

அனிலா:

உங்க சூட்கேஸ் சாவி...

மன்மோகன் வாங்கிக்கொண்டு பப்லுவைப் பார்க்கிறார்.

மன்மோகன்:

சத்யகி-பாபு... பொறுமையாய் இருந்தா அது கொடுக்கிற கனிகள் இனிப்பா இருக்கும். இந்தா உன்னோட ஸ்வீட்...

மன்மோகன் தனது கையிலிருந்து சிறிய மண்பொம்மையை எடுத்து பப்லூவிடம் கொடுக்கிறார். பப்லு அதைப் புன்னகையுடன் பார்த்துக் கொண்டே இருக்கிறான்.

மன்மோகன்:

எறும்புத்தின்னியோட மாமிசத்தை தின்னாங்களே அவங்க செஞ்சது. 1500 வருஷத்துக்கு முன்னால்...

சுதீந்திரா:

தேங்க்யூன்னு சொல்லு...

மன்மோகன்:

நோ... 'தேங்க்யூ' வேணாம். அந்த சிரிப்பே போதும்... (அனிலாவிடம்) போகலாம்மா...

நால்வரும் அறையை விட்டுக் கடந்து மாடிப்படிகளை நோக்கி வருகிறார்கள்.

மன்மோகன்:

ஓ... ஒரு விஷயத்தைப்பத்தி நான் உங்ககிட்ட சொல்லவேயில்லை. நான் ஒரு புத்தகம் எழுதியிருக்கேன். நீங்க அதை பயண அனுபவம்னுகூடச் சொல்லலாம் *An Indian amongst Indians.*

ஓர் அமெரிக்க பதிப்பாளர்தான் அதைக் கொண்டு வர்ரார். அவர் எனக்குக் கவர்ச்சிகரமான ஒரு தொகையும் முன் பணமாகக் கொடுத்தார்.

நால்வரும் படியில் இறங்கி வருகிறார்கள்.

சுதீந்திரா:

அதனால நீங்க இப்ப பணக்காரர்...

மன்மோகன்:

ஆமா... உறுதியா...

அனிலா:

எங்களுக்குக் கடிதம் எழுதுங்க... எழுதுவீங்கள்ல?

மன்மோகன்:

ஒரு தடவை என் வேலைகள்ல மூழ்கிட்டேன்னா... என்ன செய்யுறேன்னு எனக்கே தெரியாதும்மா...

அனிலா:

குறைஞ்சபட்சம்... நல்லபடியா வந்து சேந்துட்டேங்கிற செய்தியையாவது எழுதுங்க...

மன்மோகன்:

சரி... நான் எழுதுறேன்.

படிகளின் முடிவில் மன்மோகன் நிற்கிறார்.

மன்மோகன்:

இப்போ என்னோட கடைசிக் கடமை.

மன்மோகன் தனது சட்டைப் பையிலிருந்து ஒரு வெள்ளைக் காகித உறையை எடுத்து சுதீந்திராவிடம் தருகிறார்.

சுதீந்திரா:

என்னது இது?

மன்மோகன்:

இங்கிலீஷ்ல ஒரு வார்த்தை இருக்கு. உங்களுக்குத் தெரியுமா? 'FLOCCINAUCINIHILIPILIFICATION'...

சுதீந்திரா:

ஓ... தெரியும்... ஸ்கூல்ல படிச்சிருக்கேன்... இங்கிலீஷ் டிக்ஷனரியில இருக்கிற நீளமான வார்த்தை.

மன்மோகன்:

அதோட அர்த்தம் என்னன்னு தெரியுமா?

சுதீந்திரா:

தெரியல... அது...

மன்மோகன்:

மிகச் சிறியது. மதிப்பு இல்லாதது (No Value) இதைச் சொல்றதுக்கு 29 எழுத்துல ஒரு வார்த்தை. இப்படி இருந்தா எப்படி ஒருத்தன் நாகரீகம் அடைய முடியும்?

சுதீந்திரா அந்த உறையைத் திறந்து பார்க்க முயல மன்மோகன் வேண்டாம் என்று தடுக்கிறார்.

மன்மோகன்:
நான் போனதுக்குப் பிறகு பாருங்க. நான் இருக்கும்போது நான் எழுதுனதை யாராவது படிச்சா எனக்கு ஒரு மாதிரி கூச்சமா நெருடலா இருக்கும். உங்களோட உபசரிப் பிற்காக ஒரு சின்ன மெஸேஜ் ரொம்பச் சிறியது.

(பப்லுவைப் பார்த்து) பப்லு பாபு இப்போ சின்னத் தாத்தா ஓடுறதுக்குத் தயாராயிட்டாரு.

பப்லு:
நீங்க திரும்ப வரமாட்டீங்களா?

மன்மோகன்:
இங்க வாங்க... என்னவாக ஆகமாட்டேன்னு எங்கிட்ட ப்ராமிஸ் பண்ணுன?

பப்லு:
கிணற்றுத் தவளை.

மன்மோகன்:
கிணற்றுத் தவளை. ஞாபகம் வச்சுக்க... (அனிலாவிடம்) அம்மா...

அனிலாவின் கண்களில் இருந்து கண்ணீர் வருவதை அடக்க முடியவில்லை.

மன்மோகன்:
எதுவும் தப்பா செஞ்சிட்டோமோன்னு நினைக்கிறியா? உனக்கு என்ன மாதிரி இக்கட்டான சோதனையெல்லாம் கொடுத்தேன்னு எனக்குத் தெரியாதா? அது எல்லாத்துக்கும் ஒரு காரணம் இருந்துச்சும்மா. பாஸ்போர்ட்டை வச்சு எல்லாத்தையும் எப்படிம்மா கண்டுபிடிக்க முடியும்?

பெயரைப் பெயரோட பொருத்திப் பாக்கலாம். முகத்தைப் போட்டோவோட பொருத்திப் பாக்கலாம் இதையெல்லாம் வச்சு ஒரு மனிதனைப் புரிஞ்சுக்க முடியுமா? அதனால உனக்குக் கொஞ்சநாள்

தேவைப்பட்டுச்சு... அது தேவையான அவகாசம்தான். (சுதீந்திராவிடம்) நல்லது மிஸ்டர் போஸ்...

சுதீந்திரா:
ஆசீர்வாதம் வாங்குற பழக்கம் ஆதிவாசிகள்கிட்ட இருக்கா?

மன்மோகன்:
அதைப் பத்திக் கேள்விப்பட்டதே இல்ல.

சுதீந்திரா:
உங்க பாதத்தைத் தொடுறதுக்குப் பதிலா...

சுதீந்திரா சொல்லி முடிக்குமுன்... மன்மோகன் அவரைத் தழுவிக் கொள்கிறார். தழுவி முடித்ததும்...

மன்மோகன்:
அப்புறம்... Good bye...

மன்மோகன் முன் கதவை நோக்கி நடந்து வருகிறார். மூவரும் அவரைப் பின்தொடர்கிறார்கள். மன்மோகன் வெளியில் காத்திருக்கும் சுதீந்திராவின் காருக்குள் உட்கார்கிறார்.

கார் கிளம்பத் துவங்குகிறது. மன்மோகன் கைகளை அசைத்து விடை பெறுகிறார். அனிலா, சுதீந்திரா, பப்லு கையசைக்கிறார்கள். கார் புறப்பட்டுப் போகிறது.

அனிலா கண்களைத் துடைத்துக்கொண்டு மாடிப்படிகளை நோக்கி வருகிறாள். சுதீந்திரா கையிலிருக்கும் காகித உறையைப் பார்க்கிறார்.

சுதீந்திரா:
(அனிலாவிடம்) பொறு... மாமா என்ன எழுதியிருக்கார்னு பாரு...

படிகளில் ஏறிய அனிலா நின்று திரும்பிக் கணவனைப் பார்க்கிறாள். சுதீந்திரா உறையைப் பிரித்து உள்ளே இருக்கும் பிணைக்கப்பட்ட இரண்டு துண்டுக் காகிதங்களை எடுக்கிறார். அவர்தான் முதலில் பார்க்கிறார்.

சுதீந்திரா:

ஒரு கவிதை.
ரத்த உறவு மாறாதது...
ஆசீர்வதிக்கப்பட்ட மருமகளுக்கு
தனது சொந்தப் பங்குத் தொகையுடன்...
மாமா விடைபெறுகிறேன்.

சுதீந்திரா ஆழ்ந்த மன உணர்வுடன் முதல் பக்கத்துக்குப் பின்னாலிருக்கும் காகிதத்தைத் திருப்பிப் பார்க்கிறார். அவர் கண்கள் விரிய, பெரும் அதிர்ச்சியடைகிறார்.

சுதீந்திரா:

என்னது?

அனிலா சுதீந்திரா அருகில் வருகிறாள். வாயடைத்துப் போன சுதீந்திரா அந்தக் காகிதங்களை அனிலாவிடம் காட்டுகிறார். இரண்டாவது காகிதம் ஒரு காசோலை (Cheque). அனிலாவின் கண்கள் விரிய ஆச்சரியப்படுகிறாள்.

அனிலா:

என் பேர்தான்... ஷீத்தலா பாபு கையெழுத்திருக்கு.

சுதீந்திரா:

நீ வாங்கிக்கப் போறியா? அவரோட முழுப் பங்கையும் உனக்கே கொடுத்திருக்காரு. மிஸ்டர் யாருமில்லாதவர் (Mr. No one).

அதிர்ச்சி கலந்த மௌனத்துடன் இருவரும் ஒருவரையொருவர் பார்க்கிறார்கள்.

காட்சி உறைகிறது.

பதேர் பாஞ்சாலியின் உருவாக்கம் பற்றிய சில குறிப்புகள்
ஆன்ட்ரு ராபின்சன்

புதுமுகங்களை வைத்துக்கொண்டு ஸ்டுடியோவுக்கு வெளியில் சென்று படம்பிடிப்பது சரியாக வராது என்று திரைப்படத்துறையில் இருந்த அனுபவஸ்தர்களின் கூற்றினை தவறு என்று நிரூபிக்க விரும்பினார் ரே. அவரும் சுபரத்தா மித்ராவும் பழைய 16mm கேமராவை எடுத்துக்கொண்டு விபூதிபூஷன் பானர்ஜி தனது நாவலுக்குக் களமாக எடுத்துக் கொண்ட கோபால் நகர் கிராமத்திற்குச் சென்றனர். அது ஒரு மழைக்காலம். முழங்கால் அளவு சகதியில் நடந்து போக வேண்டியிருந்தது. அங்கே இருந்த மங்கிய ஒளியில் பெய்யும் மழையில் வெளிச்சம் மங்கும் அந்திப்பொழுதில் ஒரு மாமரத்தோப்பினைப் படம்பிடித்தார்கள். அது நன்றாக வந்திருந்தது.

ஆனால் அந்தக் கிராமம் ரேக்குப் போதுமானதாகத் தெரியவில்லை. எனவே, ரேக்கு இருந்த அடுத்த பிரச்சினை பகல்பொழுதில் படம்பிடிப்பதற்கான இடங்கள். கதையில் வீடு அதற்கருகில் குளம், நதி, வயல்கள் அத்துடன் ஒரு ரயில்பாதை இவையாவும் தேவைப்பட்டன. கடைசியில் ரே இரண்டு இடங்களைத் தேர்வுசெய்தார். இடிந்த வீடு மற்றும் குளம் போரல் கிராமத்தில் இருந்தது. அது கல்கத்தாவிலிருந்து ஆறு மைல் தூரத்தில் இருந்தது. வயல்வெளியும், (துர்காவும் அப்புவும் ஓடிவருகிற காட்சிகள்) ரயில் பாதையும் கல்கத்தாவிலிருந்து நூறுமைல் தூரத்தில் இருந்தன. நதி வேண்டாம் என்ற முடிவுக்கு ரே வந்துவிட்டார். அந்த வீட்டின் உரிமையாளர் கல்கத்தாவில் படுத்த படுக்கையாய் இருந்தார். அவரிடம் பேசி படம் முடியும் வரை இரண்டரை வருடங்கள் மாதம் ஐம்பது ரூபாய் வாடகை என்று முடிவு செய்யப்பட்டது.

❖

1952 அக்டோபர் 27ஆம் தேதி வயல்வெளியில் படப்பிடிப்புத் துவங்கியது. அப்புவும் துர்காவும் ஓடிவரவேண்டும். வந்து ரயிலை முதன் முறையாகப் பார்ப்பதுதான் காட்சி. தன்னை ஓர் இயக்குநராக ஒத்துக்கொள்வதற்கு, தான் நினைத்ததை எடுத்து முடிப்பது என்பது எவ்வளவு கஷ்டம் என்பதையும் தான் எவ்வாறு பாடம் படித்துக் கொண்டேன் என்பதைக் குறித்தும் Our films and their films நூலில் எழுதியிருக்கிறார். அப்பு நடந்து வந்து நாணலுக்குள் துர்கா இருக்கிறாளா என்று பார்க்க வேண்டும். அப்புவாக நடித்த சுபிர் எதையும் எளிதில் புரிந்து கொள்ளாதவன். எனவே உதவி இயக்குநர்களைக் குறிப்பிட்ட இடைவெளியில் நாணலுக்குள் மறைந்து நிற்க வைத்து குறிப்பிட்ட இடைவெளியில் அவர்கள் அப்புவை அழைத்தார்கள். அந்தக் காட்சி படம் பிடிக்கப்பட்டது.

❖

அப்புவைத் தேர்ந்தெடுப்பதற்காக ஐந்து வயதிலிருந்து ஏழு வயதுவரை உள்ள பையன் தேவை என்று ரே பத்திரிகைகளில் விளம்பரம் கொடுத்தார். நூற்றுக்கணக்கான பேர் விண்ணப்பித்தார்கள். ஒரு பெண்குழந்தையை அவளது பெற்றோர்கள் பையன்போல முடிவெட்டி அழைத்து வந்தார்கள். கடைசியில் தெற்குக் கல்கத்தாவில் மேற்கூரையில் விளையாடிக் கொண்டிருந்த சுபிருக்கு அந்த வாய்ப்புக் கிடைத்தது.

❖

இந்திராக நடித்த சுனிபாலா தேவி எல்லோரும் நன்கு அறிந்த நடிகை. இருபதாம் நூற்றாண்டின் துவக்கத்தில் நிறைய நாடகங்களிலும், மௌனப் படங்களிலும் நடித்திருக்கிறார். அவருக்கு எண்பது வயதாகி தனது துறையிலிருந்து ஓய்வுபெற்றிருந்தார். ரே, கல்கத்தாவின் வடக்குப் பகுதியில் இருந்த சிவப்புவிளக்கு மாவட்டத்தில் இருந்த சுனிபாலாவின் வீட்டுக்குப் போய்ப் பார்த்ததும் அவருக்குத் திருப்தியேற்பட்டது. அப்போது அவரிடம் ஏதாவது பாடமுடியுமா என்று ரே கேட்டதும் சத்யஜித் ரே அறிந்திருந்த ஒரு தாலாட்டுப் பாடலின் பல வரிகளைப் பாடிக்காட்டினார். அத்துடன் அவர் காலை ஆறுமணிக்கு எழுந்திருக்க முடியுமா? தினம் பதினைந்து மைல் பயணம் செய்து படப்பிடிப்பு நடக்கும் இடத்திற்கு வரமுடியுமா? அங்கு வந்து ஒருநாள் முழுக்கப் படப்பிடிப்பில் பங்கு பெற்று பிறகு திரும்பவும் பதினைந்து மைல் பயணிக்க முடியுமா என்று கேட்டதும் எல்லாவற்றிற்கும் முடியும் என்று ஒத்துக்கொண்டார். தன்னுடைய

எளிய சம்பளத்தை விடுத்து அவர் ஒரே ஒரு நிபந்தனை விதித்தார். தினம் ஓபியம் (opium) ஒரு டோஸ் வேண்டும். அதில்லாவிட்டால் மயக்கமடைந்துவிடுவேன் என்றார்.

❖

நடிப்பில் அவர் காட்டிய ஒத்துழைப்பும் அர்ப்பணிப்பும் அற்புதமானது என்று ரே பின்னாளில் எழுதினார். அவருக்கெனக் கொடுத்திருந்த கிழித்து முடிச்சிடப்பட்ட விதவைக்கான புடவையை அவர் கவனமாக உடுத்தியிருந்தார். அதற்குப் பிறகு அந்த உடை நிஜமாகவே கிழிந்துவிட்டது. புது ஆடை சில கிழிசல்களுடன் இருந்தால் நன்றாயிருக்கும் என்கிற அவரது ஆதங்கம் ரேக்குத் தெரிந்ததும் புது ஆடைக்கு ஏற்பாடு செய்யப்பட்டது. ஆனால், அதை சுனிபாலா உடுத்திக் கொள்ளவில்லை. ஏனெனில், காட்சித் தொடர்ச்சி (Continuity) குறித்து அவருக்கு இருந்த அக்கறை அபரிமிதமானது. 'அப்ப எனது வலகை ஈரமாக இருந்துச்சே', 'கொஞ்சம் பொறுங்க அப்ப என் முகத்தில் வியர்வையில்லை', 'இந்த ஷாட்ல என்னோட முந்தானை இப்படி இல்ல', 'என்னோட மூட்டை வலது கையில்தான் இருந்துச்சா? இல்ல இடது கையில்தான் இருந்துச்சு', 'என்னோட வெண்கலப்பானைதான் வலது கையில் இருந்துச்சு' என்று ஒவ்வொரு காட்சியிலும் அவர் தனது தொடர்ச்சி குறித்துக் கவனமாயிருந்தார்.

❖

மற்ற நடிகர்கள் பெரும்பாலும் போரல் கிராமத்தைச் சேர்ந்தவர்கள். மழையின் முதல் துளி வழுக்கையின் மீது விழுவதற்கான காட்சிக்காக ஒருவரை நடிக்க வைக்கலாம் என்று ரே நினைத்திருக்கிறார். ஆனால், அவரது பெயர் அவருக்குத் தெரியவில்லை. கடைசியில் அவர் உருவத்தை ரே வரைந்து கொடுக்க அவரை அடையாளம் கண்டு அழைத்து வந்தார்கள்.

❖

ரே எடுத்த படத்தின் பகுதியைப் பார்த்துவிட்டு ரானாதத்தா என்கிற தயாரிப்பாளர் முன் வந்தார். போரலில் இன்னும் சில காட்சிகளைப் படம்பிடிப்பதற்கான பணத்தை முன்பணமாகக் கொடுத்தார். அந்த நேரத்தில் வெளிவந்த ரானாதத்தாவின் படம் தோல்வியைத் தழுவியது. எனவே, இப்போது மதிய உணவு வாங்குவதற்குக் கூடப் பணமில்லை. சௌத்ரி ரொம்பவும் விசனப்பட்டு விஜயாவிடம்

சொல்லி நகைகளை ரூ.1300க்கு அடகு வைத்தார். இடையில் விஜயாவின் மகனுக்கு நடந்த பிறந்தநாள் விழாவில் அணிந்து கொள்வதற்காகச் சௌத்ரியின் தங்கையிடமிருந்து நகைகளை இரவல் வாங்கிக் கொண்டார். படத்தின் நிமித்தமாக இப்படிச் செய்வது அம்மாவுக்குத் தெரியவேண்டாம் என்று ரேயும் அவரது மனைவியான விஜயாவும் நினைத்தனர். (ஆனால், அம்மாவுக்குத் தெரிந்தும் அவள் தனக்குத்தானே சொல்லாமல் இருந்தார் என்கிற விஷயம் பின்பு தெரிய வந்தது)

❖

1953 இறுதியில் 1954ன் துவக்கத்தில் ரேக்கு மிகமோசமான தருணங்கள் நிகழ்ந்தன. எடுக்கப்பட்டு தொகுக்கப்பட்ட நாலாயிரம் அடி படத்தை வங்காளத்தில் இருக்கும் ஒவ்வொரு தயாரிப்பாளரிடமும் போட்டுக் காண்பித்தார். அவர்கள் யாருமே அதைக் கண்டுகொள்ளவில்லை. தயாரிப்பாளர்களைச் சந்திப்பதற்கு இடையில் இருக்கும் தரகர்களைப் பார்ப்பதற்கான பணத்தேவைக்கு ரே தனது ஓவியப் புத்தகங்களையும், இசைத்தட்டுகளையும் மனைவிக்குக் கூடத் தெரியாமல் விற்றார். ஏமாற்றப்பட்டார். இருந்த ஒரே நம்பிக்கை, இந்தியப் படங்களில் ஏன் உலகத்தரத்தில் எதையோ முக்கியமானதைச் செய்திருக்கிறோம் என்பதுதான். எடுத்தது வரையிலான படமே எங்களுக்கு அதைச் சொன்னது. குழந்தைகள் பிரமாதமாகப் பங்களித்திருக்கிறார்கள். அந்தக் கிழவி பிரமிக்க வைத்திருக்கிறாள். இதற்கு முன் ஓர் இந்தியப் படத்தில் இதுபோன்ற கிழவியை யாரும் பார்த்திருக்க முடியாது.

காபிக் கடைகளில் ரேயின் நண்பர்களும் கெய்மரில் பணிபுரிந்த பிரிட்டிஷ் மேலாளர்களும் அந்த நம்பிக்கையைத் தக்கவைத்துக் கொள்ள உதவினர். படப்பிடிப்பில் எடுத்த புகைப்படங்களை அவர்களிடம் காட்டினார். அதில் ஒன்று சர்போஜ்யாவும், துர்காவும் அப்புவைப் பள்ளிக்கு அனுப்புவதற்காகத் தயார் செய்கிற மூன்று பேரும் இருக்கிற காட்சி. அது எட்வர்ட் ஸ்டீசனின் கண்காட்சியில் 'ஒரு மனிதனின் குடும்பம்' என்ற தலைப்பில் இடம்பெற்றது. ரே தனது நண்பர்களிடத்திலும் படத்தின் பகுதிகளைக் (Rushes) காட்டினார். அப்போது சான்சல் சாட்டர்ஜி இந்தியாவின் முழு முதிர்ச்சி பெற்ற முதல் படம் (First adult Flim in India) என்று சொன்னார்.

❖

பாதியில் நின்றிருந்த பதேர்பாஞ்சாலிக்கு நம்பிக்கை தரும் உதவிகள் நிகழ்ந்தன. ஒன்று வெளிநாட்டிலிருந்து வந்தது. இன்னொன்று

இந்தியாவிலிருந்து. நியூயார்க்கின் நவீன ஓவிய அருங்காட்சியகத்தைச் சேர்ந்த மன்ரே வீலர் கல்கத்தாவிற்கு வந்தபோது படத்தைப் பற்றிக் கேள்விப்பட்டு ரேயைச் சந்தித்தார். படத்தின் புகைப்படங்களைப் பார்த்து அவர் பரவசப்பட்டார். மிகத் தரமான ஒளியமைப்பு, ஒழுங்கியைபு (Composition) மற்றும் அந்த முகங்கள் அவற்றின் தன்மை குறித்து வியந்து பாராட்டினார். இந்தப் படத்தை எங்களது கண்காட்சிக்கு இந்த வருடம் அனுப்ப முடியுமா என்று கேட்டார். ரேக்கு தான் கேட்டதையே நம்ப முடியவில்லை.

இரண்டாவது, மேற்கு வங்கத்தின் முதலமைச்சர் பி.சி. ராய் இருந்தார். அவர் உதய சங்கரின் கல்பனா என்ற படத்திற்கு நிதியுதவி செய்திருந்தார். சத்யஜித்ரேயின் அம்மாவின் நண்பர் அவருக்குத் தெரிந்தவராய் இருந்தார். திரைப்படம் எடுப்பதையே வாழ்க்கையாகக் கொள்வதில் சந்தேகங்கள் இருந்தபோதும் தனது மகனின் திறமைமீது அவருக்குச் சந்தேகங்கள் இல்லை. அவருடைய நம்பிக்கைகள் தோல்வியடைவதில் அவர் மிகவும் கவலை கொண்டிருந்தார். எனவே எடுத்த வரைக்கும் தொகுக்கப்பட்ட படத்தைத் தனது நண்பர் பார்ப்பதற்கு ஏற்பாடு செய்தார். அவர் டாக்டர் ராய் பார்ப்பதற்கும் ஏற்பாடு செய்தார். அவர் மிகவும் இரக்கப்பட்டார். ஆனாலும் ஆரம்பத்திலிருந்தே படத்தைப் பற்றித் தவறாக, அது கிராம வாழ்க்கையை முன்னேற்றுவதற்கான ஏதோ ஓர் ஆவணப்படம் என்று நினைத்துக் கொண்டார். அந்த நாவலைப் பற்றியும் அவருக்குத் தெரியாது. தனது அரசு விளம்பரப் பிரிவு அதிகாரிகளிடம் சொல்லி பதேர் பாஞ்சாலியைத் தயாரிப்பதற்கான செலவுகளைக் கண்காணிக்கச் சொன்னார்.

அவர்களுக்கு நாவலைப் பற்றிக் கொஞ்சம் தெரிந்திருந்தபோதும் படத்தைப் பற்றி எதுவுமே தெரியவில்லை. ரே அந்த அதிகாரிகளுடன் பணிபுரிவதில் மிகவும் களைத்துவிட்டார். இனிப்பு வியாபாரி முன் செல்ல அப்புவும் துர்காவும், கிராமத்து நாயும் பின்செல்ல அவையாவும் குளத்தில் பிரதிபலிக்கிற காட்சி ஓடிக் கொண்டிருக்கிறது. அப்போது ஓர் அதிகாரி எழுந்து படம் தலைகீழாக ஓடுவதாகக் கத்தினார்.

ஒப்பந்தம் முடிந்ததும் நாவலுக்கான உரிமைத் தொகையும், ரானா தத்தா செலவழித்த பணமும் கொடுக்கப்பட்டன. ஆனால், ரேக்கு எதுவும் கிடைக்கவில்லை. அதன் வெளிநாட்டு உரிமை குறித்தும் விளம்பரத் துறையினருடன் எழுத்துபூர்வமான ஒப்பந்தம் எதுவும் செய்யவில்லை. பிறகு ரே சந்தேகப்பட்டபடியே நடந்தது. அவர்கள்

வெளிநாட்டு உரிமைக்கு விற்றனர். அதனால் ரேக்கு எந்தப் பணமும் கொடுக்கப்படவில்லை என்பது அரசுக்கே பின்புதான் தெரிய வந்தது. இதுகுறித்து ரே சொல்லும்போது 'அவர்களுக்குப் பணம் கிடைத்தது. எனக்குப் புகழ் கிடைத்தது' என்றார்.

படப்பிடிப்பின் ஒவ்வொரு நிலையிலும் அதன் செலவுக் கணக்குகளை ஒப்படைத்து அதன் பிறகு பணத்திற்காகக் காத்திருப்பது மிகவும் சலிப்பிற்குரிய வேலையாக இருந்தது. 'அது மிகவும் துன்பமானது' மேலும், 'இதனால் நாங்கள் மழைப் பருவத்தைத் தவறவிட வேண்டியிருந்தது. மழை சம்பந்தப்பட்ட காட்சிகளை அக்டோபரில் எடுக்க வேண்டியிருந்தது. மழைக் காலம் முழுக்க எங்களிடம் பணம் இல்லை. எனவே, ஒவ்வொரு நாளும் முழுக் குழுவினருடன் படப்பிடிப்பிற்கான இடத்திற்குச் சென்று காத்திருந்தோம். ஒவ்வொரு நாளும் காத்திருந்தோம் ஒன்றும் நடக்கவில்லை. அது ஒரு சுற்றுலா மாதிரி இருந்தது ஆனால், அது சந்தோஷத்திற்குரியதாக இல்லை. 'சிறுசிறு மேகங்கள் மழையைப் பெய்யாதா என்று வானத்தையே பார்த்துக் கொண்டிருப்போம்' என்று ரே குறிப்பிட்டிருக்கிறார்.

இவ்வளவு தடைகளுக்கு மத்தியில் எடுக்கப்பட்டபோதும் ரேக்கு இந்தத் தாமதம் குறித்து மூன்று கவலைகள் இருந்தன. ஒன்று அப்புவின் குரல் உடைந்துவிடாமல் இருக்கவேண்டும். இரண்டு துர்கா வளர்ந்துவிடாமல் இருக்கவேண்டும். மூன்று இந்திர் இறக்காமல் இருக்கவேண்டும். மேலும், இவ்விதமான தாமதத்தினால் சில பயனுள்ள விஷயங்கள் இருந்ததாக ரே நம்பினார். முதலில் காட்சியின் நீளம் எவ்வளவு வரும் என்பது பற்றிய முடிவுக்கு அவரால் வரமுடிந்தது. எடுத்ததுவரை படத்தொகுப்பு வேலைகள் முடிந்திருந்ததால் பின்னால் நேரத்தைச் சேமிக்க முடிந்தது. இவ்வாறு படத்தொகுப்பு செய்வது பின்னாளில் அவருக்குப் பழக்கமாகி விட்டது.

தான் எடுத்த பகுதியைத் திரும்பத் திரும்பக் கூர்ந்து பார்த்ததால் அவரால் சில விஷயங்களைக் கற்றுக்கொள்ள முடிந்தது. அதனைப் படத்தின் பிற்பகுதியில் மட்டுமே அவரால் பயன்படுத்த முடிந்தது. எனவே, இப்போது படத்தின் முன்பகுதியில் இன்னும் சில இடங்களில் நறுக்குதல் *(Cutting)* செய்திருக்க வேண்டும் என்று உணர்கிறார். 'சில விஷயங்கள் குறிப்பாக கேமராவை எங்கே வைப்பது என்பது எங்களுக்கு விளங்கவில்லை. அந்த மூன்று சிறிய குடிசைகளுக்கு இடையிலான உறவு படத்தில் எந்த அளவுக்கு வந்திருக்கிறது என்று எனக்குத் தெரியவில்லை. ஒரு பொதுவான

பரந்த காட்சி (Master-shot) முதலில் எடுத்திருக்க வேண்டும். பிறகு பார்வையாளர் அதை மனதில் இருத்திக்கொள்ளும் அளவுக்குத் திரும்பத் திரும்ப அந்தக் காட்சியைப் பயன்படுத்தவேண்டும். அடிக்கடி கேமராவின் கோணத்தை மாற்றிக் கொண்டிருந்தால் அது குழப்பத்தை ஏற்படுத்திவிடும். உங்கள் மனதில் தெளிவாக இருக்கிற விஷயம் படத்தில் தெளிவாக வரவேண்டும் அதற்குச் சில முறைகளைக் கையாளவேண்டும். அது என்ன என்று அப்போது எங்களுக்குத் தெரியவில்லை.'

இந்திர் இறக்கிற காட்சிகளை எடுப்பது மிகுந்த சிரமத்திற்குரியதாக இருந்தது. அவள் தனிமையில் இறந்து கிடப்பது அப்போது அவளைக் குழந்தைகள் பார்ப்பது என்பது ரேயின் கற்பனை. குத்துக்காலிட்டு அமர்ந்திருக்கிற இந்திரை துர்கா உலுக்கும்போது அவளது தலை தரையில் சத்தத்துடன் மோதி விழவேண்டும். இது ஒன்றிற்குத்தான் சுனிபாலா மறுப்புத் தெரிவித்தார். ஏனெனில், காயம்படும் என்பதற்காக அல்ல நாவலில் இந்திர் கிராமத்தின் கோயில் ஒன்றில் இறப்பதாக இருந்தது. அது மிகப் பொருத்தமாக இருக்கும் என்றும் சுனிபாலா நினைத்தார். ரே அவருக்கு விளக்கமாக எடுத்துச் சொல்லி அந்தக் காட்சியைத் தான் நினைத்தபடியே எடுத்தார். அந்தக் காட்சியை எடுத்து முடித்ததும் சுனிபாலாவின் முகத்தில் சந்தோஷமும் களைப்பும் ஒருசேர இருந்ததை ரே எப்போதும் நினைவில் வைத்திருந்தார்.

இறுதிச் சடங்குகளும் நாவலில் விவரிக்கப்படவில்லை. அதில் வழக்கமான சடங்கு முறைகளைத் தவிர்க்கவேண்டும் என்று ரே நினைத்தார். அந்தக் காட்சியை அழகாக அதே நேரத்தில் சோகம் கவிய எடுக்கவேண்டும் என்று நினைத்தார். எனவே, இந்திரின் உடலை காலைச் சூரிய உதயத்தின் போது கிராமத்துப் பாதையில் தூக்கிச் செல்வதாகப் பின்னணியில் அவளுடைய துக்கம் நிறைந்த பாடல் ஒலிப்பதாக அமைத்தார்.

ஐந்து மணியளவில் எல்லோரும் படப்பிடிப்பிற்குத் தயாராக நின்று கொண்டிருந்தார்கள். சுனிபாலா டாக்ஸியில் வந்து இறங்கினார். ரே தைரியத்தை வரவழைத்துக் கொண்டு இன்று உங்களைப் பாடையில் வைத்துத் தூக்கிச் செல்கிறோம் என்ற செய்தியைச் சொன்னார். அவர் மறுப்பேதும் சொல்லவில்லை. மூங்கிலில் செய்த பாடையின்மீது பாயைப் போட்டு அவரைச் சால்வையால் கதைப்படி பக்கத்து வீட்டில் இருந்து இரைந்து பெற்றது, மூடி எல்லாவற்றையும் பாதுகாப்புக்காக அவருடன் சேர்த்துக் கட்டினர். ஒத்திகைக்குப்

பிறகு படம்பிடிக்கப்பட்டது. காட்சி (shot) முடிந்ததும் பாடை கீழே வைக்கப்பட்டது. கயிறுகள் அவிழ்க்கப்படாமல் இருந்தது. ஆனால், சுனிபாலா தேவி அசைவற்றிருந்தார். குழுவினர் ஒருவரையொருவர் பார்த்துக் கொண்டனர். என்ன நடந்தது? எல்லோருக்கும் ஜில்லென்று வியர்த்துவிட்டது. அப்போது சுனிபாலாவின் குரல் கேட்டது. 'ஷாட் முடிந்துவிட்டதா? ஏன் யாருமே சொல்லல. நான் செத்தது போலவே படுத்திருக்கிறேன்' என்றார்.

இன்னொரு மரணத்தை ரே எளிதாக எடுத்துவிட்டார். ஹரிஹர் இடிந்த வீடு நோக்கி வருவார். தனது மகளின் மரணம் தெரிந்ததும் சர்போஜ்யா மனம் உடைந்து அழுவாள். அந்தச் சோகம் அவளுடைய குரலினால் வெளிப்படவில்லை. பின்னணியில் தார்ஷெனாயை உச்ச சுதியில் இசைக்க வைத்ததன் மூலம் அது சர்போஜ்யாவின் வேதனையை வெகு இயல்பாகப் பிரதிபலித்தது. (இசைச் சேர்ப்பின்போது அவளது குரலை மட்டும் தனியாக, மற்றும் இசையுடன் சேர்த்துக் கேட்டுப் பார்த்தார். அவை இரண்டும் சரியாகப் பொருந்தி போதிய விளைவைத் தரவில்லை. எனவே, குரலை மௌனமாக்கி விட்டு தார்ஷெனாயை இசைக்க வைத்தார்.)

ஹரிஹர் வீட்டுக்கு வரும்போது சர்போஜ்யா வெறுமையுடன் உட்கார்ந்திருப்பாள் அவளுடைய புஜமும் வளையல்களும் அவளது கன்னத்தில் அழுந்தியிருக்கும். தன் கணவனின் குரல் கேட்டதும் அவள் திடுக்கிட்டு கையை லேசாக அசைப்பாள். கையிலிருக்கும் வளையல் சற்றே கீழிறங்கும். அந்த ஆர்வமற்ற பாவனை இந்த உலகமே அவளுக்கு எவ்வளவு ஆர்வமற்றதாகிவிட்டது என்பதை வெளிப்படுத்துவதாக இருக்கும். ரே இதைத் தான் நினைத்தபடி எடுப்பதற்கு ஏழுமுறை திரும்பத் திரும்ப (Ro- tate) படம் பிடித்தார்.

காட்சிகளை மேலும் மேலும் திருத்தியமைப்பதில் (Improvise) மூன்று உன்னதமாக விஷயங்கள் நிகழ்ந்தன. அப்பு கிராமத்தில் சுற்றித் திரிவதுபோல ஸ்கேட்டர் பூச்சிகளும் தட்டான்களும் குளத்தில் சுற்றித்திரிகிற காட்சி ரவிசங்கரின் இசையுடன் வரும்போது மழைக்காலத்தை முன்னறிவிப்பது போல இருக்கும். ரவிசங்கர் இசையமைத்த பிறகே ரேக்கு இந்தக்காட்சி தோன்றியது. இரண்டாவது, அப்புவும் துர்காவும் பார்க்க தூரத்தில் ரயில் வரும்போது வெண்மையான நாணல் மலர்களுக்கு மேலே ரயில் புகைவிட்டு வருகிற காட்சி. ஐந்து ரயில்களை ரே படம் பிடித்தார். கடைசி ரயில் போனதும் ரே அதன் புகை வித்தியாசமான வடிவத்தில் இருப்பதைப் பார்த்து உடனே படம்பிடிக்கச் செய்தார்.

ஒரு நிமிஷத்திற்குள் கேமரா வைக்கப்பட்டு வேகமாகச் சாயும் சூரியவெளிச்சத்தில் படம்பிடிக்கப் பட்டது. அந்தக் கடைசி நிமிடத் திருத்தம் படத்திற்கு நல்ல விஷயமாக அமைந்தது என்று ரே குறிப்பிட்டார். அதுபோல அப்பு தனது அக்கா எடுத்து வைத்திருந்த நெக்லஸை தண்ணீரில் எறிந்ததும் அது மூழ்கி தண்ணீர் திரும்பவும் இலைகள் மூட தனது நிலைக்குத் திரும்புகிற காட்சி. நாவலில் இந்தக் காட்சி இல்லை அப்பு நெக்லஸை மூங்கில் தோப்புக்குள் வீசியெறிகிற மாதிரிதான் இருந்தது. ஹரிஹர் தனது குடும்பத்துடன் கிராமத்தைவிட்டுப் போகப்போகிறார் என்று தெரிந்த பின்னால் இந்தக் காட்சியும், வீட்டுக்குள் பாம்பு நுழைகிற காட்சியும் பார்வையாளரின் ஆர்வத்தைத் தக்கவைக்கிற ரேயின் குறிப்பிடத் தகுந்த இடங்கள் (touches) எனலாம்.

இந்த எண்ணம் ரேக்கு தோன்றியது வினோதமானது. ஒருநாள் மோசமான பருவ நிலையில் படம்பிடிக்காமல் எல்லோரும் உட்கார்ந்திருந்தபோது ரே கூழாங்கற்களை எடுத்து குளத்தில் வீசிக் கொண்டே இருந்தார். ‘திடீரென்று அவ்வாறு நிகழ்வதை நான் கவனித்தேன்’ அந்தக் கூழாங்கற்களுக்குப் பதில் நெக்லஸாக இருந்தால்? அவர் சந்தோஷத்தில் குதித்தே விட்டார்.

❖

1955களின் துவக்கத்தில் படத்தைப் பார்த்த B.C. ராய் மற்றும் அரசாங்க அதிகாரிகள் படத்தின் முடிவு மிகவும் நம்பிக்கை தருவதாக (Positive) இருந்திருக்கலாம் என்றும் அதை மாற்றவேண்டும் என்றும் சொன்னார்கள். ரே புத்திசாலித்தனமாக முடியாதென மறுத்துவிட்டார்.

❖

இனிப்பு வியாபாரியுடன் அப்புவும், துர்காவும், கிராமத்து நாயும் பின்தொடர்ந்து செல்கையில் வருகிற இசையை இயற்றியவர் இந்தப் படத்தின் ஒளிப்பதிவாளரான சுபர்தோ மித்ரா. இதனை கிழக்கு வங்க அகதி ஒருவர்தான் வாசித்தார். சுபர்தோ மித்ரா படத்தின் ஒலிச் சேர்ப்பில் பல இடங்களில் சிதார் வாசித்திருக்கிறார்.

❖

படத் தொகுப்பாளரான துலால் தத்தா ஒருநிலையில் இதற்குமேல் தன்னால் முடியாது என்று ரேயின் கால்களைப் பற்றிக்கொண்டார். பெங்கால் ஃபிலிம் லேபரேட்ரியில் தாங்கள் வசித்த அந்த நாட்களை

அனில் சௌத்ரி நினைவுகூர்கிறார். ஆறு ஏழு நாட்களாகக் குளிக்கவில்லை, ஷேவிங் செய்யவில்லை, தூங்கவில்லை. குறிப்பிட்ட நாளுக்குள் படத்தை முடித்து அனுப்பிவைக்க வேண்டியிருந்தது. ஒருநிலையில் அந்த லேபரேட்டரியின் முதலாளியே எங்களுடன் இரவெல்லாம் தங்கி உதவினார். படத்தைத் தயார்செய்து, எப்படி அனுப்புவது என்று அலுவலகப் பணிகளை அறிவதற்காக ரே போனார். அங்குக் காத்திருக்கும்போது உட்கார்ந்திருந்த நாற்காலியிலேயே தூங்கிவிட்டார். அங்கிருந்த எல்லோரும் அவருக்கு உடல்நலக் குறைவு என்று நினைத்துவிட்டார்கள். கடைசியில் எல்லாம் தயாரானதும், தனது பிறந்த வீட்டிலிருந்து நிரந்தரமாக கணவன் வீட்டுக்கு அனுப்புவது போல, படப்பெட்டியைச் சூழ்ந்து குழுவினர் அனைவரும் நின்றிருந்தார்கள்.

❖

உபதலைப்புகள் (Sub Titles) இல்லாமல் அனுப்பியிருந்தார்கள். ஏனெனில், என்ன அனுப்புகிறோம் என்று ஒருமுறை பார்க்கக்கூட ரேக்கு வாய்க்கவில்லை. கல்கத்தாவில் அமர்ந்துகொண்டு கெய்மரின் வேலையைப் பார்த்துக்கொண்டு மியூசியத்திலிருந்து வரும் செய்திக்காகப் பதட்டத்துடன் காத்திருந்தார். அங்கிருந்து பாராட்டுதலுடன் கூடிய நல்ல செய்தியே வந்தது.

❖

பதேர் பாஞ்சாலி கல்கத்தாவில் வெளியாகி இந்தியாவில் அது தோல்விப் படமாகவே இருந்தது. 1956 கேன் திரைப்பட விழாவில் விருதினைப் பெற்றதும் இந்தியாவில் சூழல் மாறத் துவங்கியது. மேற்கு வங்க அரசாங்கமும் படத்தை வெளியிடுவது குறித்து எந்த அவசரமும் கொள்ளவில்லை. அவர்கள் அரோரா பிலிம்ஸ்க்கு விநியோக உரிமையைக் கொடுத்தார்கள். இதற்கிடையில் ரே சில பெரிய விளம்பரங்களை வடிவமைத்து ஒட்டுவதற்கு ஏற்பாடு செய்திருந்தார். இவையெல்லாம் கடன் வாங்கிச் செய்யப்பட்டன. அந்த விளம்பரங்கள் பெரிய தாக்கத்தை ஏற்படுத்தின. அப்புவும் துர்காவும் ஓடி வருவது மாதிரியான நியான் விளம்பரம் ஒன்று வடிவமைத்து கல்கத்தாவின் மிகப் பிரபலமான K.C. தாஸ் இனிப்புக் கடையின்மீது அதை வைத்திருந்தார்.

❖

கல்கத்தா விளம்பரக் குழுவின் (Advertizing club) ஆண்டு விழா ஆர்டன்ஸ் கிளப்பில் நடந்தது. அங்கு திரையிட ரே மனதில்லாமல்

சம்மதித்தார். அதற்கு ஏற்பாடு செய்த சித்தரஞ்சன்தாஸ் குப்தா இதைப் பின்பு புரிந்துகொண்டார். திரையில் ஓடுகிற யதார்த்தத்தைக் கவனிப்பதைக் காட்டிலும் அனைவரும் விஸ்கி அருந்துவதிலேயே ஆர்வமாக இருந்தனர். ரே மிகவும் மனம் தளர்ந்து போனார். அங்கிருந்த ஆங்கிலேயர்கள் -பெண்களும் ஆண்களும்- மட்டும் அதை வியந்து ரசித்தனர். அவர்கள் மட்டுமே முன்வந்து பாராட்டினர். வேறு யாரும் வரவில்லை. அதற்குப் பின் நடந்த விருந்தில் அனைவரும் மற்ற விஷயங்களைப் பற்றியே பேசிக் கொண்டிருந்தனர். பலவிதமான கருத்துக்கள்.

'எல்லா விமர்சனங்களும் எனது நம்பிக்கையை நோக்கி நான் சில திருத்தங்களைச் செய்யவேண்டும் என்பது குறித்தே இருந்தன. ஆனால், நான் செய்யவில்லை. அவர்களை எளிமையாகக் கவனித்துக் கொண்டிருந்தேன். எனது உணர்வு எல்லாம் இங்கு ஏன் திரையிட்டோம் என்பதிலேயே இருந்தது. படத்தின் எறிவி (Projector) அரங்கத்தின் மையத்தில் இருந்தது. அது பயங்கர சத்தத்தை எழுப்பியது. அங்கு மர நாற்காலிகள் இருந்தன. அங்கிருந்தவர்கள் அதை அங்கும் இங்கும் இழுக்கிற சத்தம் வேறு இடைஞ்சலாக இருந்தது. கவனத்தைக் கவர்வது மாதிரியான சரியான சூழலில் அந்த முதல் திரையிடல் நிகழவில்லை. மிகச் சிறந்த, அமைதியான கவனத்துடன் பார்க்கிற பார்வையாளர்களுடன் கூடிய ஒரு சிறந்த திரையிடல் அவசியமாய் இருந்தது' என்று ரே வருந்தினார்.

❖

பதேர் பாஞ்சாலி கல்கத்தாவின் திரையரங்கில் மிக மெதுவான வரவேற்பையே முதலில் அடைந்தது. முதலிரண்டு வாரங்களுக்குப் பிறகு திரையரங்கு நிரம்ப ஆரம்பித்தது. தினம் மூன்று காட்சிகளும் மக்கள் பார்க்கத் துவங்கினார்கள். இதன் தொடர்ச்சியாக ஒருநாள் காலை ஆறு மணிக்கெல்லாம் ஒரு தயாரிப்பாளர் ரேயின் வீட்டுக் கதவுகளைத் தட்டினார். கண்கள் கலங்க இந்தப் படத்தைப் பற்றி நான் முன்பே அறிந்திருந்தால் என் மற்ற தயாரிப்புகளை ஒத்திப் போட்டிருப்பேனே என்றார். இன்னொரு தயாரிப்பாளர் கல்கத்தாவின் மிகப் பெரிய ஸ்டுடியோக்களின் அதிபர், ரேயை வந்து பார்த்து ஐந்து படங்கள் தயாரித்துக் கொடுக்குமாறு கேட்டார்.

❖

எனவே நான் இயக்குநரானேன்...

சத்யஜித் ரே

என்னுடைய பள்ளி நாட்களின் துவக்கத்தில் நடிகர்களின் மீது எனக்கு மிகவும் ஆர்வம் இருந்தது. உண்மையிலேயே நான் விசிறியாக இருந்தேன். பிக்கர்கோயர், போட்டோ பிளே, பிலிம் பிக்சோரியல் முதலான சினிமாப் பத்திரிகைகளைத் தொடர்ந்து வாசித்து வந்தேன். மெதுமெதுவாக மாற்றம் அடைந்து எனது கல்லூரி நாட்களின் துவக்கத்தில் என்னுடைய ஆர்வம் ஒரு படத்தை உருவாக்குகிற இயக்குநரின் பார்வையில் எனக்கு மேலும் மேலும் ஆர்வம் ஏற்பட்டது. இயக்குநர்களைப் பற்றிய கவனம் எனக்குள் ஏற்படத் துவங்கியது.

ஜான் ஃபோர்ட், ஏர்னஸ்ட் லுபிட்ச், வில்லியம் வைலர், ஃப்ரான்க் கேப்ரா முதலானவர்களைப் பற்றிப் படித்திருக்கிறேன். படங்களில் அவர்களது சிறப்புத் தன்மையையும், சிறப்பான கதாபாத்திரங்களையும் கவனித்திருக்கிறேன். ஜான் ஃபோர்டின் படங்கள் எதுவாக இருந்தாலும் நான் பார்த்திருக்கிறேன். நாற்பதுகளின் துவக்கத்தில் ஹாலிவுட்டின் நகைச்சுவை (Comedy) மற்றும் பயமுறுத்தும் (Thriller) படங்களையும், பில்லி வைல்டரின் படங்களையும் பார்த்திருக்கிறேன். Double indemnity, Lost weekend முதலான படங்கள் - நகைச்சுவை படங்களான Major and minor கேரி க்ராண்ட் மற்றும் இரினே டன் ஆகியோர் உள்ள லி மெக்ரேயின் நகைச்சுவைப்படங்கள் மிகவும் நன்றாக இருந்தன. தொலைக்காட்சியில் திரும்பவும் அவற்றைப் பார்த்தேன் இன்னும் அவை பிரமிக்கும் விதத்தில் இருக்கின்றன. பிறகு முப்பதுகளில் வந்த ஃப்ரான்க் கேப்ராவின் It happened one night, Mr. Smita goes to wasington முதலான படங்கள்.

அவையெல்லாம் மிகவும் தொழில்நேர்த்தியுள்ள படங்களாக இருந்தன. எனவே, என்னுடைய திரைப்பட வாசிப்பு நன்கு

எழுதப்பட்ட, நன்கு இயக்கப்பட்ட, நன்கு எடுக்கப்பட்ட (Well-shot) நன்கு நடிக்கப்பட்ட முப்பதுகளில் வந்த படங்களைச் சார்ந்து இருந்தது. எனவே, ப்ரான்ஸ் இயக்குநர்கள் இயக்கும் அமெரிக்கப் படங்களையும் நான் அறிய நேர்ந்தது. துவிவர், ரெனாய்ர் இன்னும் சில ப்ரான்ஸ் இயக்குநர்கள் ஜெர்மனைச் சேர்ந்த ஃப்ரிட்ஸ் லேங் போன்ற சிலர் தங்களது சொந்த நாட்டை விட்டு விட்டு ஹாலிவுட்டில் தங்கி அமெரிக்கப் படங்களை எடுத்தனர்.

அவ்வாறு நாள் படம் பார்த்துக் கொண்டிருந்த காலத்தில் பிரெஞ்சுப் படங்களையும் பார்த்தேன். உதாரணத்திற்கு ரெனாயரின் The Southner என்ற படத்தைப் பார்த்தேன். அது ஓர் அமெரிக்கக் கதை. அமெரிக்க நடிகர்களே நடித்திருக்கின்றனர். ஆனால், அது முற்றிலும் அமெரிக்கப் படத்திலிருந்து வித்தியாசப்பட்டதாக இருந்தது. அது பிரெஞ்சின் தன்மைகளையே அதிகம் கொண்டிருந்தது.

ஒருவர் பார்த்த உடனேயே அதை அடையாளம் காணமுடியும். புது விதமான அணுகுமுறை, புதுப் பாணியில் அமைந்த உருவாக்கம் முதலியவை அந்தப் பிரெஞ்சு இயக்குநர் எடுத்த அமெரிக்கப் படத்தில் இருந்தது. இவ்வாறு ரெனாயரின் பிரெஞ்சு அமெரிக்கப் படங்களுடன் எனக்கு அறிமுகம் ஏற்பட்டது. The Southner தவிர வேறு பல படங்களையும் அவர் இயக்கியிருந்தார். The diary of a chambermaid, This land is mine படங்கள். அவரது பிரெஞ்சு படங்கள் குறித்து எனக்கு இன்னும் தெரியவில்லை.

ஆனால், சாந்திநிகேதன் வந்ததும் நான் திரைப்படத்திலிருந்து அந்நியமாகிவிட்டேன். நான் நினைத்துப் பார்க்கிறேன். Citizen Kane கல்கத்தாவிற்கு வந்து போகும்போது நான் சாந்திநிகேதனில் இருந்தேன். அப்போது கல்கத்தாவில் இல்லையே என்று பெரிதும் வருத்தப்பட்டேன். சினிமா பார்க்கும் வாய்ப்பு இல்லையென்றாலும் அந்தக் குறையை சினிமா ஒரு கலை வடிவம் என்பதான புத்தகங்களை நிறைய வாசிப்பதன் மூலம் நிவர்த்தி செய்து கொண்டேன்.

சினிமா என்பது ரொம்பவும் பாதுகாப்பான தொழில் என்றோ அதிலிருந்து பணம் சம்பாதிக்க முடியும் என்றோ யாரும் நினைக்கவில்லை. அதில் எந்த உறுதியும் இல்லை. எனவே, வணிக ரீதியான ஓவியனாக வேலை செய்வது குறித்தே நான் அதிகம் யோசித்தேன். படங்கள் என்பது ரசிப்பதற்கு என்னை நானே உருவாக்கிக் கொள்வதற்கு அல்ல. இல்லை... அதில் எந்தக் கேள்விகளும் இல்லை. உண்மை மிகமிகத் தாமதமாக எனக்குத்

தெரிய வந்தது. நாங்கள் திரைப்படச் சங்கத்தை நடத்தியபோது படங்களைக் கூர்ந்து கவனிப்பது, அவற்றை உருவாக்குவதற்கு அல்ல. ஆனாலும் அவற்றைப் புரிந்துகொள்ளவேண்டும். அந்தச் சூழலில்தான் முதன்முறையாகத் திரைப்படங்களுடன் திரைக்கதை எழுத்தாளனாக ஈடுபடும் வாய்ப்பு ஏற்பட்டது.

ஒரு கதை சினிமா தயாரிப்பதற்காக விற்கப்பட்டது எனில் அந்தக் கதைக்கு ஒரு திரைக்கதை எழுதி அது படமாக வரும்போது அதை ஒப்பிட்டுப் பார்க்கும் பழக்கம் எனக்கு இருந்தது. ஒருமுறை ஜோதிர்மாய் ராய் ஒரு படம் எடுத்தார். அதில் என்னை இயக்குநராகப் பணிபுரியும்படி கேட்டுக் கொண்டார். கடைசியில் அது நடக்கவில்லை. பான்ஸி மற்றும் சுபோதாகூர் இருவரும் கலை இயக்குளர் வேலையைச் செய்தார்கள். பிறகு நாங்கள் தாகூரின் *Ghare Bairey* எடுப்பதென முடிவு செய்தோம். நான் அதற்குத் திரைக்கதை எழுதவேண்டும். ஒரு குறிப்பிட்ட தயாரிப்பாளர் என்னைத் திரைக்கதை ஆசிரியராக ஒப்பந்தம் செய்தார். என்னுடைய நண்பர் ஹரிசதன் தாஸ்குப்தா தான் இயக்குநர். அதன் பிறகுதான் பதேர் பாஞ்சாலி குறித்து முடிவெடுத்தேன். அந்த நூலை நான் வாசித்தபிறகு அதற்கு வரைபடங்கள் (Illustrations) வரைந்தேன். அந்த எண்ணமே என்னை அந்தப் படத்தை இயக்கும் சூழலை ஏற்படுத்தியது.

இவ்வாறு ஒரு கதையைத் தேர்ந்தெடுப்பது என்பது நிகழ்ந்ததும், குழந்தைகளைக் கையாள்வது மிகவும் முக்கியமானதெனக் கருதினேன். அதை என்னால் செய்ய முடியும் என்று நினைத்தேன். பிறகு இந்தக் கிராமம். பான்ஸி... என்னுடைய கலை இயக்குநர். அவர் கலை இயக்குநர் மட்டுமல்ல என்னுடைய நண்பரும்கூட. அவருடன் நாங்கள் வாரத்தின் முடிவில் கிராமங்களுக்குப் போவதை வழக்கமாகக் கொண்டிருந்தோம். ஒரு ரயிலைப் பிடித்து எங்காவது போவோம்.

அந்தக் காலத்தில் வங்காளப் படங்கள்மீது எனக்கு உறுதியான விமர்சனங்கள் இருந்தன. அதனால்தான் நாங்கள் திரைப்படச் சங்கத்தையே ஆரம்பித்தோம். நாங்கள் அயல்நாட்டுப் படங்களைப் படித்தோம். இந்திய சினிமா குறித்த கருத்தரங்கங்களை நடத்தினோம். நாங்கள் எப்போதும் தீவிர விமர்சகர்களாக இருந்தோம். நம்முடைய விஷயங்கள் அனைத்தும் தவறான, யதார்த்தமற்ற, பொறுப்பற்ற மோசமான வியாபாரத்தின் வழியே சென்றுகொண்டிருந்தது. அவை மிகவும் நாடகத்தனமாக இருந்தன. இவ்வகையான விமர்சனங்களின்

மீதான பொறுப்புணர்வும் கடமையும் என்னை இயக்குநராகத் தூண்டின.

சத்யஜித் ரே பற்றிய ஷ்யாம் பெனகலின் ஆவணப் படத்திலிருந்து.

சத்யஜித்ரேயுடன் ஒரு நேர்காணல்

ஜெயந்தி சென் [1984]

சென்: ஓர் இயக்குநரே ஒளிப்பதிவாளராக இருப்பது படத்தின் முழுமையைக் கெடுத்துவிடும் என்று விக்டர் பானர்ஜி சொல்லியிருக்கிறார். இந்த நாட்களில் இந்தியாவில் பெரும்பாலான இயக்குநர்கள் தங்கள் படங்களுக்கான ஒளிப்பதிவைத் தாங்களே செய்கின்றனர். இதுபற்றி என்ன நினைக்கிறீர்கள்?

ரே: உண்மையில் சிலர்கூட அல்ல. மிகச் சிலரே ஒளிப்பதிவாளராகவும் இயக்குநராகவும் இருக்கின்றனர். நான் வெறுமனே கேமராவை வழி நடத்துகிறேன். நான் ஒளிப்பதிவாளன் இல்லை. அது சுமந்துவின் வேலை. நான் எளிமையாகக் கேமராவை இயக்குகிறேன். அவ்வளவுதான். ஒரு இயக்குநரே கேமராவைக் கையாளும்போது அதில் மிகப் பெரிய சாதகம் இருக்கிறது. அது முழுமையைக் கெடுப்பதில்லை. அது அவனுக்கு மிகப்பெரிய நம்பிக்கையைத் தருகிறது. ஓர் இயக்குநருக்கு தனது ஒளிப்பதிவில் ஒழுங்கமைவு (composition) ஒளியமைப்பு (Lighting) மற்றும் சில விஷயங்கள் குறித்து என்ன தேவை என்கிற தெளிவு இருந்தால் -ஓர் இயக்குநர் நிச்சயம் இதையெல்லாம் தெரிந்து வைத்திருக்கவேண்டும் என்று நான் நினைக்கிறேன் - அவரே கேமராவை இயக்கலாம். ஆனால், ஒளியமைப்பு என்கிற பகுதியை என் வழிநடத்தலில் எனது ஒளிப்பதிவாளரே கவனித்துக் கொள்கிறார். எனவே, ஓர் இயக்குநர் ஒளிப்பதிவாளரை வழி நடத்துவதில் எந்தத் தவறும் இல்லை. முற்றிலும் தவறில்லை. அதன்மூலம் இயக்குநரின் தனித்த பார்வையைத் (Personel point of view) தனது வேலையில் கொண்டுவரும் வாய்ப்பு ஒளிப்பதிவாளருக்கு ஏற்படுகிறது. நான் என்னை எப்போதும் ஒளிப்பதிவாளரென்று சொல்லிக்கொள்ள மாட்டேன். உண்மையில் நான் ஒளிப்பதிவாளன் இல்லை. நான் கேமராவை இயக்குகிறேன். ஆனால், ஒளியமைக்கிற ஒளிப்பதிவாளர் - ஒளிதான் புகைப்படக்கலையின் பிரதானம்- சுமந்து. எனவே, விக்டர்

யாரைச் சொல்கிறார் என்பது எனக்குத் தெரியவில்லை. ஏனெனில், நான் அறிந்த அளவில் பெரிய இயக்குநர்கள் எல்லாம் தமக்குத் தாங்களே ஒளிப்பதிவு செய்து கொண்டதில்லை. ஆனால், உண்மையில் மிகப்பெரிய சிறந்த இயக்குநர்கள் அனைவரும் தமக்கென மிகச் சிறந்த ஒளிப்பதிவு பாணியைக் கொண்டிருக்கின்றனர். அவர்களின் படைப்பை நீங்கள் ஒளிப்பதிவின் மூலமே கண்டுகொள்ளமுடியும். ஒழுங்கமைவிலிருந்து (Composition) வண்ணங்களைப் பயன்படுத்தும் விதத்திலிருந்து, ஒரு சிறந்த இயக்குநரின் படைப்பை நாம் கண்டறிய முடியும். அவர் ஒளிப்பதிவாளரை வழி நடத்துகிறார் என்பதுதான், இதன் வெளிப்படையான காரணம். ஏனெனில், ஒரு சிறந்த இயக்குநர் தனது ஒளிப்பதிவாளரைத் தன்னால் முடிந்த அளவு வழி நடத்தும் அளவிற்குத் திறனுள்ளவராக இருக்கவேண்டும். எப்படியாயினும் நமது நாட்டில், ஐரோப்பாவில் உள்ள ஒளிப்பதிவாளர்களின் தரத்தில் யாருமில்லை. இதைச் சொல்ல என்னை அனுமதிக்க வேண்டும். ஒளிப்பதிவாளரே இங்கு இல்லை. உதாரணத்திற்கு ஸ்வென் நிக்விக்ஸ் மாதிரியான ஒளிப்பதிவாளர். எனவே, ஓர் இயக்குநர் ஒளிப்பதிவாளரை வழிநடத்தும் நிலையில் இருந்தால் சில விஷயங்களைச் செய்ய முடியும். அது படத்தின் தரத்தை முன்னேற்றுவதற்கான காரணமாக அமையும்.

சென்: எனவே, ஒரு நல்ல இயக்குநரை உருவாக்கும் தேவை ஒரு நல்ல ஒளிப்பதிவாளருக்கு இல்லை என்கிறீர்களா?

ரே: இல்லை... இல்லை... இல்லை அந்த இரண்டையும் அப்படிப் பொருத்திப் பார்க்கக்கூடாது. ஆனால், ஒரு சிறந்த இயக்குநர் ஒளியமைப்பு மற்றும் ஒழுங்கமைவு (Composition) என்பது என்ன எப்படிச் செய்வது என்பது குறித்து தெரிந்திருக்கவேண்டும். அது எவ்வாறிருக்கவேண்டும் என்கிற எதிர்பார்ப்பினை அறிந்தவராக இருக்கவேண்டும். அந்த விஷயத்தில் ஒளிப்பதிவாளரை வழிநடத்த முடிந்தால் குறைந்தபட்சமாக ஒளிப்பதிவின் பணி என்பது இயக்குநரின் கருத்தில் வெகுமுக்கியமான பங்கு வகிக்கிறது அது பெரிதும் விரும்பத்தக்கதாக அமைகிறது.

சென்: சமகால எழுத்தாளர்களில் மிகவும் சினிமாவுக்குத் தகுந்ததாக உள்ள எழுத்து யாருடையதெனக் கருதுகிறீர்கள்?

ரே: மேற்கத்திய முறைப்படிப் பார்த்தால் சினிமாவுக்குத் தகுந்ததாக யாரையும் என்னால் அறிய முடியவில்லை. எடுத்துக்கொண்ட பொருளைப் பற்றிய நிறைய விவரங்களை உருவாக்குகிறார்கள்.

நிறைய ஐரோப்பிய எழுத்தாளர்கள் இந்த வழியைத்தான் பின்பற்றுகிறார்கள். திரைக்கதைக்காக என்று நினைத்துக் கொண்டு அவற்றை நீங்கள் படித்துப் பாருங்கள். வெளிப்படையாகச் சொன்னால் விபூதிபூஷன் பானர்ஜி மட்டும்தான் இந்தத் தகுதியைப் பெருமளவில் கொண்டிருக்கிறார்.

செ ன்: விபூதிபூஷனின் வேறு எந்த நாவலையும் திரைக்கதையாக எழுதும் எண்ணம் இருக்கிறதா?

ரே: இச்சாமதி-அது இன்னும் என்னைத் தூண்டிக் கொண்டேயிருக்கிறது. மிக விசாலமான வெளி. எடுக்க நிறையச் செலவாகும்.

செ ன்: அதை உருவாக்குவது என்ற உறுதியோடு இருக்கிறீர்களா?

ரே: இல்லை. இப்போதைய படத்தயாரிப்பு என்பது மிக வித்தியாசமானதாக இருக்கிறது. பெங்காலியில் இன்னும் எத்தனை வருடங்கள் படங்கள் எடுப்பேனென்று எனக்குத் தெரியவில்லை. எனது நிலையில்... சர்வதேச சந்தைக்காக இன்னும் சில வருடங்கள் வங்காளப் படங்கள் எடுக்கலாம்...இன்றைய நிலையில் ஒரு வங்காளப் படத்திற்காகும் செலவைப் பார்க்கும்போது சந்தையில் அதன் எதிர்காலம் குறித்து நான் ஒன்றும் நன்றாக உணர முடியவில்லை. இந்தி அல்லது ஆங்கிலப் படங்கள் எடுப்பதுதான் இதற்குத் தீர்வாக அமையும். எனது நிலையில் நான் வங்காளப் படம் எடுக்கலாம். ஒருமுறை இந்திப் படமும்கூட எடுக்கலாம். அதைத் தவிர வேறு வழி இருப்பதாகத் தெரியவில்லை. இது முழுக்கச் சூழ்நிலை சார்ந்தது. இந்தி மொழியை நான் நன்றாகக் கற்றுக் கொண்ட பிறகே நான் இந்தியில் படம் எடுப்பேன். ஒருமுறை அந்த மொழியைக் கற்றுக்கொண்டுவிட்டால் நான் மிகுந்த நம்பிக்கையுடன் அதனைச் செய்வேன்.

செ ன்: இன்னொரு விஷயம் உங்களிடம் கேட்க வேண்டும். வேற்று மொழிப் படங்கள் எடுக்கும்போது மொழியைத் தடையாக உணர்கிறீர்களா?

ரே: ஆம்... Chess Playersல் அதன் ஆங்கிலப் பகுதியை எடுக்கும் போது நான் மிகவும் சாதாரணமாக இருந்தேன். ஆனால், எனது ஹிந்தி என்பது ஆங்கிலம் அளவுக்குச் சிறந்ததல்ல. எனவே, Chess Playersக்கான ஆங்கில உரையாடல்களை நானே எழுதினேன். Sadgatiக்கு எனது ஆங்கிலத் திரைக்கதையில் இருந்து உரையாடல்கள் ஹிந்திக்கு மொழிபெயர்க்கப்பட்டன. அந்த உரையாடல்கள்

உண்மையில் சிறந்தவைதானா... சரியானவை தானா என்று எப்போதுமே நான் அறியப்போவதில்லை. நடிப்புக்குக்கூட என்னிலிருந்து சில பகுதிகளை வழங்குகிறேன். ஆனால், ஹிந்திப் படத்தில் அது சாத்தியமில்லை. அந்த மொழியில் போதிய அறிவு எனக்கு ஏற்படும் வரையில் சில நகர்தல்கள் (Move- ments) குறித்த இயக்கத்தையே என்னால் செய்யமுடியும். என்னுடையதாக எதையும் செய்ய முடியாது. அதனால் ஹிந்திப் படத்திற்குப் புதுமுகங்களைப் பற்றி நான் யோசிக்கவே இல்லை. நல்ல அனுபவமுள்ள நல்ல நடிகர்களுடன் பணிபுரியவே விரும்புகிறேன்.

சென்: சிலர் தமக்குச் சிறிதும் தொடர்பில்லாத மொழிப் படங்களை எடுப்பதைப் பார்க்கிறேன். ஹிந்தி தவிர வேறு மொழிப் படங்கள் எடுக்கும் எண்ணம் உங்களுக்கிருக்கிறதா?

ரே: இல்லை... எப்போதும் இல்லை...

சென்: ஆங்கிலம்?

ரே: செய்யலாம். ஆனால், கதை எனது சொந்த தேசத்தில் இருந்து தேர்வு செய்யப்பட்டதாக இருக்கும். வெளிநாடுகளில் படம் எடுக்கும் ஆசை எனக்கு இல்லை. ஆங்கில ஒலியைத் தர்க்க ரீதியாகப் பயன்படுத்த முடியும். ஏனெனில், வெவ்வேறு பகுதியைச் சேர்ந்த மக்கள் ஓரிடத்தில் சேர்ந்திருப்பதால் ஆங்கிலத்தைப் பயன்படுத்து கிறார்கள். எனவே, அதைப் போன்ற ஒரு கதை கிடைக்குமெனில் நான் ஆங்கிலப் படம் எடுப்பேன்.

சென்: விஞ்ஞானக் கதைகள்?

ரே: விஞ்ஞானக் கதைகள் எடுப்பதில் நம் தொழில்நுட்பம் சார்ந்த பின்னடைவுகள் இருக்கின்றன. விஞ்ஞானக் கதைகள் என்றால் இந்நாளில் மிகவும் உயர்ந்த அதீத விளைவுகளை (Special effects) நமக்கிருக்கும் வசதிகளைக் கொண்டு செய்வதென்பது கஷ்டமாக இருக்கிறது. பணபலத்துடன் மிகப் பெரிய திட்டங்களுடன் (Budjet) முயன்றால் மட்டுமே அது சாத்தியம்.

சென்: அப்புவின் முன்கதைகளின் (Aputriology) திரைக்கதைகளை வெளியிடுகிற வேலையில் தற்போது இருக்கிறீர்களா?

ரே: இப்போது பதேர் பாஞ்சாலியின் திரைக்கதையில்தான் முழுமையாக ஈடுபட்டிருக்கிறேன்.

சென்: உங்களின் துவக்கக்கால முயற்சிகளைத் திரும்பிப் பார்க்கும்போது என்ன நினைக்கிறீர்கள்? உருவாக்கும் அணுகுமுறைகளில், நடிகர்களைக் கையாள்வதில் மற்ற விஷயங்களில் எவ்வளவு தூரம் பயணித்திருக்கிறீர்கள்.

ரே: எல்லாவற்றிற்கும் மேலாக உரையாடல்களைச் சொல்லலாம் பதேர் பாஞ்சாலி மற்றும் அபராஜிதோவிற்கு 15 அல்லது 20 சதவீதம்தான் என்னுடைய சொந்த உரையாடல். மற்றதெல்லாம் மூலத்திலிருந்து எடுக்கப்பட்டவை. என்னால் உரையாடல்கள் எழுதமுடியும் என்று நான் ஒருபோதும் நினைத்ததில்லை. பதேர் பாஞ்சாலியில் மூலத்தின் பெரும்பகுதியை நான் பயன்படுத்திக் கொண்டேன். என்னுடைய மிகச் சிறிய பங்களிப்பு குறிப்பிடத்தகுந்ததாகவோ போதிய மதிப்பைத் தருவதாகவோ அமையவில்லை. இப்போது உரையாடல்கள் குறித்து நான் மிகுந்த நம்பிக்கையும், திறனும் பெற்றிருக்கிறேன். பிற்காலத்தில் நான் சில அசலான கதைகளையே எழுதினேன். கஞ்சன் ஜங்காவின்போது என்னால் சொந்தமாக உரையாடல்கள் எழுதி ஒரு கதாபாத்திரத்தை உருவாக்கி, அவன் அல்லது அவள் எப்படி நடிக்க வேண்டும், பேச வேண்டும் என்பதையும் கருக்கொள்ள முடியும் என்பதை நான் அப்போதுதான் முதன்முறையாக உணர்ந்தேன். இப்போது அதை என்னால் நன்றாகச் செய்ய முடிகிறது. அதன் வடிவமைப்பும் (Structuring) எளிதாகிவிட்டது. ஆனால், அசலான திரைப்பட உத்திகள் என்பது பதேர் பாஞ்சாலியில் இருந்தே - புத்தகத்தில் இல்லாத விஷயங்கள்- இன்றுவரை என் படங்களில் இருக்கின்றன. முதல் படத்தின் பலம் சில வித்தியாசமான கணங்களில் பிணைந்திருக்கிறது. இந்திரின் மரணம், துர்காவின் மரணம், இறுதியில் வீட்டுக்குள் பாம்பு நுழைவது, இவையெல்லாம் புத்தகத்தில் இல்லை. அப்புவும் துர்காவும், ரயிலைப் பார்க்கிற காட்சிகள்கூட புத்தகத்தில் இல்லை. இப்போது அவற்றை ஒருவர் பார்க்கும்போது கருத்தாக்கங்களின் (ideas) தளத்தில் நான் நினைத்தவை உயர்ந்தவையாக இருப்பதை உணரமுடியும். ஆனால், பதேர் பாஞ்சாலி மற்றும் அபராஜிதோவில் நான் அதிகம் படம் பிடித்திருக்கிறேன். அதன் நிறைய பகுதிகளை தவிர்த்திருக்கலாம். இந்த விகிதம் (Proportion) குறித்த அறிவு, கட்டுமானத்தின் இறுக்கம் குறித்த புரிதல் (tightness of Construction) எனக்குத் தாமதமாகவே ஏற்பட்டது. ஒரு லென்ஸைத் தேர்ந்தெடுப்பது, கேமராவைச் சரியாக எங்கே வைப்பது இவையெல்லாம் எனது அனுபவத்தின் மூலம் தெளிவாயின. எனது நம்பிக்கை மெதுமெதுவாக உயர்ந்தது. இந்த மொத்த விஷயங்களும் வேகமாகவும் உறுதியுடனும் நிகழ்ந்தன.

சென்: அறிவுபூர்வமாகப் பேசுதல், யோசித்தல் முதலான விஷயங்கள் முன்பிருந்ததைவிட இப்போது எப்படி மாறியிருப்பதாக நினைக்கிறீர்கள்?

ரே: என் கருத்தாக்கங்கள் (ideas) பற்றி எனக்குத் தெரிய வில்லை. ஆனால், தொழில்நுட்பம், இலக்கணம் மாறியிருக்கிறது அதற்குப் புதிய அலைதான் (New wave) காரணம். மங்கிக் கரைதல் (Fade) ஒன்றின் மேல் ஒன்று கரைந்து வெளிப்படுதல் (Dissolves) முதலான விஷயங்கள் மறைந்து அதிகம் வெட்டுகளைச் (Cuts) சார்ந்திருக்கிறோம். பார்வையாளர்களும் முன்னேறிவிட்டார்கள் அவர்கள் அதனை ஒத்துக்கொள்கிறார்கள். நமது கதை சொல்லும் முறை முதலில் மிகவும் அமெரிக்கத்தனமாக இருந்தது. ஐரோப்பா வின் தாக்கம் தாமதமாகத்தான் வந்தது. பிரான்ஸ், ஸ்வீடிஷ், ஜெர்மன் இவற்றின் தாக்கமெல்லாம். இதைப் பாதிப்பு என்று சொல்லக்கூடாது அத்தகைய படங்களைப் பார்த்ததும் சில புரிதல்கள் நமக்கு ஏற்பட்டன. எனவே, 1950இல் வந்த ஒரு படத்தையும் இன்று வந்திருக்கும் ஒரு படத்தையும் ஒப்பிட்டால் கதைசொல்லும் முறை மிகவும் கூர்மையானதாக இருப்பதை உணரமுடியும். சில விஷயங்கள் எப்போதும் கடினமாகத்தான் இருக்கின்றன. ஒரு கதாபாத்திரத்தை உரையாடலைப் பயன்படுத்தாமல் எப்படி வெளிப் படுத்துவது, பேச்சு என்பது எப்போதும் இருக்கிறது -ஆனால், சில பாவனைகள், பார்வைகள், சில செயல்கள் மூலம் சாருலதாவை சிறந்த உதாரணமாக இருக்கக்கூடும்- வெளிப்படுத்துவது என்கிற புரிதல் அப்புவின் முக்கதைகளுக்குப் பின்னால்தான் ஏற்பட்டது. அதை நான் இப்போது கையாள்வதைப்போல முன்பு செய்ய முடியவில்லை.

சென்: உரையாடல் எழுதுவது குறித்து பேசும்போது நான் ஒன்று கேட்க வேண்டும். எப்போதாவது ஒரு நாடகத்தைத் தயாரிப்பது அல்லது எழுதுவது குறித்து யோசித்திருக்கிறீர்களா? நீங்கள் அதிகம் நாடகம் படிக்கிறீர்கள் அடிக்கடி நாடகம் பார்க்கிறீர்கள்...

ரே: நல்லது... இந்நாளில் மிகச் சிறந்தவர்கள் நாடகத்தில் பணிபுரிகிறார்கள். அத்தகையோர் பெருவதால் என்ன பயன்? திரைப்படத்தில் நிறையத் திறமைகள் இல்லை என்பதை நான் சொல்ல வேண்டும். திரைப்படம் என்பது மிகவும் தொழில்நுட்பம் சார்ந்ததாக இருக்கிறது. திரைப்படம் தான் ஊடகம், நாடகமல்ல என்பதை நான் முன்பே அறிந்து கொண்டேன். ஏனெனில், திரைப்படம் மிகவும் பின்னடைந்திருக்கிறது. அதை அந்த நிலையிலேயே வைக்கக்கூடாது

என்பதுகூடக் காரணமாக இருக்கலாம். திரைக்கதை என்பது எனக்குள் நேரடியாக வருகிறது. நான் எப்போதும் நாடகம் எழுதுவதையோ இயக்குவதையோ நினைத்துப் பார்த்ததில்லை.

சென்: ஒரு நாடகத்திலிருந்து திரைப்படம் தயாரிக்கும் எண்ணம் இருக்கிறதா?

உண்மையில் அப்படி இல்லை... ஏனெனில், நாடகம் என்பது அதிகம் பேச்சு சார்ந்து இருக்கிறது. எனக்கு அதில் ஆர்வமில்லை. எனக்குத் திரைப்படத்தின் உன்னதமான கணங்கள் வார்த்தைகளற்றதாக இருக்கிறது. நாடகத்தில் வார்த்தைகள் முக்கியப் பங்கு வகிக்கின்றன. திரைப்படம் போன்ற தருணங்கள் நாடகத்தில் இருக்கமுடியும். அல்லது திரைப்படமாக மாற்றினால் வார்த்தைகள் இல்லாமல் அதனைச் சொல்ல முடிவதென்பது எவ்வளவு தொலைவில் இருக்கிறது என்பதையும் ஒருவர் பார்க்க முடியும். தன்னளவில் அது அதுவாகவே இருந்தால் நாடகத்திலிருந்து படங்கள் எடுக்கவேண்டும் என்று நான் நினைத்ததில்லை. உண்மையில் நான் நாவல்களிலிருந்து கூட படங்கள் எடுக்கிற தேவை எனக்கில்லை. மிகச் சிறந்த நெடிய சிறுதைகள்தான்.

சென்: அதைத்தான் நான் கேட்க விரும்புகிறேன். நாவல் அல்லது நெடிய சிறுகதையைத் திரைக்கதையாக்க எதை நீங்கள் பெரிதும் விரும்புகிறீர்கள்?

ரே: நீளமான சிறுகதைகளைத்தான் நான் பெரிதும் விரும்புகிறேன். நமது தேவையான இரண்டு மணிநேரம் அல்லது 90 நிமிடங்களுக்கு அவைதான் மிகப் பொருத்தமாக இருக்கின்றன. ஒரு நாவல் என்பது 400 அல்லது 500 பக்கங்களை உடையதாக இருக்கிறது. அதனால் நூலுக்கு நேர்மையான ஒன்றை உங்களால் செய்யமுடியாது. எனக்கு நான்கு அல்லது ஐந்து மணி நேரத்திற்குக் குறைவாக, எடுத்தால் அந்த நூலுக்கு நேர்மையான ஒன்றை நம்மால் செய்யமுடியாது. அது இரண்டு அல்லது மூன்று பாகங்களாக எடுக்கப்படவேண்டும். இல்லையெனில் கேரி பெய்ரி அவ்வளவு நீளமாக இருந்திருக்காது.

சென்: ஷேக்ஸ்பியரின் நாடகங்களை எடுத்துக்கொண்டு பலர் படம் எடுக்கிறார்கள். எடுத்துக் கொண்டிருக்கிறார்கள். படமாக்கப்பட்ட அந்த நாடகங்கள் குறித்து என்ன நினைக்கிறீர்கள்?

ரே: ஒலிவரை உதாரணத்திற்கு எடுத்துக் கொள்ளலாம். என்னதான் அவர் சாதித்திருந்தாலும் அவருடைய படங்கள் எப்போதும்

திரைப்படத் தன்மையைக் கொண்டிருக்காது. வேறுவிதமான ஒரு தன்மையை அதன் பின்புலங்களைப் பயன்படுத்துவதன்மூலம் கோஸின்ஸ்டெப் ஒருவர்தான் ஷேக்ஸ்பியரில் நன்றாகப் பணி புரிந்தவர். அவரைத் தவிர்த்து வேறு யாரும் அதைச் செய்யமுடியும் என்று நான் நினைக்கவில்லை. அது மிகவும் கடினமானது.

செ‌ன்: ஒரு விஷயம் எனக்கு மிகவும் சுவாரஸ்யமாக இருக்கிறது. நீங்கள் தொழில்முறை அல்லாத நாடகக் கலைஞர்களில் இருந்து உங்கள் நடிகர்களைத் தேர்ந்தெடுக்கிறீர்கள். உதாரணத்திற்கு ஸ்வாதி லேகாவைச் சொல்லலாம். இதில் ஏதும் உபரியான சாதகங்கள் இருக்கின்றனவா?

ரே: உண்மையில் அப்படியில்லை. தொழில்முறையில்லாத நாடக அரங்கிலிருந்தோ அல்லது படத்திலிருந்தோ அல்லது படம் அல்லது நாடகத்திற்குச் சம்பந்தப்படாதவராகவோ கூட இருக்கலாம். ஆனால், இயல்பில் அவரிடம் நடிப்பதற்கான திறமை இயல்பிலேயே இருக்கவேண்டும். அவர்களிடையே நான் எந்த வித்தியாசத்தையும் காணவில்லை. ஏனெனில், நாடகத்தில் நடிப்பவர்கள் திரைப்படத்தில் நடிக்கும்போது மிகவும் சுதந்திரமாக உணர்வதில்லை. ஏனெனில், நாடகத்தில் உடனுக்குடனே பார்வையாளர்களின் ஆமோதிப்பை பெறமுடிகிறது. அதை இங்கே அவர்கள் தவறவிடுவதால் அவர்கள் சந்தோஷமில்லாமல்கூட இருக்கலாம். இதை அசௌகரியமாக நினைக்கலாம். இதற்கு ஒத்துப் போக முடிந்தால் நல்லது. தொடர்ச்சியான நடிப்பை அவர்கள் இங்கு செய்வதில்லை. சிறுசிறுபகுதிகளாக ஒரு தொடர்ச்சியுடன் ஷாட்களுக்கிடையில் நடிக்க வேண்டும். இந்த வித்தியாசமான ஒழுங்குமுறைக்கு அவர்கள் பழகிக்கொள்ள வேண்டும்.

செ‌ன்: தோற்றத்தில் மிகப் பொருத்தமானவராக இருந்து நடிக்க முடியாததால் அவரை நீக்கியது உங்களுக்கு எப்போதாவது நேர்ந்திருக்கிறதா?

இல்லை. அந்த வகையில் நான் அதிர்ஷ்டசாலி என்று நினைக்கிறேன். நீங்கள் கேமராவுடன் ஒரு தேர்வு செய்து (Camer test) அதன்பின் கண்டுபிடித்து விட முடியும். சில நேரங்களில் குழந்தைகளுடன் மட்டும் நான் சிரமங்களைச் சந்தித்திருக்கிறேன். உதாரணத்திற்கு பதேர் பாஞ்சாலியில் அப்புவுடன். அப்படியொரு தோற்றம் இருந்தது. ஆனால், நடிப்பு வரவில்லை. கடுமையான உழைப்பின் பிறகே அவனை என்னால் நடிக்க வைக்க முடிந்தது. பலவிதமான தந்திரங்கள்,

பலவிதமான உத்திகள் கேமராவின் உதவியுடன் செய்து எப்படியோ சமாளித்து விட்டேன். அவன் ரொம்பவும் கவனக் குறைவானவன். அவன் நடிகனும் இல்லை மற்றவர்கள் நினைப்பது மாதிரி கேமரா குறித்த உணர்வும் (Camera concions) அவனுக்கில்லை. சில குழந்தைகள் பிறவி நடிகர்களாக இருப்பார்கள். அவன் அப்படிப்பட்ட பையன் இல்லை. இதற்கு முரணாக போஸ்ட் மாஸ்டரில் நடித்த சிறுமி பிறவி நடிகை. அவள் சொன்னவுடன் எதையும் உள்வாங்கிக் கொள்ளுவாள். ஆனால் சுபிர் -பதேர் பாஞ்சாலியின் அப்பு- அது கடுமையான உழைப்பின் பிறகே நடந்தது.

சென்: உங்கள் படங்கள் வறுமை, கல்வி, சமுதாயத்தின் பல நிலைகளில் பல காலங்களில் வித்தியாசமான சூழலில் இருந்த குடும்ப உறவுகள் இவை குறித்த தொடர்ச்சியான மற்றும் விதவிதமான அனுபவங்களைக் கதைக் கருவாகக் கொண்டிருக்கின்றன. ஏன் இவ்வகையான விஷயங்களை அதிகம் கையாள்கிறீர்கள்?

ரே: ஆம்... என்னுடைய ஆரம்ப நாட்களில் அவ்வகையான கதைகளைச் செய்து கொண்டிருந்தேன். இப்போது நீண்ட இடைவெளியுடைய (Long span) கதைகள் என்னை அதிகம் ஈர்க்கவில்லை. பத்து பன்னிரண்டு வருஷங்கள் வளர்ந்த பிறகு அதை நான் விட்டு விட்டேன். இப்போது காலவெளி என்பது மிகக் குறுகியதாக இருக்கிறது. வெறும் கதாபாத்திரங்கள் மட்டுமே மாறுதல்களுக்கு ஆட்படுகிறார்கள். கசப்பான அனுபவங்களின் பிறகே மாற்றம் நிகழ்கிறது. அதுதான் வளர்ச்சி, முன்னேற்றம் ஒரு நகர்தல் (movement). இந்த நகர்தல் என்பது என்ன? அது ஒரு போராட்டமாகவோ அல்லது ஒரு செயலாகவோ அல்லது இரண்டுமோகூட இருக்க வேண்டிய அவசியல்லை. ஆனால், அந்தக் கதாபாத்திரம் A யிலிருந்து B என்கிற புள்ளிக்கு நகர்கிறது. அது ஒரு முடிவாக மாறுகிறது. இதற்குச் சிறந்த உதாரணமென ஜன ஆரண்யாவைச் சொல்லலாம் அது நல்ல படமென்று நினைக்கிறேன். இதில் காலவெளி என்பது வெறும் ஒன்றிரண்டு மாதங்கள். ஆனாலும் இந்தக் குறுகிய இடைவெளியில் நாம் மிகப்பெரிய முன்னேற்றத்தைச் சந்திக்கிறோம். முழுமையான அப்பாவித்தனம் கொண்ட நேர்மையான பையன் முழுமையான ஊழல் நிறைந்த புள்ளியை நோக்கி நகர்கிறான். அதன் பிறகே அவனது சொந்தக்கால்களால் அவனால் நிற்க முடிகிறது. இந்த நகர்தல் கதாபாத்திரத்தின் ஒரு நிலையிலிருந்து மறுநிலைக்கு மாறுகிறது. இந்த அகவயமான மாற்றமே என்னைப் பெரிதும்

கவர்கிறது. என்னுடைய பழைய படங்களிலும் கூட உதாரணத்திற்கு மகாநகர் பல நிலைகள் இருக்கின்றன. ஒரு பெண் வேலை செய்ய விருப்பம் இல்லாமல் இருக்கிறாள். கணவனின் உந்துதலின் பின் வேலை செய்யத் துவங்குகிறாள் வெற்றியடைகிறாள். கணவனின் பொறாமையை எதிர்கொள்கிறாள். கணவன் வேலை இழந்ததும் அவனை ஆதிக்கம் செலுத்துகிறாள். இதன் உச்சமாக முடிவில் இருவருக்கும் மனஒற்றுமை ஏற்படுகிறது. இவையெல்லாம் வளர்ச்சியின் பல நிலைகள். இது ஒருவிதமான வளைந்து வளைந்து செல்கிற (Zig zag) ஏற்றத்தாழ்வுடைய நகர்தல். இதில் எனக்கு மிகவும் ஆர்வமாக இருக்கிறது. இது இல்லையெனில் படம் எடுக்க முடியாது.

சென்: நீங்கள் சூழலின் மனவியல் சார்ந்து (Psychology of situation) அதிக ஆர்வமாகச் செயல்படுகிறீர்கள் என்று நாங்கள் சொல்லலாமா?

ரே: மனவியலில் மட்டுமே எனக்கு ஆர்வம் இருக்கிறது. பதேர் பாஞ்சாலியில் அது அதிகம் இல்லை. அபராஜிதோவில் அது வரத் துவங்குகிறது. தேவியில் அது வளர்ச்சி கொள்கிறது. அதன்பிறகு இப்போது மனவியல் மட்டுமே எனக்கு மிகுந்த முக்கியத்துவம் வாய்ந்ததாக இருக்கிறது.

சென்: அவ்விதமான கதை கிடைத்தால்...அதனுடன் நேரடியாகத் தொடர்பில்லாத விஷயங்களும் மிக முக்கியமானவை... அதற்காக நீங்கள் பிரயத்தனப்படுகிறீர்களா?

ரே: ஆம். நேரடித் தொடர்பற்ற விஷயங்கள் முக்கியமானவைதான். ஆனால், இயல்பான மனித வாழ்வில் என்ன நிகழ்கிறது என்பதை நான் கட்டாயம் கவனிக்க வேண்டும். அந்தக் கதாபாத்திரத்திற்கு வளர்ச்சியில் ஆர்வமில்லையென்றால்... நானும் ஆர்வம் காட்ட முடியாது.

சென்: ஒரு கலைஞராக நீங்கள் எதை முக்கியம் என்று கருதுகிறீர்கள். கலை சார்ந்த உணர்திறன், அழகியல் அல்லது சமுதாயப் பொறுப்பு?

ரே: எல்லாமே சம அளவில் முக்கியமானவை என்றே கருதுகிறேன். சமுதாயப் பொறுப்பு (Social Commitment) என்கிற தொடர் இன்றளவில் தெளிவாக விளக்க முடியாத ஒன்றாகவே இருக்கிறது. திறன் இருக்கவேண்டும் அதில் இன்னொரு விஷயமும் இருக்கிறது. மக்கள் அதற்குப் போதிய முக்கியத்துவம் கொடுப்பதே இல்லை. ஆனால், ஒரு கலைஞனுக்கு அதுவே மிகவும் முக்கியமானதாக இருக்கிறது.

உபகரணங்கள் மற்றும் தொழில்நுட்பம் சார்ந்து கேமராவை, ஒலியை எப்படிப் பயன்படுத்துவது, கேமராவை எங்கே எப்படி வைப்பது என்கிற புரிதலுக்கும் அது அவசியமாகிறது. உங்களுக்கு இவையெல்லாம் இல்லையெனில் எவ்வளவுதான் பொறுப்புணர்வு அல்லது உணர்திறன் இருந்தாலும் ஒரு வெற்றிக்கரமான படம் எடுத்துவிட முடியும் என்று நான் நினைக்கவில்லை. திரைப்பட மொழியின் மீதான பூரணமான அறிவு என்பது மிக முக்கியமானது.

சென்: உங்களுடைய அடுத்த முயற்சிகள் என்ன?

ரே: ஒரு ஹிந்திப் படம் எடுப்பதற்கான வங்காளக் கதையை நான் தேடிக் கொண்டிருக்கிறேன். எல்லாருக்கும் தெரிந்த கதைகளில் ஒன்றான மஹாஸ்வேதா தேவியின் பிச்சான் கதையை எடுப்பதற்கான சாத்தியங்கள் இருக்கின்றன.

சென்: அது விபூதிபூஷனின் இச்சாமதியா இருக்கக்கூடுமா?

ரே: இல்லை... அதற்குப் போதுமான பணம் என்னிடம் இல்லை. அது மிகப்பெரியது. மிகப் பரந்தது. கேரி பெரிக்குப் பிறகு ஒரு எளிமையான படம் எடுக்க, படிப்பிடிப்பில், பிரச்சினைகளில் கஷ்டமளிக்காத தர்க்கரீதியில் எளிமையான கதையாக இருக்க வேண்டும்.

சென்: ஆவணப் படங்களில் (Documentaries) ஆர்வம் இருக்கிறதா?

ரே: ஏற்கெனவே நான் எடுத்த ஆவணப் படங்கள் எல்லாம் ஒரு தனிமனித வாழ்வையே மையமாகக் கொண்டிருந்தன. வாழ்க்கை வரலாறு சார்ந்த ஆவணப் படங்களை நான் பெரிதும் மதிக்கிற மனிதர்களைப் பற்றி எடுத்திருக்கிறேன். அதைத் தவிர வேறு ஆர்வம் இல்லை.

சென்: எதிர்காலத்தில் இன்னொரு ஆவணப்படம் எடுப்பீர்களா?

ரே: இல்லை. கதை சொல்வதே என்னுடைய முக்கியமான வேலை என்று உணர்கிறேன்.

❁

ரேயுடன் ஒரு நேர்காணல்

ஷ்யாம் பெனகல்

பெனகல்: மிஸ்டர் ரே... ஏன் படம் எடுக்கத் துவங்கினீர்கள் எது உங்களைப் படம் எடுக்கத் தூண்டியது?

ரே: உங்களுக்குத் தெரியும் நான் விளம்பரத் துறையில்தான் இருந்தேன். பதேர் பாஞ்சாலியை உருவாக்கும் போதும் நான் விளம்பரத்துறையில் வேலையில்தான் இருந்தேன். நான் திரைப்படங்களில் ஆழ்ந்த ஈடுபாட்டுடன் இருந்தேன். படத்தை உருவாக்குவதில் அல்ல படங்களைப் பார்ப்பதில். தீவிரமாக திரைப்படங்களைப் பார்த்தேன். திரைப்படங்களைப் பற்றி நிறையப் படித்தேன். 1947இல் நாங்கள் திரைப்படச் சங்கத்தைத் துவங்கினோம். இதெல்லாம் ஏனெனில் எனக்கு விளம்பரத் துறையில் அதன் தொழில், மற்றும் அதற்கான நியாயங்கள் சார்ந்து எனக்குக் கொஞ்சம் சலிப்பு ஏற்பட்டிருந்தது. தொழில் சார்ந்த நிறுவனங்களுடன் விவாதிப்பதும் அது சார்ந்த விஷயங்களும் எனக்கு மகிழ்ச்சியைத் தரவில்லை. அப்போது எனது வேலையை மாற்றலாம் என்று நினைத்தேன். ஆனால், முதல்படம் எடுத்துக்கொண்டிருக்கும் வேளையில் எனது வேலையை விடமுடியாது. ஏனெனில், எனது சம்பளத்தின் ஒரு பகுதி படத் தயாரிப்பிற்குச் சென்று கொண்டிருந்தது. எனவே, விடுமுறை நாட்களிலும், வார இறுதியிலும் படப்பிடிப்பை வைத்துக்கொண்டேன்.

பெனகல்: நீங்கள் ஓவியர்தானே / பிறகெதற்குச் சினிமா?

ரே: ஆம்... நான் ஓவியனாக இருந்தேன். ஆனாலும் திரைப்படம் என்கிற ஊடகம் எனக்கு மேலும் ஆர்வம் தருவதாக இருந்தது. என்னுடைய முதல் காதல் சினிமாவின் மீதுதான்! ஓவியத்தின் மீது அல்ல. நான் என்னை ஒருபோதும் ஓவியன் என்று சொல்ல மாட்டேன். சாந்திநிகேதனில் நான் நுண்கலைகள் கற்கும்போது ஓவியம் கற்றுக்கொண்டேன். பிறகு விளம்பரக் கலையில் நுழைந்தேன் பிறகு ஒரு பதிப்பாளருடன் ஏற்பட்ட ஈடுபாட்டில்

புத்தக அட்டைகளும் வடிவமைத்தேன். புகைப்படங்களும் எடுத்தேன். ஆனால், சினிமா என்பதுதான் எப்போதும் என் முதல் ஆர்வமாக இருந்திருக்கிறது.

பௌகல்: ஒரு படத்தை உருவாக்குவது என்று தீர்மானித்ததும் அதற்கான திரைக்கதையை எப்படி எழுதினீர்கள்?

ரே: எனது இரண்டாவது படத்தில்தான் நான் திரைக்கதை எழுதத் துவங்கினேன். அப்போது எனக்கு மிகுந்த நம்பிக்கையிருந்தது. என்னுடைய முதல் படத்திற்கு நான் என்ன செய்தேன் என்பது உங்களுக்கே தெரியும், விநியோகஸ்தர்கள் மற்றும் தயாரிப்பாளர்களின் வீடு வீடாகப் போய் அவர்களிடம் கதையைச் சொன்னேன். அதில் ஆர்வமிருந்தால் தயாரிப்புக்கான பணத்தை அவர்கள் ஏற்பாடு செய்யமுடியும் என்பதால் அந்தப் படத்தின் காட்சிகள் குறித்த உரையாடல்களாலான புத்தகத்தை நான் தயாரித்தேன். மிகவும் விரிவாக நீர்வண்ணம் மற்றும் கறுப்பு வெள்ளையில் வரையப்பட்டவை. அவர்களிடம் இந்தப் படங்களைக் காட்டிக் கொண்டே கதை சொன்னேன். படத்தைத் துவங்கும் போது இதுதான் என்னிடம் இருந்தது. நடிகர்களுக்கு, படப்பிடிப்பிற்கு ஒரு வாரத்திற்கு முன்புதான் அவர்களுக்கான உரையாடல்கள் தரப்பட்டன. நாங்கள் எங்களது குழுவினருடன், ஒளிப்பதிவாளருடன் உதவியாளர்களுடன் விவாதித்துக் கொண்டே இருந்தோம். ஆதலால், அந்த ஏற்பாடுகள் குறித்தும் கதையின் தன்மை குறித்தும் அறிந்துகொண்டோம். கதையின் வடிவம் எங்களுக்குத் தெரியும். பதேர் பாஞ்சாலிக்கு உண்மையிலேயே திரைக்கதை என்ற ஒன்றே இல்லை. வெறும் குறிப்புகளும் அதுகுறித்த விஷயங்களுமே இருந்தன. எல்லாமே என் தலைக்குள் இருந்தது. உரையாடல்களுக்கென ஒரு நோட்டு இருந்தது. பெரும்பாலான வசனங்கள் புத்தகத்திலிருந்து எடுக்கப்பட்டவை. உரையாடல் எழுதுவது எப்படி எனக்குத் தெரியாது. அந்தநிலையில் ஒரு உரையாடல் எழுத்தாளரென எனக்கு எந்த நம்பிக்கையும் இல்லை. ஆனால், அதிஷ்டவசமாக விபூதிபூஷன் உயிரோட்டமான உரையாடல்களை எழுதியிருந்தார்.

பௌகல்: பதேர் பாஞ்சாலியைக் கவனிக்கும்போது அதில் லென்ஸ்களை பயன்படுத்திய விதத்தில் சிலநேரங்களில் ஒரு திட்டமில்லாமல் பயன்படுத்தியது போலத் தெரிகிறது.

ரே: ஓ.. இருக்கும். அதற்கான வாய்ப்பிருக்கிறது. ஏனெனில், கற்றுக் கொள்வதில் மிகக் கஷ்டமான விஷயம் எந்த இடத்தில்

எந்த லென்ஸ் பயன்படுத்த வேண்டும் என்பதுதான் நாங்கள் எந்த லென்ஸ் வேண்டும் என்று விரும்பினோமோ அதை அவர்கள் எப்போதுமே வைத்திருக்கவில்லை. உங்களுக்குத் தெரியுமா நாங்கள் மூன்று வெவ்வேறு விதமான கேமராக்களைப் பயன்படுத்தினோம். ஒன்று மிட்செல், பழைய மிட்செல், பிறகு ஐமோ அதற்குப் பிறகு *Wall Camera* எனவே வாடகைக்கு அந்த நேரத்தில் என்ன கேமரா இருக்கிறதோ அதைப் பயன்படுத்திக் கொண்டோம். அவர்கள் எப்போதும் பொருத்தமான லென்ஸ்களுடன் வருவதில்லை. எனவே, எங்களுக்குத் தேர்வு செய்கிற வாய்ப்பே இல்லை. இருப்பதை வைத்து வேலை செய்தோம்.

பெனகல்: தெளிவான திரைக்கதையை எழுதாமல் ஒரு தொடர்ச்சியைக் கொண்டு செல்கிறோம் என்கிற குறிப்புணர்வு எப்படிச் சாத்தியம்?

ரே: தெளிவாக உங்கள் மனதில் இருந்தால் அதுவே போதுமானது. நீங்கள் எப்போதும் காகிதத்தில் என்ன இருக்கிறது என்பதை விடவும் மனதில் என்ன இருக்கிறது என்பதைக் கொண்டே படம் பிடிக்கிறீர்கள்.

பெனகல்: சரி.

ரே: குழுவினர்களும் அப்படி இருந்தார்கள். அவர்களுக்குக் கதையும் அது எப்படிப் போகிறது என்பதும் தெரியும். ஆனால், நாங்கள் படம்பிடிக்கும்போது... ஒரு மாதத்திற்குப் பெரும்பாலும் நான்கு அல்லது ஐந்து நாட்கள் இடையில் ஆறுமாதம் கூட இடைவெளி இருக்கும். பணம் இருக்காது. எனவே, அதுதான் சரியாக இருந்தது. ஒரு திரைக்கதையை எழுதவேண்டும் என்ற உந்துதலே ஏற்படவில்லை. ஆனாலும் முழுநேரமும் எங்கள் உலகில் படப்பிடிப்பு நடந்துகொண்டே இருந்தது.

மேலும், பதேர் பாஞ்சாலியை எடுக்கும்போதுதான் நாங்கள் படம் எடுப்பதையே கற்றுக்கொண்டோம். எங்களுக்கு எதுவுமே தெரியாது. நாங்கள் எல்லோரும் புதியவர்கள். எங்களின் படத்தொகுப்பாளரும் புதியவர். அதற்கு முன்பு ஒரே ஒரு படத்தைத் தொகுத்திருக்கலாம். இறுதியான படத்தொகுப்பின் போது (Final cut) நாங்கள் அவரை வேகப்படுத்தினோம். ஏனெனில், அதைப் பற்றிக் கேள்வி எழுவதற்கான வாய்ப்பே இல்லை. ஏனெனில், சம்பிரதாயத்துக்கு முரணான பலவிஷயங்களை நாங்கள் தெரியாமலே செய்திருக்கிறோம். எனவே, *Final cut* பத்துநாள் இரவும் பத்துநாள் பகலும் முழுநேரமும்

பணி புரிந்தோம். ஏனெனில், எங்களுக்கான கடைசித் தேதிக்குள் முடிக்கவேண்டி இருந்தது.

பெனகல்: பதேர் பாஞ்சாலி உங்களது முதல் படமாக இருந்தபோதும் குறிப்பிடத்தகுந்த ஆளுமை குறிப்பாக ஹரிஹர் வீடு திரும்புகிற கடைசிக் காட்சியில் இருந்ததே?

ரே: நாங்கள் படத்தை வரிசைப்படியே எடுத்தோம். ஆரம்பத்திலிருந்தே படத்தில் என்ன வரிசையில் வருமோ அதே வரிசையில்தான் எடுத்தோம். ஆம்... அதனால் படத்தில் ஆரம்பத்தில் அதன் நறுக்குகளில் (Cuttings) படப்பிடிப்பில், நடிப்பில் எல்லாவற்றிலும் ஒரு சுமூகமற்ற தன்மையைக் காணமுடியும். இரண்டாம் பாதியில் மிகக் கஷ்டமான இடங்கள் வருவதை நான் அறிந்தேன். வயதான பாட்டியின் மரணத்திலிருந்து உச்சக்கட்ட காட்சியை நெருங்கும் துர்காவின் மரணம், ஹரிஹரின் வருகை படத்தின் முடிவை நெருங்குகிற அந்த நேரத்தில் நாங்கள் கொஞ்சம் கற்றுக் கொண்டிருந்தோம். இன்னொரு விஷயத்தை மறந்து விடாதீர்கள். படத்தை எடுத்து முடிப்பதற்கு இரண்டரை வருடங்கள் ஆகியிருக்கின்றன. அதன் அர்த்தம் என்னவெனில் ஒரு வருஷத்தில் இடையிடையே படப்பிடிப்பு நடத்தியிருப்போம். நான்கு அல்லது ஐந்து மாதங்கள் அதைப்பற்றியே யோசிப்போம். படத்தின் எடுக்கப்பட்ட பிரதியைப் (rush) பார்ப்போம். முடிவெடுப்போம்... தவறுகளைக் கண்டறிவோம். திரும்பவும் அந்தத் தவறுகள் வராமல் பார்த்துக் கொண்டோம். இப்படித்தான் எடுத்தோம். இரண்டாம்பாதி முதல்பாதியை விடச் சிறப்பாக எடுக்கப்பட்டிருப்பதாக நான் உணர்கிறேன். நீங்களே பாருங்கள்.

❂